AF655539

सदानंदयात्रा

सदानंद भटकळ यांचे प्रकाशित साहित्य

English

Horizon (Ed.) (1946)

Nirmal and other Poems (1946)

The Future of the Indian Youth (1948)

The Indian Publisher & Bookseller (Ed.) (1950-1985)

Indian Writing Today (Ed.) (1967-1971)

Contemporary India (Ed.) (1997)

The Karnatak Press Saga (2009)

मराठी

जत्रा (संपादकांच्या सहकार्याने) (१९६१)

संक्षिप्त मराठी वाङ्मयकोश : खंड १ (संपादकांच्या सहकार्याने) (१९९८)

वाङ्मयीन संज्ञा-संकल्पना कोश (संपादकांच्या सहकार्याने) (२००१)

संक्षिप्त मराठी वाङ्मयकोश : खंड २ (संपादकांच्या सहकार्याने) (२००४)

कर्नाटक प्रेसचा इतिहास (अनु. उषा टाकळकर) (२०११)

सदानंदयात्रा

सदानंद भटकळ

पॉप्युलर प्रकाशन, मुंबई

सदानंदयात्रा
(म-१२८०)
पॉप्युलर प्रकाशन
ISBN 978-81-7991-889-0

SADANANDYATRA
(Marathi : Memoirs)
Sadanand Bhatkal

पहिली आवृत्ती : २०१६/१९३८

मुखपृष्ठ संकल्पना : जया दडकर
छायाचित्र मांडणी : निर्मिती ग्राफिक्स

प्रकाशक
हर्ष भटकळ
पॉप्युलर प्रकाशन प्रा. लि.
३०१, महालक्ष्मी चेंबर्स
२२, भुलाभाई देसाई रोड
मुंबई ४०० ०२६

अक्षरजुळणी
संतोष गायकवाड
पिंपळे गुरव, पुणे ४११ ०६१

मुद्रक
रेप्रो नॉलेजकास्ट लि.
बिल्डिंग नं. ए १, जीइबीआय इंड. पार्क
सोनाळे, ठाणे ४२१ ३०२

निर्मला आणि सदानंद यांच्या स्मृतीस

— **प्रकाशक**

ऋणनिर्देश

‘प्रिय रसिक’मधील ‘सदानंदयात्रा’ आणि ‘स्मृतीची चाळता पाने’ (जानेवारी २००३ ते ऑगस्ट २०११) ह्या दोन सदरांमधील लेख आणि इतर काही लेखन जुळवून ही मुद्रणप्रत तयार करण्यात त्याच्या चाहत्यांनी, विशेषत: जया दडकर यांनी बरेच कष्ट घेतले आहेत. छायाचित्रांची निवड आणि सजावट यांतही त्यांचे सहकार्य लाभले आहे. ‘प्रिय रसिक’चा संपादकवर्ग अस्मिता मोहिते, मेघा भगत आणि संगीता रायकर यांचा सदानंदनाला लिहिते करण्यात सहभाग आहे.

— प्रकाशक

निवेदन

सदानंद भटकळ म्हटले की, काहीजण पॉप्युलर बुक डेपो, तर काही कॅनरा सारस्वतसाठी झटणारे सदानंद असे मानतात, तर मराठी वाचक ओळखतात 'संक्षिप्त मराठी वाङ्मय कोशा'चे संपादक — प्रकाशक म्हणून. परंतु त्यांचे कर्तृत्व एवढ्यापुरते मर्यादित नव्हते. पॉप्युलर ही संस्था त्यांनी वाढवली. इतर अनेक संस्थांची स्थापना-जोपासना केली. वास्तविक त्यांच्या आणि निर्मलावहिनींच्या बहुविध कामांवर एक स्वतंत्र ग्रंथ व्हायला हवा होता.

पॉप्युलर प्रकाशनाने 'प्रिय रसिक' ही गृहपत्रिका सुरू केली. त्याचे संपादकत्व सुरुवातीपासून अस्मिता आणि तिचे सहकारी यांच्याकडे होते. त्यांच्या विनंतीवरून मी सुरुवातीला 'चाळिशीतून' आणि नंतर 'आनंदयात्रा' या सदरांतून प्रामुख्याने संस्थेच्या इतिहासातील गोष्टी सांगू लागलो. मी थांबलो तेव्हा दादाला 'सदानंदयात्रा' हे सदर लिहिण्याची ऊर्मी आली.

ही फार चांगली गोष्ट झाली. त्यांचा जन्म पॉप्युलरच्या स्थापनेच्याही आधीचा. कौटुंबिक, व्यावसायिक, सामाजिक, राजकीय अशा अनेक गोष्टींचा त्यांच्याकडे भरणा होता. काय सांगू आणि काय नाही असे त्यांना झाले होते. खरे तर त्यांनी याच काळात 'कर्नाटक प्रेसचा इतिहास' शिस्तबद्ध संशोधन करून लिहिला होता. याच पद्धतीने वाटल्यास क्रमशः त्यांनी पॉप्युलरचा प्रदीर्घ इतिहास लिहावा अशी माझी इच्छा होती. याशिवाय ग्रंथव्यवहार, सामाजिक प्रश्न, बँक व्यवहार यांविषयींचे त्यांचे अनुभव त्यांनी सांगणे आणि आम्ही समजून घेणे आवश्यक होते. त्यांनी सुरुवातीला या पद्धतीने ज्या समाजातील पार्श्वभूमीवर आमच्या वडिलांनी व्यवसायाला सुरुवात केली ते तपशीलात लिहिले. माझ्यासारख्या चौकस माणसालाही माहीत नसलेल्या अनेक गोष्टी त्यामुळे कळल्या. अनेक कोड्यांचा उलगडा झाला. त्यांनी 'सदानंदयात्रा' हा महिनागणिक

घालायचा रतीब न मानता सलग पुस्तक लिहिले असते तर ते एक महत्त्वाचे काम झाले असते. त्यांनी इंग्रजीतून 'दी जॉय ऑफ बुक सेलिंग' आणि मी 'दी जॉय ऑफ पब्लिशिंग' अशी दोन पुस्तके असे आम्ही बोलत असू.

परंतु त्यांच्या स्वत:चा आणि निर्मलावहिनींचा आजार, वार्धक्य आणि हे सांभाळूनही स्वत:च्या आणि मित्रांच्या इतर अनेक उद्योगांत रमण्याची त्यांची सवय यांमुळे हा इरादा तसाच राहिला. त्यांना अचानक स्ट्रोक आला आणि ही 'सदानंदयात्रा' अपुरी सोडावी लागली.

आमच्या वयात बारा-तेरा वर्षांचे अंतर असूनही आमच्या विचारांत खूप साम्य होते. तरीही अनेक तपशीलच नव्हे तर दृष्टिकोनही मला नव्याने समजले. त्यांनी माझ्या कुमारवयापासून माझ्यावर विश्वास टाकला आणि मला स्वतंत्रपणे विचार करण्यास आणि कारभार चालवण्यास उत्तेजन दिले. माझ्या त्यांच्या नात्याबद्दल आणि एकूणच माझ्या भावंडांबद्दल मी 'पाखर' हे पुस्तकच लिहिले आहे म्हणून त्याचा पुनरुच्चार करत नाही. दादाने न लिहिलेल्या बऱ्याच विषयांसंबंधी मी त्यांच्या भूमिकेत जाऊन ही यात्रा पूर्ण झाल्याचा आभास निर्माण करू शकलो असतो. परंतु मी कितीही आव आणला तरी मला माझ्या मर्यादांची जाणीव आहे.

दि. २६ जुलै २०१६ **- रामदास भटकळ**

मुंबई

सदानंदयात्रेचे प्रयोजन

'प्रिय रसिक'च्या शेवटच्या पानावरील 'पॉप्युलरची आनंदयात्रा' वाचत होतो. वाचन संपले. नजरेला तळटीप दिसली. 'अपूर्ण नव्हे, अर्धवट.' म्हणजे, रामदासने 'आनंदयात्रे'च्या चौतिसाव्या टप्प्यावर स्वल्पविराम घेतला होता. मनात तत्क्षणी विचार आला, 'सदानंदयात्रा का सुरू करू नये?'

'आनंदयात्रा' वाचत असताना मनात असंख्य स्मृतींची सदैव गजबज व्हायची. सारखे वाटायचे, या स्मृती विस्मृतिप्राय होण्याआधी शब्दबद्ध करायला हव्यात. पण कागदावर पेन टेकणे काही झालेच नव्हते. करूया, करूया म्हणत चालढकल होतच राहिली होती. पण आता मात्र निश्चयाचा महामेरू संचारला.

या महिन्यात मी ऐंशी ओलांडलेली. प्रोस्ट्रेट ग्लँडला कर्करोगाची व्याधी जडलेली. त्यावर शस्त्रक्रिया झाली होती. उपचार चालू होते. तरी, आयुष्याची शाश्वती कुणी द्यावी? यास्तव, 'सदानंदयात्रे'ला प्रस्थान करणे तसे निकडीचे होते.

'प्रिय रसिक'च्या संपादकापाशी मी माझी इच्छा व्यक्त केली. त्यांनी तत्काळ आनंदाने संमती दिली. जानेवारी २००३ चा मुहूर्त ठरला.

तातडीने लिहायला बसलो. मोठ्या हुरुपाने. पण मराठीतून लिहिण्याची फारशी सवय नसल्यामुळे शब्दाशब्दागणिक ठेचकाळणे आले. तशात, आठवणींची झिम्मड. किती किती आठवणी! फुलांच्या विलोभनीय ताटव्यागत दरवळणाऱ्या. आणि मन फुलपाखरागत या आठवणीवरून त्या आठवणीवर स्वैर विहरणारे, कधी आपल्याच नादात नादावून स्वानंदे इथे तिथे भरकटत जाणारे. कसे कसे म्हणून आवरायचे या अतिचपळ मनाला? स्वच्छंदी मनाला लेखनाची शिस्त लावू म्हणून लावता येते थोडीच? म्हटले, आता थांबावे. दोन चार दिवस जाऊ द्यावे. कानात वारे शिरलेल्या गाईच्या पाडसाप्रमाणे चौखूर हुंदडणारे मन काही काळाने स्थिरावेलच की!

दरम्यान 'सदानंदयात्रे'ची वाटचाल निश्चित केली. या वाटचालीतील थांबे, अर्थातच 'पॉप्युलर बुक डेपो', 'पॉप्युलर'चे संस्थापक गणपतराव, त्यांचे सहकारी आणि मी. गणपतरावांचा ज्येष्ठ पुत्र, भागीदार.

त्यानंतर प्रकृतीने साथ दिली तर भारतीय ग्रंथजगत. मार्गक्रमणा ठरली. तरी मार्गस्थ मन भरकटणार नाही याची हमी देता येईल? पण ती चिंता आता कशाला? आपण आपले पांढऱ्यावर काळे करणे हे उत्तम. जसे जमेल तसे.

दि. ८ डिसेंबर २००२ — **सदानंद भटकळ**
मुंबई

सदानंद गणेश भटकळ

जन्म : ८ डिसेंबर १९२२ • मृत्यू : २६ जुलै २०११

‘सदानंदयात्रे’चा प्रारंभ गणेशाच्या नामस्मरणाने होणे उचित.

गणेश माझ्या वडिलांचे पाळण्यातले नाव. कागदोपत्रीही त्यांचे नाव गणेश. पण त्यांची सर्वत्र ओळख गणपतराव म्हणून. गणेशचे गणपतराव कधी नि कसे झाले न कळे!

बहुसंख्य चित्रापूर सारस्वतांची आडनावे त्यांच्या गावांवरून पडलेली. त्यानुसार गणपतरावांचे आडनाव भटकळ. त्यांच्या वडिलांचे नाव रामराव. मुक्काम भटकळ. त्यांच्याविषयीची माहिती फारच अल्प. १९७२ मध्ये गणपतरावांच्या निधनानंतर रामरावांविषयी माहिती मिळवण्यासाठी मी मुद्दाम भटकळला गेलो होतो. मित्रांच्या सल्ल्यानुसार तिथल्या नाडगर देवस्थानमध्ये राहणाऱ्या अंबाक्काची भेट घेतली होती. माहिती हाती लागली ती एवढीच. रामराव रेव्हेन्यू खात्यात ‘पटेल’की करीत तेव्हाही त्या खात्यात आताप्रमाणेच व्यवहार होत असत. एवढेच! भटकळांची नामोनिशाणही भटकळ गावातून पुसले गेले होते.

जी काही इतर तुटपुंजी माहिती माझ्यापाशी जमा झाली होती ती येणेप्रमाणे.

रामरावांची दोन लग्ने झाली होती. पहिल्या बायकोला एक मुलगा होता त्याचे नाव आनंद. त्याला मिसरूड फुटता फुटता त्याच्या आईचे निधन झाले. रामरावांनी आनंदराव मुर्डेश्वरांच्या मुलीशी दुसरे लग्न केले. घरात सावत्र आई आल्यानंतर आनंद बंगळूरला गेला. तिथेच स्थाईक झाला. त्याच्याशी पुढे आमचा फारसा संबंध आला नाही.

रामरावांना दुसऱ्या लग्नापासून पाच मुले झाली. तीन पुत्र, दोन कन्या. मुलांमध्ये थोरला भवानीशंकर (जन्म अंदाजे १८९२), मधला गणेश (जन्म १८९६), धाकटा मंगेश (जन्म १९०४). ही सर्व मुले बहुतकरून जास्त काळ

जनहित्तल, मुर्डेश्वर येथे आजोळी राहत असावीत. मुर्डेश्वर हे एक छोटेसे खेडे. मुर्डेश्वरांची ऐपत काही ऐषआरामात राहाण्याजोगी नव्हती. तशात कुटुंब मोठे. आबाळ होणार नाही अशा तऱ्हेने वीसेक माणसांच्या प्रपंचाचा गाडा ओढण्याएवढी आर्थिक कुवत कुटुंबप्रमुखापाशी असावी. कुटुंबप्रमुख ही जबाबदारी मोठ्या जिव्हाळ्याने पार पाडत एवढे निश्चित.

मंगेशराव आनंदराव मुर्डेश्वर यांचे गणपतरावांच्या आयुष्यात अनन्य स्थान होते. मंगेशमामांनी त्यांचा केवळ सांभाळच केला असे नाही तर त्यांच्यावर सुसंस्कार करून त्यांना घडवले, त्यांच्या आयुष्याला आदर्श वळण लावले.

चार भावांत मंगेशराव सर्वांत धाकटे. त्यांचा जन्म १८८५-८६ नंतरचा असणार. मुंबईत येऊन ते 'बुल ब्रदर्स अँड कंपनी'त नोकरीला लागले. १९०६ च्या आसपास त्यांचा विवाह शिरूरांच्या उमाशी झाला. याच सुमारास त्यांच्या बहिणीचे, गणपतरावांच्या आईचे निधन झाले. भवानीशंकर व गणपतराव या दोन भाच्यांना घेऊन मंगेशमामा सहकुटुंब मुंबईला आले.

मंगेशरावांचे आयुष्य जेमतेम चाळीस वर्षांचे. पण या अल्प आयुष्यात त्यांनी कमावले खूप. वरिष्ठांचा विश्वास संपादन हे सर्वांत प्रशंसनीय. त्यांनी फोर्टमध्ये उपाहारगृह चालू केले. कपडेशिलाईचा व्यवसाय केला. 'बुल ब्रदर्स'मधे ते कुठल्या हुद्द्यावर होते ते कळू शकले नाही. पण हे व्यवसाय सुरू करताना कंपनीची परवानगी त्यांनी नक्कीच घेतली असणार आणि ती त्यांना सहजपणे मिळाली असावी. कंपनीतील कामावर निष्ठा, उद्यमशीलता व सचोटी या सर्व गोष्टी कंपनीने ध्यानात घेतल्या असणार. त्यांच्या निधनानंतर गणपतरावांना मिळालेला शोकसंदेश या विधानाला दुजोरा देतो.

आपली प्रकृती साथ देत नाही हे ध्यानात आल्यावर हे दोन्ही व्यवसाय मंगेशरावांनी आपल्या सहकाऱ्यांकडे सुपूर्द केले. टेलरिंग दुकानाचे मंगेशरावांचे एके काळचे मॅनेजर व नंतर मालक जॉन फर्टाडोकडून माझे कपडे शिवून आणल्याची आठवण अजूनही होते.

या घटनांचे अर्थ आवर्जून लक्षात घेण्यासारखे आहेत. गणपतरावांनी आपल्या जीवनात अनेक सहकाऱ्यांना स्वतंत्र व्यवसाय करण्यास प्रोत्साहन दिले. ही प्रेरणा मामा मंगेशरावांच्या औदार्यपूर्ण वागणुकीचे अवलोकन केल्यामुळे मिळाली. दुसरी लक्षणीय बाब म्हणजे गणपतरावांना मामाच्या या दोन्ही व्यवसायांत रस नव्हता. टेलरिंगच्या व्यवसायाचा काही अल्प काळ गणपतरावांनी अनुभव घेतलाही होता.

अनायासे मिळण्यासारखे असताना त्यांनी ही दोन्ही क्षेत्रे नाकारून ग्रंथव्यवसायात उडी घेतली.

मंगेशमामांची बायको उमामामी यांना आम्ही मावशी म्हणत असू.

मावशींबद्दलही बरेच लिहिण्यासारखे आहे. अत्यंत अल्पकाळ संसारसुख त्यांच्या वाट्याला आले. त्या दिवसांत अनेक कुटुंबे एकत्र राहत. जागेचे भाडे परवडणारे नसे. मामा-मामींचे बरोबर चिक्करमने कुटुंब, भाचेमंडळी अशी तीन कुटुंबे तीन छोट्या खोल्यांत काही काळ राहत असत. स्वत:चे अपत्य नसल्यामुळे मुंबईत असेपर्यंत मावशींनी भाचेमंडळींना प्रेम तर दिलेच; शिवाय पतिनिधनानंतर अडचणींच्या प्रसंगी त्या काही काळ आमच्याकडे आल्या. मुंबई सोडल्यानंतर त्यांनी आपली अनेक दशके कुंदापूर गावात त्यांच्या आप्तांच्या सेवेत घालविली. अगदी अखेरची काही वर्षे पुन्हा आमच्याकडे त्यांनी वास्तव्य करून मला व निर्मलास त्यांनी भटकळ कुटुंबावर केलेल्या प्रचंड प्रेमाची पावती देण्याची संधी दिली. १९९८ मध्ये १०२ वयाच्या असताना मावशींचे निधन झाले.

मावशींकडून बऱ्याच गोष्टी शिकण्यासारख्या होत्या. त्यांतील एक मजेशीर व महत्त्वाची म्हणून नमूद करण्याजोगी. मावशींना पानतंबाखू खाण्याची सवय अनेक वर्षांची. दात पडले आणि त्यांनी कवळी करून घेतली नाही, तरीही खलबत्त्यामध्ये पान-तंबाखू कुटून त्याचे सेवन त्या करीत असत. निर्मलाची स्वच्छताप्रिय आई लीला गुलवाडी आमच्याबरोबर राहत असे. त्यांना त्याचा त्रास होतो हे लक्षात येताच मावशींनी आपल्या अर्धशतकाहून जास्त असलेल्या या नित्यक्रमाला बाद केले. हे मनोनिग्रहाचे अप्रतिम व वाखाणण्याजोगे उदाहरण.

कार्यक्षम व सेवाव्रती मामा व मामी यांनी आचरणात आणलेली मूल्ये, सतूशीलता, दैनंदिन जीवन, औदार्य, परदु:ख निवारण करण्याची धडपड — ही आन्नू (गणपतराव) व आई (सुमित्राबाई) यांनी आदर्श म्हणून मानली व जोपासली.

मंगेशमामा दोन भाच्यांना घेऊन सपत्नीक मुंबईला आले. १९०७ मध्ये. या भाच्यांपैकी थोरला भवानीशंकर किती काळ मामांपाशी राहिला, किती शिकला नकळे! तो कामाच्या निमित्ताने ब्रह्मदेशी गेला, तिथेच स्थायिक झाला. त्यामुळे भटकळ कुटुंबाशी त्याचे संबंध उरले नाहीत एवढेच भवानीशंकरकाकाविषयी ठावे.

गणपतरावांनी मुंबईत पाऊल टाकले तेव्हा ते दहा वर्षांचे होते. गावी प्राथमिक शिक्षण झाले होते. मुंबईत 'इम्पिरिअल' व नंतर 'ट्युटोरियल' शाळांमधून त्यांचे शिक्षण झाले.

'मास्टर्स ट्युटोरियल हायस्कूल' ही विसाव्या शतकातील पहिल्या पाच दशकांत तरी नावाजलेली व अग्रेसर शाळा होती. अव्वल इंग्रजी काळात स्वातंत्र्य चळवळीचा एक भाग म्हणून आणि समाज प्रबोधनासाठी अनेक शाळा निघाल्या. मुंबईत पारशी समाजातील काही व्यक्तींनी शैक्षणिक क्षेत्रात आपले योगदान दिले. 'जे. बी. भरडा', 'ट्युटोरियल' या शाळा त्यांपैकीच. ख्रिस्ती मिशनऱ्यांनी चालवलेल्या आणि आक्रमक स्वदेश प्रेमाच्या प्रेरणेने निघालेल्या शाळांच्या मधला हा पर्याय. निव्वळ स्वावलंबनासाठी अध्ययन हा उद्देश नजरेसमोर ठेवून या शाळांनी फार मोठी कामगिरी केली आहे.

'ट्युटोरियल'मधून १९१४ च्या नोव्हेंबरमध्ये गणपतराव मॅट्रिक झाले. मामांच्या शिरावरील आपला भार कमी व्हावा, त्यांच्या प्रपंचाला जमेल तेवढे साहाय्य करावे म्हणून गणपतरावांनी नोकरी धरली. तशा नोकऱ्या त्यांनी बऱ्याच केल्या. 'इ.डी. ससून', 'किलिक निक्सन', 'रेमिंग्टन टाइपरायटिंग कंपनी', 'डनलॉप रबर कंपनी' या त्यांपैकी काही. शिवाय ग्रंथव्यवसायाशी संबंधित अशा

'कर्नाटक पब्लिशिंग हाऊस व प्रिंटिंग प्रेस', 'ऑक्सफर्ड युनिव्हर्सिटी प्रेस' या ठिकाणीही त्यांनी काही काळ नोकरी केली. 'कर्नाटक'चे मंगेशराव कुलकर्णी यांचे व्यवहार- कौशल्य व 'ऑक्सफर्ड'चे शिस्तबद्ध ग्रंथप्रसारण यांचे अनुभव मिळाले. हा बहुमोल अनुभव गाठीशी असल्यामुळे ते 'डी. ए. नाडकर्णी आणि कंपनी'चे भागीदार झाले. दुसरे भागीदार होते कृष्णराव नायमपल्ली. ही कंपनी गावदेवीच्या राहत्या चाळीपासून जवळ. काही वर्षे सुरळीत गेली. पण नंतर भागीदारांमध्ये कुरबुरी सुरू झाल्या. या कुरबुरींचे महत्त्वाचे कारण, खर्चावर नियंत्रण किती असावे या बाबतीतला दोघांमधील तीव्र मतभेद. कंपनीचा आर्थिक पाया मजबूत असावा, त्या आधारे कंपनीचा विस्तार करणे सुलभ होते, यास्तव व्यवस्थापनाचा खर्च आटोक्यात ठेवणे गरजेचे असते, असा गणपतरावांचा आग्रह, तर कृष्णरावांचा बेहिशेबी कारभार. अखेर भांडणतंटा न करता, भागीदाराबरोबरचे संबंध न बिघडवता गणपतरावांनी कंपनीमधून दूर होऊन स्वतंत्रपणे पुस्तकविक्रीचा व्यवसाय करण्याचा निर्णय घेतला. आजवरचे सर्व निर्णय त्यांनी मंगेशमामांच्या सल्ल्याने घेतले होते. आपण स्वतंत्रपणे पुस्तकविक्रीचा व्यवसाय करत असल्याचे त्यांनी मामा-मामींच्या कानावर घातले. मामा-मामींनी भाच्याच्या धडाडीचे कौतुक केले, त्याला तोंडभरून आशीर्वाद दिले.

आणि मोठ्या उमेदीने गणपतराव पुढील कामाला लागले.

१९२४ चा प्रारंभ. या काळातील मुंबईमधील ग्रंथविक्रेत्यांची वर्गवारी खालील-प्रमाणे करता येईल.

प्रकाशक-ग्रंथविक्रेते - अलाईड पब्लिशर्स; बेनेट कोलमन - म्हणजे टाइम्स ग्रूप; ब्लॅकी ॲन्ड सन्स; बटरवर्थ; मॅक्मिलन ॲण्ड कंपनी; ऑक्सफर्ड युनिव्हर्सिटी प्रेस; लॉगमन्स-ग्रीन आणि कंपनी.

माझ्या माहितीप्रमाणे इंग्लंडमधील जुन्यात जुनी प्रकाशन संस्था ही लाँगमन्स. तसेच भारतातही याचीच शाखा एकोणिसाव्या शतकाअखेर स्थापन झाली. नंतर मॅक्मिलनने विसाव्या शतकाच्या पहिल्या दशकात (सुमारे १९०४-०५ मध्ये) मुंबईत आपली शाखा उघडली. भारतात शिक्षणाचा प्रसार सरकारी धोरणामुळे आणि भारतीय प्रबोधनकारांच्या शिक्षणप्रचारामुळे जोमाने वाढत होता. अर्थात बहुतेक शिक्षण इंग्रजी माध्यमातून होत असे आणि त्यामुळे ह्या अग्रेसर ब्रिटिश प्रकाशकांच्या पाठ्यपुस्तकांना मान्यता मिळण्यास अडचण नसे. ब्लॅकी व इतर काही ब्रिटिश प्रकाशकांचे प्रतिनिधी म्हणून अलाईड पब्लिशर्स ही संस्था मुंबईत अवतरली.

मुंबई ही सर्वार्थाने 'गेटवे ऑफ इंडिया' होती. भारतात येणाऱ्या सर्व वस्तू (ग्रंथ त्यांतील एक) आयात होत त्या प्रथम मुंबईत. इथून पुढे देशभर वितरीत होत असत.

त्या काळातील ग्रंथविक्रेत्यांच्या यादीत महत्त्वाची नावे होती ती डी. बी. तारापोरवाला, राधाबाई आत्माराम सगूण आणि रामचंद्र गोविंद आणि कंपनी ही. या तिन्हींपैकी तारापोरवाला फक्त आपलीच प्रकाशने आता विकतात. ग्रंथविक्रेते म्हणून त्यांचा व्यवसाय केव्हाच संपुष्टात आला आहे व दुसरे दोन काळाआड गेले आहेत. 'राधाबाई आत्माराम' या नावावरून एका स्त्रीने ग्रंथविक्रीच्या व्यवसायात पदार्पण केले असावे या कारणाने त्यांचा शोध घेतला तरी काही तपशील मिळाला नाही. परंतु एका लेखात 'मनोहरपंत सगूण' यांचा उल्लेख आहे. त्यावरून व्यवसायाचे नाव जरी 'राधाबाई' असले तरी मनोहरपंत हेच त्याचे सर्वेसर्वा असावेत. दुसरी फार जुनी संस्था म्हणजे लाखाणी बुक डेपो.

नवीन व्यवसाय सुरू करायचा म्हणजे भांडवल मिळवणे, जागा शोधणे आलेच. या दोन्ही आघाड्यांवर गणपतरावांनी प्रयत्न जारी ठेवले. त्यांच्या प्रयत्नांना यशही आले.

'शामराव विठ्ठल क्रेडिट सोसायटी लि.' कडून गणपतरावांनी ५,००० रुपये कर्ज काढले. या रकमेत घरच्या म्हणजे आईच्या मदतीची भर पडलीच असावी. आई आपल्याला दिलेल्या घरखर्चाच्या रकमेतून अल्पशी का होईना बचत करीत असे. या संदर्भात दुसरी एक गोष्ट सांगावयाची म्हणजे, दर वर्षी त्या वेळच्या प्रथेप्रमाणे सणांच्या निमित्ताने सोने विकत घेणे ही एक सवयच होती. त्या काळात बँका किंवा इतर काही माध्यमांपेक्षा सोनेच हे बचतीचे व अडीअडचणीला कामाला येणारे असे मानले जाई व खरोखरच ते तसे होतेही. अशा बाबतींत मला थोडी जाणीव झाली तेव्हा आईने वडिलांकडे असा मौल्यवान ठेवा काही आर्थिक अडचणी निवारण्यासाठी दिलेला आठवतो.

जागेचा प्रश्नही सुटला. जोबनपुरा कंपाऊंडमधील दुकान क्रमांक २६ मिळाले. या जागी अगोदर महमद अली वल्लीभाईचा दूध विक्रीचा व्यवसाय होता. दुकानाची किंमत रु. ४५०/-. त्या वेळी कायदा काय होता माहीत नाही, पण जागेची टंचाई नक्कीच नसावी. पण करार झाला त्यात, 'ही जागा गणेश रामराव कंपनीला विकली व त्यांनी त्या जागेत तोच व्यवसाय करावयास हरकत नाही,' अशी नोंद सापडते.

त्या वेळी तो सर्वच परिसर प्रसिद्ध व्यापारी व समाजसुधारक जगन्नाथ शंकरशेट यांच्या कुटुंबीयांच्या मालकीचा असावा. पॉप्युलरच्या भाड्याच्या पावतीत 'ताडदेव येथील श्रीमंत रावजी जगन्नाथ शंकरशेट यांच्या चाळी, दुकाने, बंगला व लिसाने दिलेल्या फजिनदार जागा' असा उल्लेख आहे. पॉप्युलर बुक डेपो दुकानाचे भाडे रु. २८ आणि १ रु. ८ आणे इतर मिळून एकूण २९ रुपये ८ आणे देत असे.

अशी ही परिस्थिती बरीच वर्षे टिकून राहिली.

हाती असलेल्या भांडवलातील जवळ जवळ १० टक्के हे गुडविलसाठी गेले. नंतर फर्निचर व स्टॉक (तेव्हा दुकानासाठी तयार केलेल्या काही लाकडी वस्तू अजूनही माझ्याकडे आहेत, त्या वेळची स्मृती जपण्यासाठी). शिवाय दोन-चार महिन्यांची व घरखर्चाची तरतूदही करावीच लागणार. परंतु मला वाटते त्या काळात एकत्र कुटुंब जास्तीत जास्त २०० रुपयांत सुखेनैव जीवन जगू शकत होते. १९२२ मध्ये केलेल्या एका सर्वेक्षणात मुंबई शहराच्या मध्यमवर्गीय कुटुंबाच्या खर्चासंदर्भात खालील निष्कर्ष काढण्यात आला आहे. कुटुंबातील सरासरी मंडळी ५.०९ असताना खर्चाचे टक्केवारी वाटप असे — अन्न ४३.४%; इंधन ५.५%; कपडालत्ता १०.४%; भांडीकुंडी २.५%; घरभाडे १४.४% आणि इतर खर्च २३.४%. इतर खर्च या सदरात मुलांचे शिक्षण, औषधपाणी, प्रवास, मनोरंजन, घरगडी, धोबी यांशिवाय विम्याचे हप्ते आणि गावी असलेल्या मंडळींना पाठवायची मासिक बेगमी या सर्वांचा समावेश होता.

अशा सर्वेक्षणाची तपासणी जास्त चिकित्सकपणे करणे जरुरीचे आहे. त्याचप्रमाणे गेल्या ऐंशी वर्षांत झालेल्या बदलांचा तुलनात्मक अभ्यास करणे खात्रीने उपयुक्त होईल. त्यावरून या पाऊण शतकात झालेले आर्थिक व सामजिक बदल किती प्रकारे व प्रमाणात झाले याचेही ज्ञान आपणास होईल. याच सर्वेक्षणामध्ये जागेचे भाडे रु. १२ पासून नोंदवण्यात आले आहे.

नाव ठेवणे सोपे असते! एखाद्या व्यक्तीसाठी किंवा संस्थेसाठी नाव निश्चित करणे हे मात्र खरेच कठीण. बाळाचे नाव ठरवताना अनेक दिवस विचार केला जातो. शेकडो नावे आपल्या मनात असतात. संस्थेसाठी नावाची निवड करायची तर जास्तच विचार करावा लागतो. कारण प्रत्येक संस्था ही आजच्या भाषेत वर्णन करायचे तर एक 'ब्रँड' असते. वास्तविक, गणपतरावांना असे आडनावाप्रमाणे वा नावाप्रमाणे 'भटकळ बुक डेपो' किंवा 'गणेश बुक डेपो' असे नाव पटकन सुचायला हवे होते. पण त्यांनी 'पॉप्युलर' हे नाव ठरवले त्याला फार वेळ खर्च केला नसणार. कारण कुठलाही निर्णय विनाविलंब, लवकर घेण्याचे कसब त्यांच्या अंगी उपजतच होते. शिवाय 'पॉप्युलर फार्मसी' ही आमच्या चित्रापूर सारस्वतांमधील शेषराव कलबाग यांनी सुरू केलेली संस्था याच विभागात थोड्याच काळात यशस्वी व लोकप्रिय झालेली गणपतरावांच्या पाहण्यात होती. उत्स्फूर्त असो वा अनुकरण म्हणून असो, 'पॉप्युलर' या नावावर शिक्कामोर्तब झाले, एवढे बरीक खरे. आणि 'पॉप्युलर' हे नाव आज आठ दशके तरी लोकांसमोर दिमाखाने उभे आहे.

जागा मिळाली, नाव ठरले आणि लगोलग व्यवसायाची मुहूर्तमेढ रोवण्याचा शुभदिनही निवडला गेला. १ मे १९२४. वैद्यकीय महाविद्यालयाचे विद्यार्थी, गावदेवी इथल्या सारस्वत कॉलनीतील आप्तस्वकीय, इष्टमित्र यांना तोंडी निमंत्रणे गेली. पत्रिका नाही, पूजाअर्चा नाही, तोरणे नाहीत... गाजावाजा तर नाहीच. सर्व काही गणपतरावांच्या स्वभावधर्माशी अनुसरून, सीधासाधा समारंभ.

एक मे उजाडला. गणपतराव नित्याप्रमाणे पाच वाजता उठले. नित्याप्रमाणे प्रातर्विधी, स्नान, चहाफराळ झाले. आज दिवस खास आहे ही मिरवण्याजोगी

भावना मनात नव्हती. मालकपणाचा ताठा अजिबात नव्हता. शिरावर एक नवीन जोखीम घेत आहोत याचे भान अवश्य होते, पण त्याचा बाऊ नव्हता.

गणपतराव घरातून बाहेर पडले. गावदेवीतल्या त्यांच्या निवासस्थानापासून कार्यस्थळ फर्लांगभरल्या अंतरावर. वाटेवरच 'डी. ए. नाडकर्णी आणि कंपनी'. त्या कंपनीत गणपतराव अगदी आवर्जून गेले, कृष्णरावांना भेटले. दोघांमध्ये कटुता नव्हती. एकाच परिसरात अनेक ग्रंथविक्रेते असले म्हणजे एकंदरच धंद्यात वाढ होते, कारण ग्राहकांची सोय होते हे सूत्र गणपतरावांनी भागीदारीतून दूर होण्याआधी कृष्णरावांना पटवण्याचा प्रयत्न केला असणार. 'नाडकर्णी' हे मुख्यत्वे वैद्यकीय ग्रंथांचे विक्रेते नि आपली संस्था शाळा-कॉलेजच्या पुस्तकांवरच भर देईल असे आश्वासनही गणपतरावांनी कृष्णरावांना दिलेले असावे. गणपतरावांनी 'नाडकर्णी'त पाऊल टाकताच कृष्णरावांनी गणपतरावांचे स्वागत केले. शुभेच्छा दिल्या. तिथून गणपतराव बाहेर पडले, आपल्या दुकानाच्या दिशेने निघाले. बरोबर ८-२५ ला 'पॉप्युलर बुक डेपो'ची दारे उघडली. निवडक निमंत्रित येऊ लागले. त्यांचे स्वागत झाले. त्यांच्या शुभेच्छांचा, अभिनंदनाचा कृतज्ञतापूर्वक स्वीकार झाला. उद्‌घाटनाचा सोहळा अगदी साधेपणाने संपन्न झाला. सर्व काही मनाजोगते पार पडले.

एकच शल्य उरी होते. या शुभदिनी भरभरून आशीर्वाद द्यायला मंगेशमामा हयात नव्हते.

पॉप्युलर'ची जागा अगदी मोक्याची. गवालिया टँक हे एक महत्त्वाचे ट्रॅम टर्मिनस. नानाचौक, पहिला थांबा — ताडदेव रोड, केनेडी ब्रिज, हार्वे रोड, ग्रँट रोड स्टेशन, ग्रँट रोड ब्रिज आणि गवालिया टँक रोड हे सहा रस्ते जिथे मिळतात तो नाना चौक. सेंट कोलंबा हायस्कूल, ट्युटोरिअल, इम्पीरिअल, न्यू इरा अशा शाळा नजीकच. गिरगावातील इतर अनेक शाळाही फार दूर नव्हत्या. अडचण असलीच तर एकच. ज्या वास्तूत हे दुकान होते ती एक अर्धवर्तुळाकार तीस एक गाळे असलेली, बैठी इमारत. मागील बाजूस मुंबई नगरातील सर्व घोडागाड्यांचे (व्हिक्टोरिआ) तबेले म्हणजे गराज. यांचा त्रास मर्यादित. कारण सकाळी हे सर्व मधल्या एकमेव गेटमधून बाहेर पडत ते रात्री फार उशिरा परतत असत.

सुरुवातीपासूनच पॉप्युलरने सर्व प्रकारे शाळा व महाविद्यालयीन विद्यार्थ्यांची सेवा करावयाची हे धोरण नक्की केले. ग्रंथखरेदी व विक्री या धोरणानुसार होत असे. सहा दशके — १९८४ पर्यंत यात बदल झाला नाही. अल्पावधीत ग्रंथालये, संस्था व इतर ग्रंथविक्रेते हेसुद्धा पॉप्युलरच्या ग्राहकवर्गात समाविष्ट झाले.

पहिले काही महिने स्वत: गणपतराव, एक सेल्समन व हरकाम्या मदतनीस — पुंजारामा — हे तिघेच. व्यवस्थापनाचा खर्च आटोक्यात ठेवणे हा उद्देश. वैयक्तिक खर्च नगण्य. घरखर्चही अत्यंत काटकसरीने चाललेला. लग्न होऊन सात वर्षं झालेली. 'कुलभूषण' राम — नव्हे सदानंद सोळा महिन्यांचा. सुमित्राबाई यांच्या साथीनेच अल्पखर्चात संसार करण्याचे गणित जमलेले.

गणपतरावांची ऑक्सफर्डमधील दिवसांची मुख्य कमाई म्हणजे वैद्यकीय पाठ्यपुस्तके, प्राईस-मेडिसिन, कनिंगहॅम — इलस्ट्रेशन्स ऑफ रिजनल ॲनॅटमी वगैरेंची ओळख. ही सर्व विद्यार्थ्यांस अत्यावश्यक. पॉप्युलरच्या स्थापनेपूर्वी (किंबहुना डी. ए. नाडकर्णींमधील भागीदारीच्या आधी) गणपतराव ही व इतर जाडजूड पाठ्यपुस्तके स्वत: खांद्यावर वाहून विद्यार्थ्यांना कॉलेजमध्ये व वसतिगृहात पुरवीत असत. त्याचप्रमाणे त्यांना लागणारे इतर सामान — यार्डले ब्रिलिएन्टाईन, गोदरेज साबण, जर्नल्स-वह्या इत्यादी — मागणीनुसार आणून देत. हा त्यांचा नित्य कार्यक्रम पॉप्युलरच्या स्थापनेनंतरही चालूच राहिला. याप्रकारची 'पर्सनल सर्व्हिस' त्यांनी नंतर अनेक मार्गांनी वृद्धिंगत केली. हे सर्व सकाळच्या वेळी करूनही दिवसभर दुकानात लक्ष देणे त्यांना शक्य होई.

कालानुसार बरोबरीच्या सहकाऱ्यांची संस्था वाढत गेली. पण सुरुवातीपासूनच आपल्या सहकाऱ्यांवर पूर्ण विश्वास ठेवणे हे पॉप्युलरचे एक वैशिष्ट्य म्हणावे लागेल. कित्येकदा आणि काही व्यक्तींच्या बाबतीत ते अनाठायी ठरू शकते. परंतु, आपल्या व्यवसायाला एक संस्था म्हणून घडवायचे असेल तर आपल्या बरोबर काम करणाऱ्यांवर पूर्ण विश्वास ठेवणे हा एक मूलभूत मंत्र आहे, अशी गणपतरावांची धारणा होती.

गणपतरावांनी 'पॉप्युलर'ला प्रारंभापासून एक निश्चित अशी दिशा दिली. अंकलिपी ते महाकोश यांपैकी सर्व विषयांतील आणि कुठल्याही भाषेतील ग्रंथ विद्यार्थी, अध्यापक, व्यवस्थापक, संशोधक, संस्था यांना उपलब्ध करून देणे यासाठी त्यांनी योजनाबद्ध आखणी केली. व्यवसायाची वाढ होणार म्हणजे सहकारी हवेत, संदर्भासाठी साधने हवीत, जागेची व्यवस्था नीट करायला हवी, आपल्या कार्यक्षमतेकडे बारकाईने लक्ष ठेवायला हवे. या आधी अडीअडचणीच्या प्रसंगी मामांचा सल्ला मिळवता येत असे. आता ते शक्य नव्हते. म्हणून गणपतरावांनी प्रथम पाऊल टाकले ते नवीन सहकाऱ्यांची निवड करून. योगायोगाने हे सर्व मदतनीस 'राम' निघाले. १९२४ मध्येच शांताराम शिरूर दाखल झाले, त्यानंतर आले दुसरे शांताराम सम्रोडी आणि त्यापाठोपाठ शांताराम घाग, ही शांतारामत्रयी १९७०-७१ पर्यंत दोन पिढ्यांबरोबर निष्ठेने, सचोटीने काम करून निवृत्त झाली.

या सहकाऱ्यांव्यतिरिक्त गणपतरावांना 'पॉप्युलर'च्या स्थापनेपासून जिवाभावाची साथ देणारे सहकारी म्हणजे त्यांचे कनिष्ठ बंधू मंगेशराव.

मंगेशराव गणपतरावांहून जवळपास सातेक वर्षांनी लहान. १९३२ मध्ये अवघ्या अठ्ठाविसाव्या वर्षी त्यांचे निधन झाले. त्या काळात ज्या रोगाला काही उपचार उपलब्ध नव्हते अशा मेननूजाईटीसने त्यांचे निधन झाले. फक्त आठ वर्षे त्यांनी गणपतरावांच्या व्यवसायात साथ दिली. या अवधीत त्यांनी प्रचंड अनुभव जमा केला. अफाट मेहनत करण्याची क्षमता तर होतीच. थोरले बंधू यांना सर्वप्रकारे साहाय्य करावे ही जिद्द होती. घरच्या कौटुंबिक अडचणी अनेक होत्या तरीही जवळजवळ दिवसरात्र मेहनत करण्याची त्यांची तयारी होती व त्यांनी ती केलीही. त्या दिवसांत त्यांची राहणी अत्यंत साधी. धोतर-शर्ट कोट, काळी टोपी

हा पेहराव. स्वच्छ कपडे, चाळीतील सहवासातून शिकलेली लोकांत मिळून-मिसळून काम करण्याची सवय.

मंगेशरावांच्या छोट्याश्या कारकिर्दीतील एक घटना. व्यवसायात अनेक धोके असतात. त्यांपैकी ग्रंथचोरी हा एक. याच्यापासून सावध राहावे लागते. अशी चोरी करणारे बहुधा मानसिक रोगी असतात. त्यांचाही एक वेगळा प्रकार असतो. क्लेप्टोमॅनिॲक. पॉप्युलरच्या वाटचालीत अशा चोरांशीही गाठ पडली आहे. पण अट्टल चोर हे फार धोकेबाज असतात. अशाच एका चोराने काही ग्रंथ उचलले व तो पळाला. मंगेशराव दुकानाच्या मागल्या बाजूला असताना हे घडले. त्यांना चाहूल लागताच तेथल्या एकमेव सहकाऱ्याला सांगून ते चोराचा पाठलाग करण्यास निघाले. तो समोरच ट्रॅममध्ये मागून चढला. पुढून पुन्हा चालत्या गाडीतून उतरला. परंतु थोड्याच वेळात मंगेशरावांनी चोराला पकडले. त्या वेळी मोटारगाड्यांची रहदारी वगैरे कमी. ट्रॅमचा वेगही फार असू शकणार नाही. पण अट्टल चोराशी एकट्याने सामना करणे हे धाडसाचे होते.

मी लहानपणापासूनच स्वभावत:च भटक्या. रांगायचे दिवस संपले व नंतर शाळेची एकही सुट्टी मी स्वत:च्या घरी घालवली नाही. काका-काकी आणि माझी थोरली आत्या व तिचे यजमान ही दोन्ही कुटुंबे चिखलवाडी येथील एका बिल्डिंगमध्ये एकाच मजल्यावर राहत. अनेक सुट्ट्यांचे दिवस मी त्यांच्याबरोबर घालवले आहेत. आत्याचे यजमान अप्पा भट यांचा व्यवसाय पौरोहित्य. अप्पामामा ही खरोखरच एक वल्ली. त्यांचे व्यक्तिचित्रण करावयास एखादी कादंबरीच लिहावयास हवी.

पण या दिवसांत काका-काकींबरोबर मी बरेच दिवस राहिलो आहे. त्यांची ममता तर मला मिळालीच पण बालपणी व्हावेत असे अनेक संस्कार माझ्यावर त्यांच्या सान्निध्यामुळे झाले. काका-काकींना थोड्याच कालखंडात पाच-सहा अपत्ये झाली. त्यांतली सुमती व सौमित्र ही दोनच मुले जगली. तेव्हापासून आजपावेतो त्यांची व आमची जवळीक अवर्णनीय आहे. ही दोन्ही मुले काही काळ माझे आई-वडील व थोरली आत्या-मामा यांच्या छायेत वाढली.

आम्हांला काका-काकींचे सर्वांत महत्त्वाचे देणे म्हणजे सौमित्र - हा मॅट्रिक पास झाल्याबरोबर पॉप्युलरमध्ये रुजू झाला. सौमित्रने वडिलांकडून वारसा घेतला तो म्हणजे निष्ठेने, मेहनतीने, सचोटीने, सेवाव्रती भावनेने व मनमिळावू स्वभावाने काम करणे. १९७२ मध्ये गणपतरावांच्या निधनानंतर काही कारणामुळे त्याने

मुंबई-महाराष्ट्र सोडून ग्रंथांशी काही संबंध नसलेला व्यवसाय करण्यासाठी बेळगांव येथे स्थायिक व्हायचे ठरवले. तो सतत बावीस वर्षे माझ्याबरोबरही होता. माझ्या इतर व्यापांमुळे होणाऱ्या माझ्या गैरहजेरीत पॉप्युलरची जबाबदारी त्याने सांभाळली. अर्थात या काळात गणपतराव आमच्या पाठीशी होतेच. तरीही पॉप्युलरचा व्याप या वीस वर्षांत खूपच वाढला. त्याला 'भटकळ ग्रूप'चे स्वरूप आले. प्रकाशन, मुद्रण, घाऊक विक्री, अनेक शाखा अशी वाढ झाली. बंधुप्रेमाचे उदाहरण दिले जाते ते राम-लक्ष्मणाचे. त्याच जोडीचे स्मरण व्हावे असे भटकळ 'ग्रूप'मध्ये 'सदानंद-सौमित्र'! त्याकाळचे कागदपत्र पाहिले तर सौमित्र भटकळ हे भटकळ ग्रूपचे जनरल मॅनेजर असा उल्लेख सापडेल.

आजची नवीन संज्ञा वापरायची झाली तर त्या जागेला डेप्युटी चीफ एक्झिक्युटिव्ह ऑफिसर असे म्हणावे लागेल.

जर... मंगेशराव गणपतरावांबरोबर आणखी बरेच वर्षे राहिले असते तर... तसेच... जर सौमित्र...

अल्पायुषी मंगेशरावांच्या बरोबरीने गणपतरावांना एकदिलाने सहकार्य करणारे एकनिष्ठ शिलेदार म्हणजे शांताराम सम्रोडी — सर्वांचे मिस्टर राव — सहकाऱ्यांसाठी रावशेठ. गणपतराव, डी. ए. नाडकर्णी इथे भागीदार होते तेव्हापासून त्यांच्याबरोबर असलेले. पॉप्युलरच्या ग्राहक चमूत अत्यंत लोकप्रिय. पुस्तकांबद्दलचे ज्ञान अद्वितीय. शाळा, कॉलेज इत्यादींना लागणारी पाठ्यपुस्तके असोत, संदर्भग्रंथ असोत याबद्दल पुस्तकाचे प्रकाशक-आवृत्ती-किंमत आदी तपशिलांसह त्यांना तोंडपाठ असे. त्यामुळे वाचकांची गरज ते भागवीत असत. शिवाय नवीन ग्रंथ ग्राहकांसमोर ठेवणे व त्यांना तो विकत घेण्यास प्रवृत्त करणे हा त्यांचा हातखंडा. अर्थात ही गणपतरावांच्या शिक्षणाची किमया. त्याचप्रमाणे आमच्या परिवारात प्रभाकर भटकळ, नारायण कुलकर्णी, कृष्णा कासरकोड, विठोबा तेंडुलकर असे अनेक सेल्समन तयार झाले. रावशेठचा विशेष म्हणजे त्यांनी स्वत:बद्दल, घर-संसार व आर्थिक आमदनी यांबद्दल केव्हाही विचार केला नाही.

वर उल्लेख केलेली सर्व माणसे पॉप्युलरशी निवृत्तीपर्यंत (व त्यानंतरसुद्धा) एकनिष्ठ राहिली.

तरीही रावशेठ हे रावशेठच...

१९२४ ते १९३९ या पंधरा वर्षांत पॉप्युलरमध्ये मेडिकल व टेक्निकल विषयांच्या ग्रंथांची विक्री गणपतराव जातीने पाहत. इतर विषय विठोबा तेंडुलकर व रावशेठ सांभाळीत असत. पण शाळांना लागणाऱ्या मॅट्रिकपर्यंतच्या पुस्तकांची विक्री ही रावशेठची मक्तेदारीच म्हणाना. आमच्या वीस ते बावीस फूट काऊन्टरवर ते कौशल्याने देखरेख करीत. त्यांची ती वामनमूर्ती एका कोपऱ्यावरून दुसऱ्या कोपऱ्यात चपळाईने जात असे. ते खरेच कौतुकास्पद तर होतेच पण त्यांचा

शारीरिक व मानसिक शक्तीचा आवाका हा किती जबरदस्त होता हेही त्यामुळे सिद्ध होत असे.

अशी त्यांनी ५० वर्षांहून अधिक काळ सेवा केली; तरीही त्यांना निवृत्त होण्याची मनीषा नव्हतीच. त्यांच्या शब्दांत सांगावयास हवे. १९६५ मध्ये रावशेठ यांनी साठ वर्षे पुरी केली व आमच्या (नवीन) धोरणाप्रमाणे त्यांना निवृत्तीबद्दल माझे पत्र गेले. (त्या काळात मीच पॉप्युलरचा सर्व कारभार बघत असे.) त्यांच्या २८ सप्टेंबर १९६५ च्या पत्रात ते लिहितात (मूळ पत्र इंग्रजीत)-

''प्रिय सदानंद,

तुझा खलिता मिळाला. माझ्याबद्दल तुला आदर वाटतो त्याबद्दल फार आनंदही झाला. तुझे पत्र पुन्हा पुन्हा वाचले. धक्काही बसला. आश्चर्य वाटले. या माझ्या मिश्र प्रतिक्रिया.''

नंतर त्यांनी म्हटले आहे.

''मी डी. ए. नाडकर्णींमध्ये गणपतराव होते तेव्हापासून त्यांचा सहकारी आहे. मला तेव्हा अनेक ठिकाणी नोकऱ्या मिळत होत्या, पण मी त्या स्वीकारलेल्या नाहीत. पॉप्युलरची स्थापना झाली व थोडे स्थैर्य आले आणि मी, तुझे काका व फक्त दोन सहकारी यांसह (जून ते ऑगस्ट वीस-वीस तास) झटलो आणि पॉप्युलरला भरपूर लोकप्रियता मिळाली.''

काही वाक्ये त्यांच्याच शब्दांत उद्धृत करावयास हवी.

"We worked very hard, many times taking meals, bath and sleep in the shop. And there were also no Sundays, never holidays."

''Surely if I am forced to retire it will mean sure death. I therefore, wish that I should continue to work as long as I am fit and strong."

रावशेठ हे गणपतरावांचे साडू (आपल्या मेहुणीशी लग्न त्यांनीच जुळवलेले). अर्थातच या पत्रात इतर अनेक मुद्दे परिचयाचे झाले होते. उदाहरणार्थ, इतरांना पगारवाढ झाली तेव्हा फक्त मला तेवढी मिळाली नाही. नवीन साहाय्यकांना तुम्ही झुकते माप देता. सेवकांची यूनियन झाली तेव्हा माझ्या सारख्यांनी त्यात रस घेतला नाही वगैरे.

आम्हा छोट्या भटकळांना रावशेठनी अक्षरश: अंगाखांद्यावर खेळवले होते.

त्यांना एकच मुलगी. मुलगा नसल्यामुळे रामदासचे तर त्यांनी स्वतःच्या मुलासारखे लाड केले होते. त्यांच्या या विनवणीला योग्य असा प्रतिसाद द्यावयास हवा होता. एक मात्र निश्चित होते की, चाळीस वर्षांच्या सेवेत त्यांची मिळकत इतकी तुटपुंजी होती की त्यांना बचत करणे शक्य नव्हते. छोटी-मोठी कर्जेही फिटवायची होती.

आम्हांलाही बदलत्या काळानुसार आमचे नवीन धोरण बदलणे शक्य नव्हते.

जो तोडगा काढला तो अर्थातच त्या काळात इतरत्र प्रचलित होता. आणि 'वार्षिक करारावर सल्लागार' नेमण्याची पॉप्युलरमध्ये नवीन प्रथा सुरू झाली.

त्यांना निवृत्तीचे पत्र देणारा व भटकळ ग्रूपचा 'चीफ एक्झिक्युटिव्ह' या दोन्ही जबाबदाऱ्या मी समाधानपूर्वक बजावल्या. रावशेठना त्यांच्या निधनापर्यंत काही कमी पडू नये याची काळजी घेण्याचा मी माझ्या परीने प्रयत्न केला.

या घटनेच्या संदर्भात मालक-कामगार यांच्याविषयी खाजगी व्यवसाय, कॉर्पोरेट सेक्टर व सहकारी क्षेत्र या तिन्हीमध्ये मिळालेले अनुभव वाचकांना सांगावयाची इच्छा आहे. बघू या, कसे नि केव्हा जमते ते !

गणपतरावांबरोबर प्रथमपासून असलेली दुसरी प्रमुख व्यक्ती म्हणजे शांतारामराव शिरूर. गणपतरावांच्या मामी या शिरूर कुटुंबातील व त्यांच्या परिवारातील म्हणून मंगेशमामांनीच त्यांना मुंबईत आणले असावे. ते प्रथम इतर अनेक कंपन्यांत पार्टटाइम काम करत. तसेच १९२४ पासून चार-पाच वर्षे पॉप्युलरमध्येही ते पार्टटाइमच काम करीत. नंतर सर्व वेळ पॉप्युलरला त्यांनी दिला तो १९२८ पासून ते १९६० मधे निवृत्त होईपर्यंत. पॉप्युलरच्या व्यवस्थापनात त्यांचा क्रमांक दोन होता. कारण आजच्या परिभाषेत सांगायचे तर ॲडमिनिस्ट्रेटिव्ह एक्झिक्युटिव्ह किंवा व्हाईस प्रेसिडेंट, ॲडमिनिस्ट्रेशन असे त्यांना संबोधित करावे लागेल. अर्थात असे हुद्दे द्यावयाची पद्धत त्या वेळी कौटुंबिक मालकीच्या व्यवसायांत नव्हतीच. जास्तीत जास्त म्हणजे मॅनेजर, क्लार्क, मुकादम अशा संज्ञा प्रचलित होत्या.

शिरूर यांचे कार्यक्षेत्र स्वतंत्रपणे पत्रव्यवहार करणे; टंकलेखन करणे. व्यावहारिक इंग्रजीवर जरुरीएवढे त्यांचे प्रभुत्व होते. त्यांनी टायपिंग क्लासमध्ये केव्हाही शिक्षण घेतले नसावे; तरीही एकबोटे टायपिंग पण अत्यंत जलद असे ते करीत. जवळ जवळ सर्व वेळ हा त्याच कामात जात असे. परदेशांतून पुस्तके मागवायाची म्हणजे प्रकाशकांबरोबर पत्रव्यवहार, शासनाच्या अनेक नियमांनुसार फॉर्म्स भरणे, इम्पोर्ट लायसन्स पद्धत असतानाच्या त्याबद्दल अनेक खटपटी वगैरे सर्व महत्त्वाची कामे ही शिरूरांकडे असत. शिवाय आमचे पुस्तकविक्री शिवाय इतर व्यवहार शाळा, इतर विद्यालये, विश्वविद्यालये, आणि व्यावसायिक ग्रंथालये जसजशी वाढत गेली तशी उधारीवर ग्रंथविक्रीही वाढत गेली. असा एक काळ होता जेव्हा पॉप्युलरमध्ये हजार पानांच्या संड्री-डेटर्सच्या दोन-तीन खातेवह्या असत. एक मुंबईकरता व दोन परगावांतील ग्राहकांसाठी. अगदी भरभराटीच्या

काळात अशी एकंदर तीन हजारच्या वर खाती होती अशी माझी आठवण आहे. यामुळे हा पत्रव्यवहार वाढे. त्याचीही बरीचशी दखल शिरूर घेत असत.

शिरूर पॉप्युलरमध्ये पूर्णवेळ येऊ लागले. त्यानंतर पहिली आठ-दहा वर्षे अनेक विश्वासू व नात्यातील माणसेही संस्थेत कार्यरत होती. पण शिरूर हेच गणपतरावांचे उजवे हात अशी सर्वांना (मलासुद्धा) जाणीव होती. त्यांनी हाताळलेल्या दोन योजनांचा उल्लेख केला पाहिजे. मुंबई इलाखा म्हणजे त्या वेळी बहुभाषिक होता. इंग्रजी, मराठी, गुजराती व कानडी. आजच्या कर्नाटकातले धारवाड, बेळगाव, विजापूर व कारवार हे जिल्हे मुंबई इलाख्यात सामील होते. शिक्षणाचे माध्यम बहुतेक इंग्रजीच. सेकंड लँग्वेज म्हणून अनेक पर्याय. संस्कृत, फ्रेंच बरोबर पर्शियन, अरेबिक. प्रचंड कार्यक्षेत्राची मॅट्रिक परीक्षाही १९४८ पर्यंत मुंबई विद्यापीठाच्याच देखरेखीखाली होत असे. सेकंडरी स्कूल सर्टिफिकेट कोर्स हा १९४९ पासून कार्यरत झाला. या अगोदर मॅट्रिकची परीक्षा काही विशिष्ट नेमलेल्या केंद्रांत होत असे. त्या परीक्षांचे निकाल लवकरात लवकर जाणून घेण्यास सर्वच शाळा व विद्यार्थी उत्सुक असत. पॉप्युलरचे एव्हाना मुंबई विद्यालयात बरेच बस्तान बसले होते. तसेच खूपच शाळांशी संबंधही जोडले गेले होते. म्हणून निकाल लागल्याबरोबर आमच्यामार्फत ते शाळाप्रमुखांकडे तारेने पोहोचवणे हे कार्य आम्ही काही वर्षे केले. त्यामुळे आमच्या लेटरहेडवर बुक सेलर, पब्लिशर बरोबर न्यूज एजंट्स असे उपशीर्षक असे. त्या वेळी शिरूर यांची जी तारांबळ होई ती मी पाहिली आहे. पण शिरूर - भटकळ यांचा मित्रपरिवार फार मोठा होता. तार ऑफिसही बरीच मदत करी व मुख्य म्हणजे सरकारचा तार-विभाग हा त्या वेळेला विश्वासपात्र असे. (ती सेवा नंतर एकदमच निकालात निघाली ही गोष्ट वेगळी.) अनेक शिक्षणसंस्था पॉप्युलरच्या या कामाचा फायदा घेत. सेवाव्रती ग्रंथविक्रेत्याच्या ख्यातीत भर घालणारे असे हे काम होते.

दुसरे महायुद्ध १९३९ मध्ये सुरू झाले व भारतात अनेक सैनिक ठाणी उभारली गेली. कॅन्टोन्मेन्टमध्ये अधिकारी वर्गात खूपच भरती झाली. अर्ल स्टॅनले गार्डनर, अगाथा क्रिस्तीसारख्या लोकप्रिय लेखकांच्या पुस्तकांची मागणीही वाढू लागली. ग्लासगो येथील विल्यम कॉलिन्स एन्ड सन्स यांनी भारतात त्यांचे मुद्रण करणे व वितरण करणे यासाठी व्यवस्था करण्याचे मनात घेतले. ती सर्व व्यवस्था पॉप्युलरकडे देण्यात आली. कारण, सर्व देशभर पसरलेल्या ग्रंथविक्रेत्यांकडे, सरकारी वा निमसरकारी, यांना समाधानकारक सेवा देणारी संस्था असा लौकिक 'पॉप्युलर'ने संपादन केला होता. ही वितरण व्यवस्था सुरळीत चालवण्याची

धडपडही केली ती शिरूर यांनीच. 'कॉलिन्स' यांना हे ग्रंथ आयात करणे शक्यच नव्हते. लायसन्सचा प्रश्न होताच. पण त्याहूनही बोटीने आयात करणे युद्धकाळात अनियमित, अनिश्चित व धोकादायकही होते. या एका व्यवहाराची तपशीलवार नोंद अनेक कारणांमुळे केली पाहिजे.

एव्हाना पॉप्युलरच्या नावावर अनेक प्रकाशने होती. ती शाळा व महाविद्यालयीन अभ्यासक्रम यांना मान्यताप्राप्त असल्यामुळे भारतातील बहुसंख्य विद्याकेंद्रे तसेच, ग्रंथविक्रेते यांच्याशी संपर्क होताच. कॉलिन्सच्या प्रकाशनाच्या वितरणामुळे एक नवे ललित वाङ्मयाचे दालन आम्हांला मिळाले. हा एक नवा अनुभव होता. कॉलिन्सचे भारतातील प्रतिनिधी डब्ल्यू जे. जॅक्सन मार्शल हे ताज हॉटेलमध्ये राहत. त्यांचे कार्यालयही तिथेच होते. त्यांचे दोन फिरते सेल्समन के. आर. राव व कामत हे भारताच्या कानाकोपऱ्यांत फिरत व मागणीची नोंद करीत. पुस्तकांचे गठ्ठे ठेवून घेणे, त्यांचे पोस्टाने व रेल्वेने वितरण, बिले तयार करणे हे 'पॉप्युलर'चे काम या दहा-बारा वर्षांत वाढले. प्रचंड अनुभव गाठीशी आला. तीन मोठ्या खोल्या हे व्यवहार करण्यासाठी आम्ही भाड्याने घेतल्या ज्या आजही आमच्या ताब्यात आहेत. गणपतरावांना जागा संपादन करण्याचा एक शौकच होता. त्यांतील व्यवसायासाठी घेतलेल्या बऱ्याच जागा आम्हांला हव्याच होत्या व अजूनही त्यांचा योग्य असा उपयोग होतो आहे.

१९२४ ते १९३० ही वर्षे 'पॉप्युलर बुक डेपो'च्या इतिहासातील अत्यंत महत्त्वाची. गणपतरावांचे गुण आणि दोष या दोन्हींना आव्हानात्मक. आपल्या दोषांवर मात करता येणे हेही फार धैर्याचे असते, नाही का?

गणपतराव 'ट्युटोरियल'चे विद्यार्थी. विद्यार्थिदशेत त्या शाळेतील दोन व्यक्तींबरोबर त्यांचा जास्त संपर्क आला होता. त्यांपैकी एक श्रीयुत बानाजी, त्या वेळचे शाळेचे मालक (की व्यवस्थापक). दुसरी व्यक्ती जे. एन. शॉपकीपर. हे शाळेत फ्रेंच भाषेचे शिक्षक.

श्रीयुत बानाजी हे 'बानाजीस ट्युटोरियल क्लासेस' ही संस्था तिथे चालवत असत. प्रामुख्याने अकौंट्स आणि मॅनेजमेंट हे विषय शिकवले जात. हे वर्ग सायंकाळच्या वेळेत भरवले जात. दिवसा नोकरी करणाऱ्या अनेकांनी याचा फायदा घेतला. गणपतरावांनी या क्लासमधून या विद्या आत्मसात केल्या. विद्यार्थ्यांना उपयुक्त अशा खास फुलस्केप व हाफ फुलस्केप आकाराच्या कॅशबुक व लेजर्स लागत असत. अशा प्रकारची स्टेशनरी आयात होत असे. पॉप्युलरच्या स्थापनेनंतर काही काळाने या वह्यांचे वितरण व नंतर त्यांची निर्मितीही आम्ही केली. त्यामुळे पॉप्युलर बुक डेपो हा बुकसेलर्स आणि स्टेशनर्स म्हणून सिद्ध झाला.

शॉपकीपर यांनी फ्रेंच भाषेचे एक व्याकरण लिहिले होते. हे पुस्तक त्या काळी गाजत असलेल्या आणि पाठ्यपुस्तक असलेल्या 'दोंदे फ्रेंच' याला पर्याय म्हणून मुंबईतील विद्यार्थ्यांत जास्त लोकप्रिय होते. या पुस्तकाचे वितरण पॉप्युलरने अनेक वर्षे केले. त्याचप्रमाणे एम. जे. मणेरीकर यांच्या 'फ्रेंच अनूसीन पॅसेजेस' ह्या छोट्याशा उपयुक्त पुस्तकाचे आम्ही प्रकाशन केले. त्यांचे वाचन अफाट. जगभर

'पॉप्युलर'चा व्याप वाढत गेला. विक्री केंद्र 'लॅमिंग्टन रोड'वर (आताचा डॉ. भडकमकर मार्ग) एका छोट्या जागेत सुरू करण्यात आले. एकदोन वर्षांतच त्या जागेहून जरा मोठ्या आणि अधिक विस्तार करणे शक्य होईल अशा जागेत स्थलांतर झाले. तिथून 'अबिद हाऊस'मध्ये पॉप्युलरची वाटचाल केव्हा झाली हे सांगणे कठीण. १९८० मध्ये आम्ही घरमालकिणीच्या जाचाला (कोर्ट-दावे वगैरे) कंटाळून ती जागा त्यांना परत केली. तोपर्यंत फक्त २५०/३०० फूट जागेने केलेली सुरुवात जवळजवळ ३५००/४००० फुटांनी वाढली होती. ही एक मजेदारच कथा आहे.

अगदी अल्पकाळ आम्ही शेजारच्या 'धन बिल्डिंग'मध्ये होतो. नाना चौकाचे मूळ दुकान व आता लॅमिंग्टन रोडचे मुख्य दुकान व कार्यालय. अंदाजे १९३२ च्या सुमारास अबिद हाऊसमध्ये आलो. मला वाटते एका फोटोग्राफरचे दुकान आम्ही घेतले असावे. अबिद हाऊस तीन मजली इमारत. प्रत्येक मजल्यावर दोन बाजू. प्रत्येकीत पाच खोल्या. तशीच रचना तळमजल्यावर. समोर चार दुकाने व मागील बाजूस प्रत्येक बाजूस तीन खोल्या.

गणपतरावांनी तळमजल्यावरील एक गाळा सोडला तर इतर भाग व पहिल्या मजल्यावरची एक बाजू अशी जागा पंधरा वर्षांत आपल्या ताब्यात घेतली. त्याशिवाय जिन्याखालचा भाग व पहिल्या मजल्यावरील पॅसेज. जशी जशी आमची गरज वाढत गेली व जागा उपलब्ध झाल्या (किंवा उपलब्ध करून घेतल्या) तसे त्यांचे संपादन करता आले. यात ज्यांच्याकडून घेतल्या त्यांची व घरमालक अब्देअली हुसेन अली पारेख यांची भरही झाली असणार. एकंदरीत कमीतकमी दहा ते बारा व्यवहार आठ ते दहा वर्षांत झाले. त्यांतील फक्त दोनच

हे माझ्या पॉप्युलरमधल्या आगमनानंतर. बाकी सर्व आधीच पूर्ण झाले होते तरी काही प्रक्रिया (विद्यार्थिदशेत मी नियमितपणे दुकानांत फेरी मारत असे तेव्हा) मी पाहिल्या आहेत. यांत दोन गोष्टींचा उल्लेख करायला पाहिजे. घरमालक अब्देअली ही एक नाकर्ती व्यक्ती. या इमारतीच्या भाड्यापोटी येणाऱ्या रकमेत जगणारे. म्हणून या सर्व व्यवहाराला त्यांची संमती तर होतीच, शिवाय त्याबरोबर त्या इमारतीत बदल करणे - भिंती पाडणे, जरुरीप्रमाणे टेकू देणे वगैरे गोष्टी ते स्वत: लक्ष घालून देखरेख करीत. हे सर्व काम करणारी माणसेही त्यांचीच असत. याच त्यांच्या संमतीने केलेल्या बदलांमुळे नंतर १९८६ मधे त्यांच्या सुनेने आम्हांला कोर्टात खेचले. त्या वेळी अब्देअली यांनी कानावर हात ठेवले. कोर्टात कदाचित आम्ही जिंकूही शकलो असतो. पण ती कटकट सहन करण्याच्या मन:स्थितीत आम्ही नव्हतो. मी निवृत्त व्हावयाचा निर्णय घेतला होता, पुढच्या पिढीला आता नवीन दिशेने जावयाचे होते. ही मोक्याची जागा साठ वर्षांनंतर आमच्या हातून गेली.

गणपतरावांना वास्तू संपादनाचा भयंकर शौक. इथे हेही लक्षात घ्यावयास हवे की पागडी वगैरेची पद्धत नंतरच निर्माण झाली. युद्धजन्य वर्षात तर 'To Let' पाट्या मुंबईत सर्रास दिसत असत. तरीही सामान्य कुटुंबांना त्या परवडत नसत. आपल्या नात्यातील किंवा मित्रपरिवारांना जागा उपलब्ध करून देणे हे आपले एक कर्तव्य आहे असे गणपतरावांना वाटे.

पंचवीस ते तीस वर्षांच्या या काळात (१९३० नंतर) त्यांनी किती निवासी किंवा व्यावसायिक जागा घेतल्या त्यांची मोजदाद करणे थोडेसे अवघडच. त्याचप्रमाणे ह्या बाबतीत प्रत्येक व्यवहारात वेगवेगळ्या कारणाने निर्णय घेतले जात. या उद्देशाचा विचार केला तरी गणपतरावांची एकंदर मानसिक घडण याबद्दल आपल्या समोर अनेक पैलू येतील. कुटुंब हे केवळ रक्ताच्या नात्याचे नव्हे हा एक महत्त्वाचा विचार; याचा विचार स्वतंत्र करावयास हवा. सध्या पॉप्युलरसाठी जागा घेतल्या त्याबद्दल जरा विस्ताराने लिहितो.

'अबिद'चे घरमालक अब्देअली हुसेनअली हे दाउदी बोहरा. या इमारतीत बहुतेक त्यांच्याच नात्यागोत्यांतील माणसे भाडेकरू होती. ह्याच बिल्डिंगमध्ये राहणारे चुनरीगर हे पुढे काही काळ पाकिस्तानचे पंतप्रधान झाले. ही वास्तू १९१२ मध्ये तयार झाली असे संगमरवरी दगडावर नोंदलेले आहे. घरमालक रोजच एकदोनदा गणपतरावांना (व नंतर मला) 'केम छो?' विचारावयास भेटत. अर्थात दर काही वर्षांनी एक एक जागा आम्हांला मिळत असे व त्याच्या व्यावहारिक

गोष्टींची बोलणी करण्यासाठी त्यांच्याशी जास्त वेळ घालवावा लागे. नवीन जागेमध्ये दुरुस्त्या करणे, त्यासाठी वाढीव भाडे ठरविणे वगैरे. ही वास्तू एका खाजगी ट्रस्टच्या मालकीची झाली होती; हा ट्रस्ट त्यांचा उदरनिर्वाह व पोटापाण्याची व्यवस्था करण्यासाठी होता. जोपर्यंत हे सर्व त्यांच्या आवाक्यात होते तोपर्यंत आम्हांलाही हव्या तशा जागा मिळत गेल्या व काही त्रास झाला नाही. माझा स्वत:चा अनुभव हा तसा तीनच व्यवहारांचा आहे. जिन्याखाली असलेली छोटीशी जागा गोडाऊन म्हणून वापरण्यास), सैफी एम्पोरिअमचे हस्तांतरण आणि डावीकडील रस्त्याकडील सैफी दुकान मिळाल्यावर झालेली व्यवसायाची पुनर्रचना आणि त्यासाठी झालेले बदल. या सर्वांत घरमालकाने खूपच मदत केली. अर्थात Structural change यांना पर्याय नव्हता. त्या जागेचा जास्तीत जास्त वापर कसा करता येईल, पोटमाळा चढविणे इत्यादी, यांबद्दल सूचना तेच देत. त्यांनाही मिळकत कशी वाढेल याची चिंता होतीच ना? बऱ्याच वेळा त्यांच्या अशा प्रकारच्या सूचना आम्ही स्वीकारायचो याचे कारण आम्हांला त्या जागेची तात्काळ गरज होती हे नव्हे; तर ती जागा दुसऱ्या कोणाकडे जाऊ नये हे होते. कोणी उपरा तिथे आला तर त्याचा त्रास किती जाचक असतो याचा अनुभव आम्ही घेत होतो. डावीकडील एकमेव दुकान जे शेवटपर्यंत आमच्या ताब्यात आले नाही, त्याच्या मालकांनी, आपल्या गरजेप्रमाणे व सोयीप्रमाणे बदल करण्यात अनंत अडथळे आणले व आवश्यक ते बदल आम्ही करू शकलो नाही.

माझे व्यावसायिक जीवन सर्व अबिद हाऊसमध्येच गेले. १९४६ मध्ये पहिले वर्ष व्यवसायाचे, सर्व अंगांचे. हिशेब, प्रकाशकाकडून मागणी करणे, विषयवार याद्या करणे, पुस्तके लावून ठेवणे, त्यांची देखभाल करणे (धूळ साफ करण्यासाठी फडके नेहमी जवळ असे), काउन्टर विक्री, ग्रंथांचा प्रसार, आपल्या सहकाऱ्यांबरोबर सल्लामसलत व योजना, अशी व इतर अनेक व्यवसायाची अंगे शिकून घेतली. मी मालकाचा मुलगा (ज्येष्ठ पुत्र व त्याचा वारसदार) अशी भावना व भूमिका केव्हाही नव्हती. मी १९४६ मध्ये भागीदार या नात्याने प्रवेश केला असला तरी १९३९ पासून नाना चौक शाखा व मुख्य कार्यालय इथे नियमित काही तासांसाठी तरी खेपा घालीत असे.

'पॉप्युलर' हेच गणपतरावांचे सुखनिधान होते. 'पॉप्युलर'च्या सर्वांगीण विकासासाठी ते त्यांच्या सहकाऱ्यांच्या, कर्मचाऱ्यांच्या साथीने अविश्रांत परिश्रम घेत होते. Popular Book Depot is a gold mine. If you try to maintain its main object of giving good service to the people and manage properly, you need not worry about anything. हे त्यांचे ब्रीदवाक्य त्यांच्या सहकाऱ्यांचा एक आदर्श होते.

ग्रंथप्रसार गणपतरावांचा जीव की प्राण. कल्पक ग्रंथप्रसार आणि त्यासाठी लागणाऱ्या सर्व अद्ययावत साहित्याने सज्ज अशी संस्था म्हणून 'पॉप्युलर'चा नावलौकिक देशात परदेशात झाला. इंग्लंड, अमेरिका येथील युरोपिअन प्रकाशकांच्या याद्या व्यवस्थित जमा करणे, त्या अद्ययावत ठेवणे, त्यांचा रोजच्या व्यवहारात वापर करणे यांत 'पॉप्युलर'चा हातखंडा होता. 'पॉप्युलर'मधे आठ-दहा उत्तम विक्रेते आपल्या गिऱ्हाइकांना कुठल्याही विषयातील ग्रंथांबद्दल सहजी सांगू शकत. 'The Bookseller' हे ब्रिटिश साप्ताहिक, 'Publishers Weekly' हे अमेरिकन साप्ताहिक ही एअरमेलने मागवली जात असत. शिवाय इंग्लंड, जर्मनी, रशिया या देशांतील प्रकाशक, ग्रंथवितरक यांच्याशी पॉप्युलरचा सतत संपर्क होताच. जॉन क्लार्कसारखे ग्रंथवितरक, गॉर्डन गॉचसारखे न्यूज एजंट अशा युरोपातील, सर्व ज्ञान-विज्ञान विश्वात ग्रंथनिर्मिती करणाऱ्यांना 'पॉप्युलर'च्या संपर्कात राहाणे अपरिहार्य होते. त्यांचे प्रतिनिधी भारतात आले तर पहिली भेट 'पॉप्युलर'ला असे. खरे म्हटले तर त्या काळात 'पॉप्युलर'च्या तोडीचे ग्रंथप्रसारक भारतात हातावर मोजण्याएवढेही नव्हते. दुसऱ्या महायुद्धाच्या काळात अमेरिकन ग्रंथांचा प्रवेश भारतात झाला त्यातही 'पॉप्युलर'चा पुढाकार होता.

ब्रिटिश पब्लिशर्स असोसिएशनची एक सल्लागार समिती १९३० व १९४० या दशकात कार्यरत होती. मुंबई म्हणजे 'गेटवे ऑफ इंडिया'. साहजिकच त्यांचे कार्यालय मुंबईत होते. या सल्लागार समितीला काही अडचणी आल्या तर मदतीसाठी गणपतरावांना पाचारण करण्यात येत असे.

१९४० च्या दशकात 'जयको', 'हिंद किताब', 'पद्मा पब्लिकेशन्स' व नंतर 'एशिया पब्लिशिंग हाऊस' अशा अनेक भारतीय प्रकाशकांनी आपली कारकीर्द सुरू केली होती. त्या सर्वांनी आमच्या घरी येऊन गणपतरावांकडून सल्ला व आशीर्वाद घेतले होते.

दरम्यान ज्यांच्याकडे विश्वासाने रोकड विक्री हाताळण्याचे जबाबदारीचे काम दिले हेते त्या जवळच्या संबंधित सहकाऱ्यांनी पैशांची अफरातफर केली. याचा जबरदस्त फटका गणपतरावांना बसला, पण त्यातून ते धैर्याने सावरले; त्या पायी झालेला मानसिक त्रास त्यांनी एकट्याने विनातक्रार सोसला. हा आघात कमी पडला म्हणून की काय गणपतरावांना आजारपणाने गाठले.

हे आजारपण नक्की कुठल्या वर्षी झाले हे मी सांगू शकणार नाही. पण अंदाजे तीसचे दशक असावे. डबल न्युमोनियाने त्यांचा छळवाद मांडला होता. त्या काळात ॲन्टिबायोटिक्सचा शोधही लागला नव्हता. या आजारात फुफ्फुसांचे अनेक भाग हे स्टेप्टोकॉप्स जंतूंनी व्यापले जातात. परिणामी, श्वास घेणे व त्या अनुषंगाने मानवी देहातील ज्या इतर क्रिया सुरळीत काम करत असतात त्या निकामी होतात. बरेच दिवस गणपतराव कामाला जाऊ शकले नाहीत. घरी आमच्या 'फोर-पोस्टर' मंचकावर तळमळत असत. डॉ. परुळेकर या आमच्या सेवाव्रती फॅमिली डॉक्टरांनी त्यांच्यावर उपचार केले, त्यांना धीर दिला. मला आठवते, एकदा त्यांनी पेशन्टचा हात बघून आशादायक भविष्य वर्तवले होते.

या आजारातून गणपतराव उठले खरे, पण तब्बल ३५-४० वर्षे त्यांना या व्याधीचा अतिशय त्रास झाला. नंतरच्या काळात ॲन्टिबायोटिक्स जरी उपलब्ध होती तरी त्यांच्या फुफ्फुसांतील एक भाग काहीच काम करू शकत नव्हता. वेगवेगळी औषधे ही त्या काळात प्राथमिक, प्रयोगशील अवस्थेत होती व रुग्णावर प्रयोग करायचे असेच त्यांचे स्वरूप होते. या सर्वांचा अभ्यास करून गणपतरावांना उत्साही ठेवण्याचे काम डॉ. एस. डी. भांडारकर यांनी मुलाच्या जवळिकीने केले.

'पॉप्युलर'च्या बरोबरीने कुटुंबाचाही व्याप वाढला होता. मीरा (१९२६), रोहिणी (१९३२) रामदास (१९३५), सुरेश (१९३७) यांची कुटुंबात भर पडली होती. पाव्हण्यारावळ्यांची उठबस होती. खर्चाची तोंडमिळवणी करणे काहीसे

जिकिरीचे होत होते. तशात प्रकृतीची साथ हवी तशी मिळत नव्हती. तेव्हा यातून मार्ग काढणे अनिवार्य होते. गणपतरावांनी दोनदा स्वत:ला भागीदारीत गुंतवून घेतले.

पहिली भागीदारी केली 'फेअरडील कॉर्पोरेशन' या औषधी कंपनीचे संस्थापक आनंदराव चंदावरकर यांच्याशी. ही भागीदारी सहा महिनेही टिकली नाही. काही वर्षांनंतर पुन्हा भागीदारी केली ती महाबळेश्वर नाडकर्णी यांच्याशी. ही भागीदारी जवळ जवळ अडीच वर्षे कशीबशी टिकली. योगायोग असा की, नंतर 'फेअरडील'ची स्थापना झाली तेव्हा गणपतरावांचे हे दोघेही भागीदार त्या कंपनीच्या संस्थापकांपैकी होते.

भागीदारीचे रसायनशास्त्र हा एक अभ्यासाचा विषय आहे. या दोन्ही भागीदाऱ्यांचा विचार करता वाढत्या व्यवसायासाठी भांडवल उभे करता यावे आणि कामाचा, जबाबदारीचा, व्यवस्थापनाचा बोजा हलका करावा हा गणपतरावांचा हेतू होता. उपलब्ध कागदपत्रांवरून हा हेतू पूर्ण झाला नसल्याचे आढळते. कदाचित पैशाची अडचण या बाबतीत आली नसावी.

खरे तर, ग्रंथविक्रीमध्ये मिळकत इतर व्यवसायांएवढी नसते. आणि सर्वांत मूलभूत गोष्ट म्हणजे दीर्घ वेळ दुकानाच्या काऊंटरवर उभे राहून प्रचंड मेहनत करावयाची असते; हे थोड्यांनाच जमते. आजसुद्धा ग्रंथविक्रीचा व्यवसाय हा असाच कठोर परिश्रमाचा आहे, तो सर्वांना जमेलच असे नाही. हीच परिस्थिती गणपतरावांच्या काळीही होती. पण ग्रंथविक्री व ग्रंथप्रकाशन ही ज्ञानप्रसाराची प्रभावी माध्यमे आहेत ही जाणीव मनात सतत जागी ठेवून त्यांनी 'पॉप्युलर'चा भक्कम पाया रचला, ज्यावर 'पॉप्युलर'चा डोलारा गेली ८८ वर्षे दिमाखाने उभा आहे. गणपतरावांची तिसरी पिढी आजही 'पॉप्युलर'च्या सर्वांगीण भरभराटीसाठी कार्यरत आहे.

गणपतराव ‘कर्नाटक पब्लिशिंग हाऊस व प्रिंटिंग प्रेस’मध्ये नोकरीला होते तेव्हाची गोष्ट.

मुद्रणक्षेत्रात ‘कर्नाटक युग’ आणणारे मंगेशराव नारायणराव कुलकर्णी हे ‘कर्नाटक’चे सर्वेसर्वा. त्यांच्या वेधक नजरेने कष्टाळू आणि नेक स्वभावाचा ‘गंपत’ हेरला आणि ते स्थळ त्यांनी त्यांचे जवळचे आप्त धारवाडनिवासी नरसिंहराव कुलकर्णी यांना त्यांच्या सुमित्रेसाठी सुचवले. त्याची शिफारस केली. त्या सूचनेनुसार नरसिंहरावांनी मंगेशमामांशी बोलणी केली. मंगेशमामा मुर्डेश्वर वडीलधारे. त्यांची संमती हवी. वरवधूंच्या संमतीचा प्रश्न नव्हता. त्या काळात त्यांना वडीलधाऱ्यांचा शब्द आज्ञावजा. सोयरीक जुळली. १६ मार्च १९१७ रोजी चि. गणेश रामराव भटकळ, वय वर्षे २० आणि चि. सौ. कां. सुमित्राबाई नरसिंहराव कुलकर्णी, वय वर्षे १३ विवाहबद्ध झाली. बहुधा मंगेशमामांच्या फोर्टमधील हॉटेलात.

नवविवाहित जोडपे गावदेवीला मंगेशमामांच्या खोलीवर गेले. मंगेशमामा चिकरमने या कुटुंबाबरोबर राहत. जागा लहान. हे नवीन जोडपे आल्याने गैरसोयीची. गणपतरावांनी काही काळाने चिखलवाडीतील दत्तात्रय चाळीत स्वतंत्र बिऱ्हाड थाटले.

आमच्या आन्नू-आईच्या संसाराचा श्रीगणेशा सुरू झाला.

आपल्या समाजात लग्न झाल्याबरोबर काही महिन्यांत नातेवाईक व मित्रमंडळींत नवरा-बायको यांच्या खाजगी बाबींबद्दल आणि खास करून घरी पाळणा केव्हा हलणार या विषयाबद्दल चौकश्या सुरू होतात. चार स्त्रिया एकत्र

आल्या तर याबद्दल जास्त संभाषण चालू असतं. तीन-चार वर्षे काही अपेक्षित घडले नाही तर मग नवस वगैरे चालू. आई वारंवार आमच्याकडे या दिवसांची आठवण काढीत असे. तिने नवस वगैरे केले नसावेत; पण उतावीळ नक्कीच झाली. पहिला मुलगाच व्हावा हीसुद्धा सर्वसामान्य मनीषा. तसे नवस वगैरे आईला वर्ज्य होते असे नव्हे. तिच्या छोट्याशा देव्हाऱ्यात बाळकृष्ण (रांगता) व विठ्ठल-रखुमाईची जोडी होती. या दोन्ही कलात्मक धाटणीच्या मूर्ती आमच्या घरी अजून आहेत व त्या माझ्या नास्तिक विचाराच्या आड येत नाहीत.

माझा जन्म धारवाडला दि. ८ डिसेंबर १९२२ रोजी आपल्याकडील पद्धतीप्रमाणे आजोळी झाला. जन्मस्थान म्हणून व इतर कारणांकरिताही हे टुमदार गाव मला अत्यंत प्रिय.

मी मराठी पद्धतीने आई तर कोकणी पद्धतीने वडिलांना आन्नू म्हणू लागलो. आन्नूच्या बाजूच्या आमच्या नातेवाईक मंडळींपेक्षा आईकडच्या नात्यातल्या माणसांशी आमचा जास्त संबंध आला. आजोळची माणसे आम्हांला जवळची होती. खास करून मला. माझ्या वयाच्या पहिल्या पंधरा वर्षांपर्यंत आम्ही दर वर्षी मे महिन्याच्या सुट्टीत धारवाडला आजोळी जात असू. लहानपणी दोनदा तरी आजोबांचे वडील व्यंकटेश कुळकर्णी यांच्याकडे कुमठा येथे मी गेलो आहे. कुमठ्याचे घर व बाग यांत राहणे व फिरणे म्हणजे खरोखर मजा असे. मी तिथे रमत असे. बागेत असंख्य फळझाडे, आंबे, फणस, कोकम, काजू वगैरे. एकदा अननसाची लागवड झालेली आठवते. तशी जागा फार मोठी नव्हती. पण दोन विहिरी. एक नेहमीची साधीच. दुसरी पोहरे व रहाट असलेली. त्या विहिरीवर बसून हात व पायाने रहाट फिरवायचे. पोहऱ्यातून भसाभसा पाणी टाकीत पडे. याची गंमत वेगळीच. उत्तर कानडा भागात पाणी तसे दहा फुटांवरच असते. याउलट आजोळी — धारवाडला — पाणी ३०-३५ फुटांवर असे. आमचे पणजोबा पोलीस खात्यात नोकरी करीत. कडक स्वभावाचे. कुळकर्णी कुटुंबाच्या कुलदैवताची ते पूजा करीत. त्यांच्याविषयी एक दंतकथा ऐकिवात आहे अणि कुटुंबात सर्वांनाच त्याविषयी माहीत असल्याने तिच्यात तथ्य असावे असे वाटते. ते कर्मठ तसेच कोपिष्ट. शिव्या पाचवीला पुजलेल्या. असे ऐकिवात आहे की ते पूजेला बसले म्हणजे लक्ष इतरत्रही असे. आणि मग "श्री केशवाय नमः XXX गाढवासारखा उभा का?" "श्री नारायणाय नमः XXX काल कुठे होतास?" वगैरे वगैरे. अशी त्यांची अपशब्द मिश्रित पूजा चालू असे. त्यांना पाच मुलं—चार मुलगे व एक मुलगी. माझे आजोबा नरसिंह हे ज्येष्ठ. त्यांच्या पाठची

भवानीशंकर, मंगेश, गणेश व शांती. शांती किंचित वेडपटच. लग्नानंतर एक मुलगी झाल्यावर नवऱ्याने माहेरी धाडून दिलेली. आम्ही अनुभवला तिचा प्रेमळ स्वभाव आणि समाजाने उपेक्षिलेली व्यक्ती किती सहनशील असू शकते याचा नमुना. आमचे परममित्र जयवंत दळवी यांनी रेखाटलेल्या अनेक व्यक्ती डोळ्यांसमोर येतात. एकंदर सर्वच कोकण प्रांत व त्यातील लहान मोठ्या शहरांत अशीच अवस्था दिसायला येते का? शिवाय प्रत्येक कुटुंबात एकतरी निष्काम (बेकार) असा एक इसमही सामावून घ्यावा लागतो. या गटात आमचे गणेश 'आजोबा'—मायाळू स्वभाव, तरी वेंधळट वागणे आणि प्रचंड आळस. मग अशांना दोन 'उद्योग' दिले जातात. घरातील पूजा, बाजारहाट व सर्वाधिक महत्त्वाचे कुटुंबवृद्धी! कमीत कमी 'कमाई' म्हणजे चार-पाच मुलांची पिलावळ!

नंबर तीनचे मंगेश आजोबा. त्यांनीसुद्धा आयुष्यात फार कमावले नाही. त्यांची स्मरणशक्ती जबरदस्त. इंग्रजी व मराठी—जे काही वाचले ते आत्मसात करण्याची क्षमता. ह्यामुळे स्वभावामध्ये एक प्रकारची गुर्मी होती. आपण इतरांहून जास्त हुशार अशी भावना होती. व मग कोणाशीही पटणे, जमवून घेणे कठीण व्हायचे. इतरांचा सल्ला मानणे जमत नसल्यामुळे त्यांनी एक-दोन व्यवसाय/ बागाईत इत्यादी प्रयोग केले. ते यशस्वी झाले नाहीत. या स्वभावाचा एक नमुना मजेदार आहे. निर्मला व मी १९५२ मध्ये युरोपच्या दौऱ्यावरून परतलो तेव्हा एकदा ते आमच्याकडे आले ते आमचे तेथील अनुभव ऐकण्यासाठी. ''तुम्ही तरुण मंडळी. पुष्कळच नव्या नव्या गोष्टी पाहिल्या असणार.'' वगैरे अशी सुरुवात. आम्ही त्याबद्दल काही अनुभव सांगावे याची मनात जुळवाजुळव करीत होतो. तितक्यात मंगेश आजोबांनी ''इंग्लंडमध्ये अमूक परिस्थिती आहे; फ्रान्समध्ये तमूक गोष्टी आहेत'' अशी वर्तमानपत्रांत किंवा इतरत्र छापील माहिती येते ती आम्हांलाच सांगावयास सुरुवात केली. आम्हाला बोलूच दिले नाही. आपल्याला किती माहिती आहे ह्याचे प्रदर्शन करण्याची संधी ते का गमावणार? सर्वज्ञ होते ना ते!

काही महिने आमच्या नाना चौक येथे असलेल्या शाखेचे व्यवस्थापन करण्याची जबाबदारी त्यांनी घेतली. कारण होते, आमच्या दिनकरमामांनी ही शाखा ताब्यात घेतल्यापासून झालेली दिवाळखोरी. दिनकरमामा हा माझ्या आईचा धाकटा भाऊ, त्याला माझ्या आईवडिलांनी मोठे केले. तसा तरतरीत, हुशार. त्याला स्वतंत्र व्यवसाय करायची जिद्द होती. त्यांनी काही काळ नाना चौकामधील दुकान 'न्यू पॉप्युलर बुक शॉप' या नावाने चालवण्याचा प्रयत्न

केला. परंतु हे त्यांना जमण्यासारखेच नव्हते; हे दुकान पुन्हा आम्ही आमच्याच ताब्यात घेतली.

भवानीशंकर आजोबांची कथा जरा विलक्षणच. जबाबदारीने नोकरी करणारी व्यक्ती अशी त्यांची ख्याती होती. आता मी सांगतो आहे ती घटना ही माझ्या जन्मापूर्वीची. भवानीशंकर आजोबांनी आपल्या तरुण, देखण्या बायकोचा व्यभिचाराच्या संशयावरून खून केला होता. त्यांना जन्मठेपेची शिक्षा झाली. त्यांचा एकदंर स्वभाव (हा नमूद केलेला प्रमाद सोडला तर) इतका मनमिळाऊ असावा की त्यांची मित्रमंडळी, शेजारी यांच्या जबानीमुळे फाशीऐवजी त्यांना जन्मठेपेची शिक्षा देण्यात आली. जेलमध्येसुद्धा त्यांची वागणूक जेलर आणि इतर अधिकारी यांना इतकी प्रभावित करू शकली की ही जन्मठेपेची शिक्षा कमी होत होत ते लवकरच नव्या जीवनाची सुरुवात करू शकले. गंमत अशी की त्यांना पुन्हा शासकीय मुद्रणालयात नोकरीस ठेवले. 'आपण भले आणि आपले काम भले' अशी त्यांची एकूणच प्रवृत्ती. कोणाच्याही जास्त उठाठेवीत ते नसत. सर्व कुटुंबात मीच तेवढा 'बाळ' असल्यामुळे माझे लाड सर्वच करत. त्यांत त्यांनीही माझे खूप लाड केले. खास करून मला दोन गोष्टी प्रकर्षाने आठवतात, अब्दुल्ला या नावाच्या एका उंची ब्रँडची सिगारेट ते ओढत. या सिगारेटच्या पाकिटात त्या काळच्या एम. सी. सी. च्या क्रिकेटर्सचे फोटो आणि हॉलिवूडच्या नटनट्यांचे फोटो दिले जात. न विसरता त्यांच्या आमच्याकडे होणाऱ्या नेहमीच्या भेटीत हे फोटो ते माझ्या संग्रहासाठी देत असत. असा संग्रह करणे हा अर्थात तात्पुरता किंवा प्रासंगिक विरंगुळा असतो आणि हा संग्रह काही काळ जपून ठेवला तरी तो केव्हा आणि कसा गायब झाला हे मी सांगू शकत नाही. त्याचप्रमाणे दिवाळीच्या काही दिवस आधी ते सर्वांसाठी भरपूर मिठाई आणि माझ्यासाठी खास फटाके न विसरता आणत. पण हे काही थोडीच वर्षे. अशा गमतीत जगत असताना त्यांना मुद्रणालयातून निवृत्त करण्यात आले. निवृत्त व्हायच्या वयाचे ते नसतानाही ही निवृत्ती त्यांच्यावर लादली गेली; कारण अर्ज करताना त्यांचे वय वाढवून अर्ज करण्यात आला होता. (ही प्रथा कमी-अधिक प्रमाणात आजही चालू आहे). ह्या धक्क्यातून ते सावरू शकले नाहीत आणि पुन्हा त्यांचे मानसिक संतुलन बिघडले. त्यानंतर त्यांनी जवळजवळ मौनच स्वीकारले. मुंबई आणि कुमठा येथे उर्वरित आयुष्य कसेबसे जवळच्या नातलगांच्या मदतीने ते जगले.

अजूनही मला स्वप्ने पडतात ती धारवाडचीच, आजोबांची. माझे आजोबा नरसिंहराव हे सरकारच्या वनखात्यात नोकरी करत. हल्याळ, बेळगाव, अनविळ अशा जंगल असलेल्या विभागांत त्यांची बदली होत असे. पण १९२० नंतर ते धारवाडला, निवृत्त व्हायच्या थोडी वर्षे आधी स्थायिक झाले. ते राहत असत तो सरकारी निवास 'दंडिन बंगला' हा भाग. तेथील विस्तीर्ण मैदानात एक भव्य आणि स्फूर्तिदायक स्तंभ आहे, जो पहिल्या महायुद्धात वीरमरण प्राप्त झालेल्या सैनिकांची आठवण देतो. चहूंकडे प्रचंड वाढ झालेले 'मे फ्लॉवर्स'वृक्ष. मे महिन्यात त्या फुलांचा बहर पाहण्यातच आमचा बराच वेळ आनंदात जाई. शिवाय मुख्य सडकेच्या दुतर्फा चिंचेची झाडे. ह्यांवर आम्ही मुले 'गिडमंग्या' हा खेळ खेळत असू. एका झाडावर चढायचे आणि त्याच्या जवळच्या झाडाच्या फांदीवरून त्या झाडावर जायचे असा पकडापकडीचा खेळ.

तिथून एका मैलावर 'साधनकेरी' हा भाग. तिथे एक ज़मीन विकत घेऊन आजोबांनी एक वास्तू बांधली. कर्नाटक कॉलेजच्या जवळ. शेजारीच ज्ञानपीठ पारितोषिक विजेते कवी द. रा. बेंद्रे यांचे घर. आजोबांच्या बंगल्याची रचना अशी की मध्ये स्वत:ला राहण्यासाठी पाच खोल्या आणि दोन्ही बाजूला भाड्याने देता येतील अशा तीन खणांच्या सदनिका. मुख्य घराच्या पाठीमागे आऊटहाऊस. तिथेसुद्धा एक-दोन भाडेकरू राहू शकतील अशा सदनिका. एक भक्कम रितीने कठडे बांधलेली विहीर. या विहिरीत, इतर ठिकाणी पाण्याची टंचाई असली तरी खोलवर का होईना पाण्याचा संचय असे. एरव्ही पंचवीस फुटांवर पाणी. परंतु मे महिन्यात तीस-पस्तीस फुटांवर घागर बुडवावी लागे. या घागरीतून वीस ते पंचवीस घागरी पाणी उपसण्याचा व्यायाम करताना तरुणपणी फारच मजा येई.

पण हे सर्व ती वास्तू तयार झाल्यावर. त्या अगोदरसुद्धा आम्ही दंडिन बंगल्यावरून साधनकेरीला (वास्तू उभारली जात असताना) रोज जात असू. हल्ली लॉरी बेकर यांनी लोकप्रिय केलेला वास्तुरचनेचा सिद्धान्त—आपल्या जागेवर मिळालेले साहित्य वापरणे—ही वास्तू उभारताना सात-आठ दशकांपूर्वी विचारात घेतला होता. सर्व बांधकाम तेथील मातीच्या विटांनी केलेले आहे. त्या विटा तेथेच एका साच्याने तयार करण्यात आलेल्या होत्या. गंमत म्हणून त्या विटा करताना साच्यांत माती भरणे आम्ही एक खेळ म्हणून करीत असू. कदाचित त्यामुळे असेल, तेथे असलेल्या वास्तूविषयी अजूनही आपुलकी वाटते. आणि धारवाडला काही कारणामुळे भेट दिली तरी काही क्षण तरी डोळ्यांत आनंदाश्रू आल्याशिवाय राहत नाहीत.

माझ्या आजोबांचे व्यक्तिचित्र रेखाटण्याचा प्रयत्न माझ्या अशा पुसट असलेल्या स्मृतींच्या आधारावर करणार आहे. पण त्या आहेत मात्र ठाम, ठशासारख्या.

आजोबांच्या शरीरयष्टीचे वर्णन करावयाचे तर स्थूलपणाकडे झुकलेले; पण तरीही सुदृढच म्हणावे लागेल. याचा परिणाम त्यांच्या चालण्याबोलण्यावर मुळीच आढळत नसे. माझी आईपण त्याच वळणाची. आधी नोंदल्याप्रमाणे आजोबांची तर फिरण्याची नोकरी. कुठलेही कार्य करावयाचे म्हणजे चपळ हालचाल, कष्ट करण्याची तयारी व मितभाषी असले तरी बोलताना सुसंस्कृत विचार व निश्चयी मतमांडणी होती असे मला आठवते. हे अर्थात 'मागे वळून पाहताना' लक्षात येते. त्या वयात मला हे जाणवत होते का याची खात्री देता येणार नाही.

धारवाडला दर शनिवारी बाजार भरत असे. कर्नाटकात याला 'सान्थ' म्हणतात. आजोबा स्वत: बाजारात जात. आजोबा टांग्यावरून बाजारात केलेली खरेदी उतरून घेत आहेत हे चित्र अजूनही माझ्या मन:पटलावर स्वच्छ कोरलेले आहे. कित्येक वेळा ते हे दीड-दोन किलोमीटरचे अंतर चालतच पार करत असत. जाताजाता सांगायचे म्हणजे, त्या काळी हमीदचा टांगा व अब्दुल्लाची दमणी (बैलगाडी) ही आमची ठरलेली होती. आम्ही मुंबईहून धारवाडला पोहोचलो म्हणजे यांपैकी स्टेशनबाहेर एक आमचे स्वागत करीत. त्यामुळे हमीदच्या टांग्याचा घोडा व अब्दुल्लाच्या दमणीचे बैल हेही आमचे दोस्त झाले होते. त्यांत स्वार झाल्यावर चालकाप्रमाणे आम्हीही या मुक्या प्राण्यांशी खूपच बातचीत करत असू! टांग्याचा घोडा (तट्टाणीच म्हणूया) दामटण्यासाठी एखादं मिनिट लगाम हाती

मिळणं, त्याची गंमत वेगळी. पण धिम्या गतीने चालणाऱ्या दमणीच्या बैलाला घातलेल्या वेसणांचा दोर मात्र आम्ही हातात घेण्यास धजत नव्हतो.

आजोबा वनखात्यात हेडक्लार्क होते. कार्यालयात जाताना त्यांचा पेहराव हा त्या काळच्या रीतीप्रमाणे सुती गुंडाचा सदरा-कदाचित कॉलरशिवाय असावा-गळ्यापर्यंत गुंड्या लावलेला, धोतर, धुरकट रंगाचा कोट व कर्नाटी फेटा. त्यांनी भरघोस मिशा वाढवल्या होत्या. अशा व्यक्तींना खाताना व पिताना जी कसरत करावी लागते ती पाहण्यातसुद्धा आम्हा लहानग्यांना मजा वाटायची. ह्या काळात मुंबईतसुद्धा कपडे परीटघडीचे नसत. धोबीघाट जोरात होता. आठवड्यात एकदा धोबी कपडे नेत व आणत असत. लॉन्ड्र्या होत्या. पण कपडे घरीच स्वच्छ ५०१ साबणाने धुऊन (सर्फ, रिन वगैरेची भानगड नव्हती) ते बिछान्याखाली 'इस्त्री' करणे हे सुद्धा रूढ होते.

आजोबा मधुमेहाने पछाडले होते आणि शेवटचे काही दिवस त्यांचा एक पाय गँगरीनमुळे कापावा लागला होता. त्यामुळे त्यांना चालताना कुबड्या वापराव्या लागत. त्यांनी धारवाडजवळच केलंगेरेनजीक थोडी जमीन विकत घेतली होती. धाकट्या मुलाला (दिनकरमामा) पुण्याच्या ॲग्रीकल्चर कॉलेजमध्ये थोडेसे प्रशिक्षणही दिले. पण ते मुंबईत आमच्याकडे स्थिर झाले. थोरल्या मुलीचे (माझी आई) गणपतरावांशी लग्न झाल्यावर त्यांचा बराचसा भार कमी झाला. थोरला मुलगा कृष्णामामा मात्र शेवटपर्यंत एक चिंतेची बाब होती - त्यांना व नंतर आम्हांलाही. श्रीमंत नसला तरी सालस व मेहनती जावई गणपतराव यांनी दिनकरमामाची व धाकटी मुलगी सुनंदा (माझ्याहून एक महिन्याने लहान) यांची जबाबदारी घेतली व यामुळे थोडेसे समाधान होते. पण ५ फेब्रुवारी १९३३, तो दिवस मी कसा बरे विसरणार. प्रकृती बरी नसतानाही आजोबा व आजी माझ्या मुंजीसाठी मुंबईला आली. गावदेवीतील जगन्नाथ शंकरशेट हॉलमध्ये दोन दिवस मंगलकार्याचा जल्लोष असा कार्यक्रम. मुंजीचे सर्व विधी व्यवस्थितपणे पार पडले. रात्री जमलेल्या मंडळींसाठी मनोरंजनाचा कार्यक्रम होता. आमचे एक मित्र कीर्तनाच्या माध्यमातून गमतीशीर गोष्टी सांगत. हसवण्याचा प्रकार. यामुळे कार्यक्रम मध्यरात्रीपर्यंत रंगला. सर्व झोपी गेले. फक्त आजोबा, आजी व मी जागे. ती दोघे पहाटे तीनपर्यंत जागी होती. आजोबा आपल्या थोरल्या मुलाच्या भविष्याबद्दल चिंतन करीत होते. मुलाला मुंजीच्या रात्री जांघेत बेडूक घातला जातो अशी एक मजेदार (पण भयानक) समजूत काही लोक पसरवत असत, म्हणून मीही रात्री अस्वस्थ होतो. सहसा केव्हाही झोपले तरी पाचला उठणारे आजोबा

सहापर्यंत जागे झाले नाहीत. उशिरा झोपले म्हणून असेल म्हणून सहापर्यंत वाट पाहिली, मग आजीला राहवेना. तिने त्यांना हाक मारली. प्रतिसाद मिळाला नाही. शंका आली म्हणून कपाळाला हात लावला तर सर्व अंग गार झालेले. डॉक्टरांचे निदान असे होते की रात्रीच त्यांना बिछान्याला पाठ लावली तेव्हा लगेचच हार्टअॅटॅक आला असावा.

माझे सख्खे मामा दोन. त्यांच्या निमित्ताने काही विचार मनात येतात. थोरला कृष्णमामा जवळ जवळ जन्मभर बेकार. तर धाकटा मेहनती व महत्त्वाकांक्षी, पण आपली महत्त्वाकांक्षा पूर्ण करण्याची क्षमता जवळ नसणारा व मागील अनुभवावरून धडा न घेणारा. म्हणजे दोन भिन्न प्रवृत्तींबद्दलचा माझा अनुभव मी सांगणार आहे.

कृष्णामामा हा लहानपणापासूनच उनाड म्हणून कदाचित आजोबांनी दोन निर्णय घेतले असावेत. वनखात्यात लाकडांची ने-आण करणारे ट्रकमालक यांना विनंती करून कमीतकमी वाहनचालक म्हणून कृष्णामामांना काम करता येईल का याचा अंदाज घेणे, ट्रकचे ड्रायव्हिंग शिकल्यावर त्यांना लायसन्स काढून देणे. काही दिवस कृष्णामामांनी वाहनचालक म्हणून काम केले. पण सातत्याने कष्ट करण्याची सवय नाही, जबाबदारीने वागणे तर सोडून द्या. शिवाय नेहमी भांडणे उकरून काढणे हे रोजचे. मग नोकरी टिकणार कशी! कपाळाला नेहमी आठ्या, तुसडी बोलणी, धसमुसळेपणा.

आजोबांनी शेतजमीन खरेदी केली त्याचे एक कारण हे की कदाचित कृष्णमामा त्यांत गुंतेल. पण छे! इतर काही व्यवसायात गुंतवण्याचा प्रयत्न असफल झाला. मला आठवते, एक सोडा तयार करण्याचे यंत्रही विकत आणले. साधनकेरीच्या मुख्य मार्गावर येणाऱ्या-जाणाऱ्यांची गरज म्हणून सोडा विकला तरी थोडीशी कमाई होईल हा विचार. पण हेसुद्धा मामाला जमले नाही.

काही काळ ट्रक व्यवसायाशी संबंध आल्यामुळे त्या व्यवसायाला बहुधा ग्रासलेल्या दोन वाईट सवयी मात्र कृष्णामामांनी जवळ केल्या — मद्यपान व धूम्रपान. या दोन्हींचा अतिरेक झाला नाही याचे कारण पैशाची टंचाई हेच होते.

पण त्याहूनही महत्त्वाचा प्रभाव होता तो कुटुंबातील सुसंस्कृत परंपरा व वडीलधाऱ्यांचा धूसर धाक. परंतु झेपेल त्यापेक्षा जास्तच अशा प्रमाणात या सवयींच्या ते आहारी गेले व त्यांची प्रकृती बिघडली. फुफ्फुसांत बिघाड झाला व अगदी शेवटपर्यंत त्याने त्यांचा घात केला. कुठलाही आजारी माणूस — तोही सतत व्याधींनी पछाडलेला - हा नेहमी हट्टी व अविचारी होतो. उपचार घेण्याची टाळाटाळ करतो. कृष्णामामांच्या बाबतीतही असेच झाले. एकदा ते मुंबईला उपचारासाठी आले. थोडे दिवस जे. जे. रुग्णालयात उपचार केले तर बरे होतील असे वाटले होते. आईची ही नेहमीची धडपड. त्या वेळी डॉ. बी. पी. दिवगी (नंतर मुंबईचे महापौर) हे जे. जे. मध्ये आर. एम. ओ. होते. ते तिथे राहत असत. रोज जेवणाचा डबा आमच्या घरातून जात असे. एक दिवस मी असाच डबा घेऊन गेलो तर कृष्णामामा रुग्णालयातून पसार झालेले, डॉक्टर्सच्या परवानगीशिवाय. ते धारवाडला परतले होते. स्वभावाला औषध नाही हेच खरे.

अशा कुटुंबात आणखी एक (गैर) समज असतो. उनाड मुलाचे लग्न लवकर केले म्हणजे बायकोच्या नशिबाने म्हणा किंवा तिच्या कुटुंबातील उपस्थितीमुळे परिस्थितीत सुधारणा होईल. उनाडक्या करायची सवय असलेली व्यक्ती सुधारण्याच्या युक्त्या बहुतांश असफल झाल्या आहेत असे आढळून येते. एक मात्र नक्की होते. कुटुंबप्रमुख अविचारी असला म्हणजे तर हमखास प्रजोत्पादन. कृष्णामामांना पाच मुली व एक मुलगा. मामांना एक आशा होती, मेव्हण्यांनी जशी वडिलांच्या (आजोबांच्या) मुलांची काळजी घेतली तशी भाचा सदानंद (हा हक्काचा जावई समजला जात असे) आपली सोय करेल. पण अस्मादिक अठरा वर्षे वयाचे असतानाच उत्साही, कर्तबगार व समाजसेवेत रस असलेल्या मुलींच्या गराड्यात वाढलेले असल्यामुळे त्यांची इच्छा पूर्ण होणे शक्यच नव्हते.

आन्नूने मात्र धारवाडची जमीन टिकवण्यासाठी बरीच वर्षे वार्षिक सारा भरणे व मामांना जमेल तेवढी आर्थिक मदत करणे चालूच ठेवले. मामा त्या जमिनीवर कधीच लक्ष देणार नाहीत हे नक्की झाले तेव्हा जमीन सरकारच्या स्वाधीन केली. मी शेतीविषयात रस घेण्याची वेळ आली तेव्हा ती आमच्या हातातून निसटली होती.

दिनकरमामांची गोष्ट अगदी वेगळी. त्यांनी थोडे तरी शिक्षण घेतले होते. तेही पुण्यातील प्रसिद्ध कृषिविद्यालयात. त्यांच्याबद्दल मी अगोदर बरेच लिहिले आहे. इथे फक्त त्यांच्या अव्यवहारी धाडसाबद्दल लिहावयाचे आहे. पण त्या अगोदर

थोडासा पूर्वेतिहासाचा आढावा घेणे जरूर आहे. दिनकरमामा मुंबईत आले तेव्हा त्यांचे वय सतरा-अठराहून जास्त नसावे. पॉप्युलरचे प्रमुख विक्री केंद्र लॅमिंग्टन रोड (भडकमकर मार्ग) वर नेल्यावर मूळ गवालिया टँकचे दुकान सांभाळण्यासाठी दिनकरमामांची निवड झाली असावी. मी प्री-मॅट्रिकमध्ये असल्यापासून त्या दुकानात काही वेळ घालवत असे व मामांच्याकडून ग्रंथविक्रीचे (व प्रकाशनाचेही) धडे मी तिथेच गिरवले. त्या काळाचे नामवंत ग्राहक माझ्या लक्षात आहेत. त्यांपैकी काही-नामवंत कायदेपंडित एच. एम. सिरवाई, समर्थ कलाकार स्नेहप्रभा प्रधान, सिनेसृष्टीत साऊंड रेकॉर्डिस्ट म्हणून गाजलेले मिनू कत्रक. गवालिया टँकमधील त्यांचे सहकारी सदानंद मनोहर तर्खड. ते मधून मधून लेखन करीत. १९४० मध्ये त्यांची कादंबरी 'मंगला' ही त्या वेळी गाजलेले प्रकाशक ब्रह्मानंद यांनी प्रकाशित केली होती. हे सिनेतारका नलिनी तर्खडच्या नात्यातले. दिनकरमामांनी व तर्खडांनी काही ग्रंथ प्रकाशित केले. प्रकाशन संस्थेचे नाव अशोक (मामाचा मुलगा) प्रकाशन. प्रकाशक दिनकर कुळकर्णी. अगदी लक्ष राहील असे शीर्षक असलेली 'कमलिनी काश्मीरकर' ही कादंबरी १९४४ ची. पण या सर्व खटाटोपात व्यावहारिक दृष्टिकोन किंवा अनुभव नसल्यामुळे हा व्यवहार आतबट्ट्याचा ठरला.

दुसऱ्या युद्धाच्या वेळी हे युनिट बंद करण्याचा विचार आन्नूने केला. तेव्हा "काही वर्षांचा अनुभव मला आहे, ते मलाच द्या," अशी विनंती मामांनी केली. आन्नूने त्याप्रमाणे करार केला. त्यांना सर्व प्रकारच्या सवलती दिल्या. तोपर्यंत मामा हे एक कल्पक मॅनेजर म्हणून बरे होते. तेव्हापासून मामांची महत्त्वाकांक्षा जागी झाली. मेव्हण्याप्रमाणे मोठा धंदा करावा, श्रीमंत व्हावे ही मनीषा जागी झाली. त्याला प्रोत्साहन देणारे त्यांचे श्वशूरही होते. ते म्हणत, 'पाहा, माझा जावई कसा पटापट व समाधानी सेवा देत आहे!" वगैरे. त्यांनी पुस्तकांबरोबर चित्रकलेला लागणाऱ्या अनेक वस्तू विक्रीला ठेवल्या. खप वाढला हे खरे. दोन ते तीन वर्षांत तो पूर्वीपेक्षा तिप्पट झाला. पण खर्च तर त्याच नव्हे त्याहून अधिक पटीने वाढला. शिवाय विक्री चांगली होईल या अपेक्षेने साठवलेल्या ऑइल पेंट्सच्या ट्यूब्स होत्या. मार्केटमध्ये दुसऱ्या महायुद्धामुळे सामानाचा पुरवठा नियमित होत नसे. म्हणून मागणीपेक्षा खूप अधिक साठा मामांनी जमवला. त्या ऑईल पेंट्सच्या ट्यूब्स, ब्रशेस, वॉटमन कागद वगैरे खराब झाले. परिणामी प्रचंड नुकसान. शिवाय हे सर्व करण्यास पठाणाकडून भरमसाट दराने कर्ज. या सर्व अव्यवहारी धाडसामुळे त्यांनी स्वत: दिवसरात्र खर्चून केलेली मेहनतही फुकट गेली. दुकानावर टाच आली

व त्यांना या जंजाळातून सोडवण्यास आम्हांला सत्तर ते ऐंशी हजार रुपये मोजावे लागले. मामा पुन्हा पॉप्युलरमध्ये रुजू झाले.

काही काळ गेल्यावर त्यांच्या मनातील स्वतंत्र व्यवहार करावा व श्रीमंत व्हावे ही सुप्त इच्छा पुन्हा जागी झाली. परळ भागात एक फार्मसी विकायची होती ती त्यांनी घेतली. पॉप्युलरची नोकरी कायम ठेवा, असा सल्ला मीच त्यांना दिला. त्या धंद्याकडे लक्ष देण्यास परवानगीही दिली. फक्त त्यांनी पुन्हा कर्ज काढावयाचा विचार केला तेव्हा मी त्यांना धोक्याचा इशारा दिला. नातेवाइकांकडून (आई व श्वशुर) त्यांनी पैसे घेतलेच होते.

एक चांगला मॅनेजर हा यशस्वी 'मालक' होऊ शकतोच असे नाही. ग्रंथविक्रीत आलेल्या कटू अनुभवांपासून काहीच धडा त्यांनी घेतला नाही. आवकीपेक्षा खर्च जास्त आणि प्रथमपासून अनावश्यक असा 'भांडवली' खर्च. यामुळे पुन्हा दोन-तीन वर्षांतच व्यवसायाचा बट्ट्याबोळ झाला व गुंतवलेले सर्व भांडवल बुडाले.

मी रांगायला लागलो व आम्ही सर्व मुंबईला परत आलो. माझी धाकटी आत्या कृष्णाबाई आमच्याचकडे राहत असे. तिचा तर मी लाडका होतोच, पण दत्तात्रय चाळीतील सर्वांनाच मी रमविले होते. शेजारीच राहणारे निपुत्रिक जोडपे मनहरभाई व कांतीबेन पोपट यांच्या बंबाचे तोंड उघडे करून मी पाणी सर्वत्र वाहत ठेवले तरी मला त्यांच्याकडून तंबी मिळाली नाही; इतका मी तेथील रहिवाशांमध्ये प्रिय झालो होतो. पहिली दोन-तीन वर्षे आईने माझे लाडच केले. त्यावेळी मुद्दाम तयार करून घेतलेली जरीच्या वेलबुट्टीने मढविलेली वेलवेटची टोपी बरीच वर्षे जपून ठेवली होती. दोन मजेदार-आनंददायी आठवणी सतत मनामध्ये येतात. सकाळी आईबरोबर किंवा आत्याबरोबर काळूभैय्याकडे जाणे आणि भूतबंगल्याचे आजोबा एडनवाला.

काळूभय्या हा चिखलवाडीचा 'राखणदार' म्हणजे दादा. व्यवसायाने गवळी. काळाकभिन्न, दाट मिशा असलेला, दिसायला गोष्टीतल्या राक्षसासारखा. 'दादा' हे खरोखरीच समाजाचे हितचिंतक होते. आणि 'बिग ब्रदर' हे बिरूद त्यांना बरोबर लागू पडण्यासारखे होते. दुष्ट प्रवृत्तीचे समाजकंटक तेव्हाही होते व त्यांना या 'दादाची' भीती असे. आमच्यासारख्या छोट्या बालकांवर तर त्यांचे अत्यंत प्रेम. रोज सकाळी लहानशा वाटीमध्ये काळूभय्याच्या दुकानासमोर फेसाळ दूध पिताना आमची चर्या बघून काळूभय्या सुखावत असत.

सायंकाळी उन्हे कमी झाली की पुन्हा आमची स्वारी निघाली फिरायला. ताडदेवला एक प्रशांत असा वाडा आहे. चिखलवाडीच्या अगदी उलट दृश्य - बंगला व प्रसन्न फुलझाडांनी आणि इतर वृक्षांनी भरलेली वाडी. आज त्याला भूतबंगला म्हणतात. त्याचं नाव 'एडनवाला कंपाऊंड'. त्या वाडीचा मालक

सत्तर-एकाहत्तर वर्षांचे आजोबा एडनवाला. त्यांचे पहिले नाव मला कळले नाही. गोरेपान; स्वच्छ सदरा-पायजमा, जॅकेट, डोक्याला टिपिकल पारसी शुभ्र टोपी, पारश्यांना प्रिय सपाता हा त्यांचा पेहराव. भल्यामोठ्या गेटजवळ संध्याकाळी ते रोज बसत असत. जाण्यायेणाऱ्या सर्व मुलांना लिमलेटच्या गोळ्या किंवा टॉफी ते देत असत. याशिवाय त्यांचा हसरा चेहरा व त्यांचे (त्या वयात आम्हांला न समजणारे) दोन-चार आशीर्वादाचे शब्द व गोड गालगुच्चे हे आल्हाददायक असत.

काही महिन्यांतच आम्ही चिखलवाडी सोडली. तिथून गावदेवी इथल्या मणिभवन जवळच्या वायडा व्हिलामध्ये गेलो. हे स्थित्यंतर का केले मला सांगता येणार नाही. या जागेत जास्त सोयी होत्या खऱ्या. पण मुख्य कारण म्हणजे मंगेशमामांचे नुकतेच निधन झाले होते व आतापर्यंत जवळच्या सारस्वत कॉलनीत राहणाऱ्या मामीला आपल्याकडे राहण्यास येण्याचा आग्रह करणे हा आन्नूचा उद्देश असावा. परंतु एव्हाना मामीने आपल्या शिरूर कुटुंबीयांबरोबर कर्नाटकातील आपल्या गावी जाण्याचा निर्णय घेतला होता.

वायडा व्हिलापासून गवालिया टँक मैदान, चौपाटीचा समुद्रकिनारा जवळच असल्यामुळे लॅबर्नम रस्ता व गावदेवी इथे लोकांची वर्दळ तशी कायमचीच. गवालिया टँक मैदान म्हणजे आत्ताचे ऑगस्ट क्रांती मैदान इतके सांगितले तरी आपल्याला तिथल्या सभा-संमेलने यांची कल्पना यावी. शिवाय काँग्रेसची महत्त्वाची सभा या परिसरात होत असे. गोकुळदास तेजपाल हॉलही लक्ष्मीनारायण देवळाजवळच आहे.

परंतु तरीही फार गोंगाट-गोंधळ असा केव्हाही नव्हता. असहकार चळवळ जोरात असताना सकाळच्या प्रभात फेऱ्या व त्यांची हळू आवाजात म्हटलेली देशभक्तीपर गाणी पहाटे ऐकू येत असत. नगरपालिकेच्या निवडणुका असोत किंवा राजकीय नेत्यांच्या सभा — गवालिया टँक मैदानावर जाणाऱ्या लोकांचा लोंढा हा शिस्तबद्ध असे.

खरे म्हटले तर जास्त गडबड होती ती आम्हा बालचमूंची! आबा-धुबी, लगोरी, क्रिकेट, लपंडाव, मुले-मुली बॉलने खेळत असताना काचा फुटणे त्याचबरोबर काच फुटलेल्या घरातून मिळणारा दम व अनेकदा मिळणारे धपाटे यांची गडबडच जास्त असे. आम्ही राहत होतो त्याच परिसरात गावदेवीचे देऊळ होते. तिथे कायम कीर्तनकार आपल्या रसाळ वाणीने व गोड संगीताने आपली कला सादर करीत. ही कीर्तने बऱ्याच वेळा मीही ऐकली आहेत. आणि काही

कीर्तने ऐकल्याने भारावूनही गेलो आहे. त्या काळी अशी कीर्तने खूप ठिकाणी होत. कीर्तनकारांची नावे आता आठवत नाहीत. पण बनूबाईंची रेखीव शरीरयष्टी, शुभ्र नऊवारी साडी, कपाळावर ठसठशीत कुंकू, गौर कांती व पाठीवर सोडलेला मोकळा केशसंभार यामुळे त्यांचे व्यक्तिमत्त्व जास्तच आकर्षक वाटे. शिवाय संथ, रसाळ व सोप्या भाषेतील त्यांचे बोलणे, गाणे ही त्यांची एक खासियत होती. कीर्तनाचा शेवट करताना त्या खरोखरच टाळ-मृदंगाच्या गजरात इतक्या तल्लीन होत की अंगात संचारल्यासारख्या नाच-नाचत अखेर बेहोष होत, हा एक विलक्षण अनुभव होता. स्वातंत्र्यापूर्वी कीर्तन, पोवाडे वगैरे हे एक लोकशिक्षणाचे प्रभावी माध्यम होते. गणेशोत्सवात तर एक दिवस त्यासाठी राखीव असे. अनेक छोटे मोठे कलाकार आपल्या कुवतीप्रमाणे आपलीही छोटीसी सेवा उत्सवात सादर करीत. कीर्तन ही एक उत्कृष्ट दृक्‌श्राव्य कला होती म्हणूनच काही त्याचे 'विडंबन'ही करीत. हल्ली छोट्या पडद्यावर व काही देवळांत कीर्तने पाहण्याचे व ऐकण्याचे प्रसंग आले. परंतु त्या काळात ऐकलेल्या कीर्तनाची शान याचे योग्य वर्णन करणे व मूल्यमापन करणे कठीणच!

मलबार हिल तर नजीकच. मी व माझे काही मित्र तिथे काही वेळा अभ्यास करावयालासुद्धा जात असू. पण निसर्गप्रेम व एकंदरच पर्यावरण यांबद्दलची जाण लोकांमध्ये नव्हती असे आता जाणवते. अर्थात 'प्रदूषण' ही त्या वेळी फार गंभीर बाब नव्हती. तरीही आम्हांला आमच्या परिसरातील वृक्षसंपदा व पक्षी यांबद्दल मार्गदर्शन केले असते तर त्याबद्दल जास्त माहिती मिळाली असती व आस्थाही वाढली असती असे वाटते. येथील वृक्षवल्लींबद्दल डॉ. शरदिनी डहाणूकर यांनी खूपच माहिती उपलब्ध केली आहे. आणि प्रकाश गोळे यांच्या पुस्तकामुळे पक्ष्यांबद्दल आपले ज्ञान थोडेसे समृद्ध झाले आहे. आमच्यावर जास्त प्रभाव पडला तो राजकारणाचा व काही प्रमाणात साहित्यजगताचा.

गावदेवीचे अनेक गुंजारव अजूनही जुन्या स्मृती चाळताना आठवतात व कानांत वारंवार दुमदुमत असतात.

एक वयाने झुकलेला, पण तरीही पूर्वीची उमेद कायम असलेला विक्रेता, उंचीने बुटका, पेहराव गुजरातेतील खास बोहरी जमातीतील पुरुषांचा - गोल टोपी, शर्ट-पायजमा, तपकिरी जॅकेट - तो विकत असे कीटकनाशक; बहुतेक बायर कंपनीचे असावे. तेव्हा हे एकच असे गुणकारी औषध होते. त्याने दिलेली हाक - 'जपानच्या राजाला ढेकूण चावला रे चावला...' वगैरे गमतीशीर गुजराती भाषेचे हेलकावे, उंच टिपेचा स्वर — आवाज क्षीण असला तरी — सर्वांपर्यंत

पोहोचे. ढेकणाचे प्रस्थ हे आपल्या सर्वांनाच माहिती आहे. शिवाय सर्व संगीत मेळाव्यांत, 'ढेकणाने मजला पछाडले'चे गाणे सर्वत्र असे. एकच आयटम विकणारा हा आपले जीवन या विक्रीवर व्यतीत करू शके. त्याची कारणे अर्थात दोन — भरपूर विक्री आणि स्वस्ताई, या औषधाची डबी मात्र आज इतिहासजमा झाली आहे. गोल आकाराची, टिनची व त्याला एक तोटी. तोटीवरील कवच काढून दोन बोटांनी दाबले म्हणजे त्यातील पावडर टपक-टपक आवाज करीत बाहेर पडत असे. ह्याची फेरीसुद्धा आठवड्यातून एकदा!

महिना-दोन महिन्यांनी येणारा चिनी! हा सिल्कचे कापड विकण्यास येई. आवाज तसा कमीच; पण तो एखादीच ललकारी देई. त्याला नेहमीच्या ग्राहकांकडून प्रतिसाद मिळे व त्याचा बहुतेक ठरलेली गिऱ्हाइके मुलायम, विविध रंगांची व विविध उपयोगासाठी कापड खरेदी करत. त्यांत मग साड्या कमी पण ब्लाऊज, भरतकामासाठी कापडाचे तुकडे वगैरे यांचा समावेश असे. हे सर्व केव्हाच गायब व्हायचे.

पण दर दिवशी जिचा आवाज ऐकू यावयाचा ती फुले विकणारी वृद्ध बाई. कृश, कमरेत वाकलेली पण तुरुतुरू चालणारी, परीकथेतून अवतरलेली अशी तिची हालचाल. ''दवणाऽऽ मरवाऽऽ; दवणाऽऽ मरवाऽऽ'' अशी तिची साद. रोजच्या पूजेसाठी काही फुले, दूर्वा वगैरेही तिच्याकडूनच मिळायची. पण हारामध्ये ओवण्यासाठी दवण्या-मरव्याची सुगंधी पानेही लागत असत. (आमच्या शेजारी राहणाऱ्या आनंदीकाकू यांना रोज बाबामहाराजांसाठी हार बनविण्यासाठी!)

शेजारी बरीच गुजराती कुटुंबे असल्यामुळे मकरसंक्रातीला गच्चीवरून पतंग उडविणे व त्यांच्यातील चुरस मजेदार असे. वायडा व्हिलामधील विनोद मर्चंट हा त्यात तज्ज्ञ. दिवाळीत फटाक्यांची आतषबाजी होतीच. माझ्या बालपणी एकदा काकाबरोबर फटाके लावताना त्यांना व मला किरकोळ अपघात झाला. काकांना जरा जास्त जखम झाली. आम्ही स्वत: जास्त फटाके विकत घेत नसू. पण माझे आजोबा भवानीशंकर कुळकर्णी हे दर वर्षी भरपूर आणि वेगवेगळ्या तऱ्हेचे फटाके आणून देत असत. सुदैवाने तेव्हा ॲटमबॉम्ब नव्हते.

'वायडा व्हिला'मध्ये आम्ही जवळ जवळ एक तपाहून अधिक वास्तव्य केले. माझे प्राथमिक व माध्यमिक शिक्षण याच काळातले.

१९२८ मध्ये मी 'सेंट कोलंबा स्कूल'मध्ये दाखल झालो. ही शाळा मार्गाइट विल्सन यांनी आपल्या तीन सहकाऱ्यांबरोबर १८३२ मध्ये सुरू केली होती. त्या वर्षी पटावर विद्यार्थी होते सात.

योगायोगाची गोष्ट अशी : आन्नूही या शाळेचे एखादे वर्ष विद्यार्थी होते म्हणे!

हेमलता कुळकर्णी आणि ललित सबनीस यांच्या सोबतीने मी शाळेची पायरी चढलो. या दोघींनी माझ्या आधी दोन वर्षे शाळेत प्रवेश घेतला होता.

हेमलता ही आमचे शेजारी गणेशमामा कुळकर्णी यांची एकुलती एक मुलगी. 'रॉय अॅन्ड कंपनी'चे संस्थापक व्ही. एन. कुळकर्णी यांचे गणेशमामा हे ज्येष्ठ पुत्र. ही होमियोपथिक औषधांची कंपनी मुंबईत प्रसिद्ध आहे. ती स्थापन झाल्याला शंभराहून अधिक वर्षे लोटलेली.

ललित ही पहिल्या मजल्यावरील सबनीस वकिलांची मुलगी. तिची मोठी बहीण इंदुताई 'सेंट कोलंबा'च्या मुख्याध्यापिका.

मी शाळेत रुजू झालो आणि चक्क मराठी चौथीपर्यंत माझे शिक्षण तिथेच झाले. सर्वच शिक्षिकांची नावे आता आठवत नाहीत. परंतु तिथे दोन सुंदर बाई होत्या. त्यांतील एक काळी, दुसरी गोरी. त्या काळी प्रायमरी शाळेतील एकंदर वर्ग सहा असत - बिगरी, इन्फंट, पहिली, दुसरी, तिसरी आणि चौथी. वयस्क सुंदरी बाई या दुसरीच्या वर्गशिक्षिका आणि त्या शिवणकला फक्त शिकवत असत. आम्ही पण ते शिकलो बरं का! विद्यार्थ्यांची काहीही चूक झाल्यास सुईने

टोचणे ही एवढीच शिक्षा. ती माझ्या वाट्याला आली नाही हे नशीब. तिसरीच्या वर्गशिक्षिका या गोऱ्या सुंदरीबाई. समजूतदार, प्रेमळ. पुन्हा चौथ्या इयत्तेत पेठेमास्तर हे कडक शिस्तीचे शिक्षक. आठवड्यातून दोन तास मोडी शिकणे; त्याचप्रमाणे लेखनवह्या, एकेक पान आठ-आठ, दहा-दहा वेळा लिहून काढावे लागत असे.आणि तेही बोरूचा वापर करून. बोरूला टोक काढणे ही एक कलाच आहे. बोरूची जाडी; त्याला एका बाजूला हवे तेवढेच तासणे. त्या टोकाला चीर पाडणे (कमी नाही आणि जास्तही नाही.) वगैरे या गोष्टी अवघड असल्या तरी आम्हांला ते करताना खूपच मजा वाटायची. दौत सांभाळणे हीही एक कसरतच असे. सुदैवाने ती आठवड्यातून एकदाच. इतर वेळी पेन्सिलीचाच वापर. त्या वेळी पेन्सिल आणि खोडरबरच आमच्या दिमतीला असे.

ही शाळा आम्ही राहत होतो त्याला समांतर असलेल्या रस्त्यावर सुरू होती. आणि एका विस्तीर्ण जागेत बऱ्याच इमारतींत पसरलेली होती. तिचे दुसरे प्रवेश-द्वार हे गवालिया टँक रस्त्यावर होते. आम्हांला, प्रायमरी शाळेत जाताना हायस्कूलच्या इमारतीमधून मधले पटांगण पार करून पलीकडे जावे लागे. शाळेचा परिसर, मोठाल्या वृक्षांनी भरलेला असल्याने एकंदर वातावरण आल्हाददायक आणि आमचा उत्साह वाढवणारेच होते. या शाळेचे सर्वच कर्मचारी टापटीप व स्वच्छता यांबद्दल अत्यंत जागरूक असत. गुलमोहर, बहावा, लॅबर्नम असे मोठे वृक्ष सर्वत्र असल्यामुळे भर दुपारी सुद्धा गारवा सतत जाणवत असे. ही झाडे लावली त्या वेळीही परिसर व रंगसंगती याचा विचार केला असणार. त्यामुळे शाळेतील पहिला दिवस सोडला तर रडवेला आणि नाखूश असा विद्यार्थी या शाळेत नव्हता.

शिस्त कितीही कडक असली तरी ती जाचक नव्हती. कारण सर्व शिक्षकवर्ग हा विद्यार्थ्यांना शिस्तीचे महत्त्व योग्य रितीने समजावून देत असे. आणि शिवाय तिचा अतिरेक किंवा गैरवापर हा या शाळेत तरी झाला नाही.

१९३२ मध्ये मी चौथी पास झालो. आणि पुढल्या वर्षापासूनच शाळेने मुलांना तिसरीपर्यंतच शिकवायचे ठरवले. आणि एकदोन वर्षांतच ही शाळा संपूर्ण मुलींची शाळा झाली. या घटनेला आम्ही मुले जबाबदार मुळीच नव्हतो हे ठासून सांगायला हवे. सामान्य भाषा वापरायची तर अगदी - आई शप्पथ!

'सेंट कोलंबा'तील चार वर्षे अगदी मजेत गेली. रमेश नाडकर्णी हा माझा या शाळेतील मित्र. रावबहादूर श्रीपाद सुबराव तालमकींचा नातू. त्याने आयुष्यभर सहकारी तत्त्वांचाच पुरस्कार केला. 'व्ही. एल. मेहता इन्स्टिटयूट ऑफ

को-ऑपरेशन’ इथे अध्यापन केले. ‘सोसायटी फॉर स्टडीज अ‍ॅण्ड को-ऑपरेशन’ स्थापन करण्यात पुढाकार घेतला. आमच्या समाजामध्ये बिग ब्रदर या नात्याने प्रसिद्धी पावला. त्याच्या समाजसेवेच्या कार्यात त्याची सुविद्य पत्नी चंद्रा हिची साथ लाभली.

माध्यमिक शिक्षणासाठी मी 'गोखले एज्युकेशन सोसायटी'च्या धरमसी गोकुलजी ठाकरसी (ध. गो. ठा.) हायस्कूलमध्ये दाखल झालो. प्रिन्सिपॉल स. रा. जोगळेकरसर व हेडमास्तर गाडगीळसर. 'भटांची शाळा' म्हणून प्रसिद्ध. सर्वच शिक्षक ब्राह्मणी संस्कृतीचे. अर्थ असा की, ते खरोखरच चांगले अध्यापन करीत यात शंका नाही. माझ्या बरोबरीच्या अनेक व्यक्ती आपापल्या क्षेत्रात राष्ट्रीय व आंतरराष्ट्रीय स्तरावर यश व कीर्ती मिळवत्या झाल्या.

या शाळेतील उच्चपदस्थांचा भर शिस्त राखण्याकडेच होता. खरे म्हटले तर माझ्या सहा वर्षांत टवाळखोर असा विद्यार्थी एखादा-दुसरा! सर्वांचे लक्ष अभ्यासावरच असे. पण तरीही प्रिन्सिपॉलसाहेबांच्या कचेरीत असलेल्या छडीचा वापर वाजवीपेक्षा जास्त केला जाई. किरकोळ कारणाकरिता किंवा कारण नसतानासुद्धा. उदाहरणार्थ, एक शिक्षक (सुदैवाने ते एकच वर्ष शाळेत होते.), यांचा खाक्या — प्रत्येक विद्यार्थ्याला तीन प्रश्न विचारावयाचे. प्रत्येक चुकीच्या उत्तराला एक छडी. बाकावर उभे करणे, वर्गाबाहेर ओणवे उभे राहावयास लावणे, पट्टीचा वापर असे शिक्षेचे प्रकार होतेच; शाळेत दोन चार असे शिक्षक असल्यामुळे काही विद्यार्थ्यांचे मानसिक संतुलन बिघडल्याचेही मला जाणवले आहे. 'ध. गो. ठा.'मध्येदेखील याशिवाय इतर सर्व शिक्षक मेहनत घेऊन, लक्षपूर्वक विद्यार्थ्यांना विषय समजावून देत. सायन्स शिकवणारे जोशीसर. इंग्रजी-मराठी साहित्याचा गोषवारा सांगणारे ए. डी. करमरकरसर आणि मराठी व गणिताचे एम. आर. जोशीसर हे दोघेही खादीधारी. या दोघांनी आम्हांला साहित्यजगताची ओळख करून दिली. भाषेचे ज्ञान जोशीसर व प्रधानसर यांनी. गणिताचे पाटणकरसर हे जरा विचित्रच शिक्षा करीत — गंमत म्हणूनसुद्धा आणि

लहरीप्रमाणे, काही प्रमाद झाला तर पोटाचा नाजूकसा चिमटा घेणे. असो.

आठवड्यातून एक तास विद्यार्थ्यांसाठी असे. त्या वेळी कार्यक्रम हा बहुतेक विद्यार्थ्यांनीच ठरविलेला असे. चर्चा, वाद, निबंधवाचन, काव्यगायन वगैरे. एक-दोन सहली झालेल्या आठवतात. पण नंतर पालकांनी पैशांच्या हिशेबाबद्दल अनादरयुक्त शब्द काढल्यामुळे त्या बंद झाल्या.

शाहीर पांडुरंग खाडिलकर, कवी सोपानदेव चौधरी ह्यांचे कार्यक्रम शाळेत झाले होते. कदाचित गणेशोत्सवात असावेत! गणेशोत्सव व 'मेळा' यांत नाटिका सादर होत. शिवाजी, संभाजीचा रोल मिळविण्यास सर्वच उत्सुक असत. नाहीच मिळाला तर मग तानाजी व इतर मावळ्यांपैकी एक!

या सहा वर्षांत खूप खूप वाचन केले. बहुतेक 'अक्षर', 'शाश्वत' साहित्य. मराठी आणि इंग्रजी. पण भाषांमध्ये मला मराठीत नेहमी कमी गुण मिळत व इंग्रजीत जरा त्याहून जास्त. म्हणून मॅट्रिकमध्ये 'ॲडिशनल' इंग्रजी (मराठी ऐवजी) घ्यावा असा विचार केला व मी निर्णय घेईपर्यंत ध. गो. ठा. हा विषय शिकवत नसे म्हणून विल्सन हायस्कूलमध्ये गेलो. (नंतर ह्याच वर्षी ध. गो. ठा. ने ह्या ॲडिशनल इंग्लिश विषयाचे अध्यापन सुरू केले.)

विल्सनमध्ये वातावरण वेगळे. बायबल एक तास घेण्यात येई. स्वत: प्रिन्सिपॉल जॉन कथबर्ट हे शिकवत. पण त्यांनी अत्यंत कसबाने व कळकळीने या उत्कृष्ट साहित्याचा परिचय करून दिल्यामुळे केव्हाही दडपण तर आले नाहीच, पण त्याबद्दल गोडी निर्माण झाली. परीक्षेच्या दृष्टीने हा विषय शिकण्याची गरज नव्हती. पण मला तरी त्यातील साहित्यिक मूल्य व मानवतावादी शिकवण यांचा परिचय झाला. शाळेच्या टेस्टमध्ये मला चांगले गुण मिळून एक बक्षीसही मिळाले. आजही 'पवित्र करार' हा माझा आवडता ग्रंथ आहे.

१९३८ मध्ये 'आपले' सरकार आले. बाळासाहेब खेर मुंबई इलाख्याचे मुख्यमंत्री झाले. मॅट्रिकच्या परीक्षेत मराठीत उत्तरे देता येतील; व अध्यापनही मराठीत करता येईल असे जाहीर झाले. इंग्रजीत कच्चे असलेले सर खूश. परंतु एक मात्र खरे की, तरी मी 'ॲडिशनल' इंग्रजीचा हट्ट धरला. शाळा बदलली तरी आजसुद्धा माझा मराठीचा शब्दसंग्रह जास्त समृद्ध आहे असे मला वाटते. त्या उलट इंग्रजीत मला कित्येक वेळा अडचण पडते, शब्द सुचत नाहीत. शब्दकोडे सोडविण्याचा मला छंद असल्यामुळे याबद्दल मला अनुभव येतो की इंग्रजीतील कोडी मी अर्धवटच सोडवू शकतो (अर्थात हल्ली वर्तमानपत्रांत यांचा संदर्भ अमेरिकन किंवा ब्रिटिश स्थानिक परिस्थितीशी असतो ही गोष्ट वेगळी!) —

काही गोष्टींचा उल्लेख केला पाहिजे. विल्सनमध्ये एक चांगला ग्रंथसंग्रह होता. आर्थर मी यांचे सर्व ग्रंथ! शिवाय त्यांनी चालविलेले Boys' Own Newspaper हे नियतकालिक नियमितपणे वाचणे ही एक सवयच सर्व मुलांना झाली होती. इतरही काही नियतकालिके वाचावयास मिळत. अजूनही अनेक शाळांमध्ये असा ग्रंथसंग्रह विरळाच! वाचनाची आवड निर्माण करण्यासाठी असा ग्रंथसंग्रह असावा व त्याबरोबरच शिक्षकांनी तो कसा वापरावा हेही शिकवावे तरच आपल्या आकलनशक्तीत वाढ होईल व ज्ञानाच्या कक्षाही रुंदावतील.

१९३०-४० च्या दशकात महात्मा गांधी यांच्या प्रेरणेने बऱ्याच 'राष्ट्रीय' शाळा व रात्र विद्यालये सुरू करण्यात आली होती. त्यांचे अभ्यासक्रम, उद्देश व शिक्षणपद्धती सर्व निराळी होती. विषयाचे ज्ञान, जगाचे ज्ञान व रोजच्या आपल्या गरजा व अडचणी यांचा विचार करून विषयांचे शिक्षण यांकडे जास्त लक्ष दिले जाते.

परंतु त्या काही वर्षांतच लयास गेल्या. का? याचा अभ्यास कोणी केला असेल का? शिवाय पन्नास-साठ वर्षांत अनेक 'कमिशने' आणि त्यांचे अहवाल आले. डॉ. झाकिर हुसेन यांनी केलेल्या प्रयोगाचा विचार जितका व्हावा तितका झाला नाही. अगदी अलीकडे डॉ. श्रीनाथ कलबाग यांनी यशस्वी रीत्या पुण्याजवळ पाबळजवळ असे काम केलेले आढळते.

१६

१९३८ च्या सुमारास आम्ही प्रॉक्टर रोडवरील आनंदाश्रम सोसायटीमध्ये राहायला आलो. चित्रापूर सारस्वत ज्ञातीच्या सहकारी गृहनिर्माण संस्थेने बांधलेली ही तिसरी वसाहत. १९१५ मध्ये गावदेवीमधल्या लॅबरनम रोडवर बांधलेली वसाहत पहिली.

तीसचे दशक हे अविस्मरणीय घटनांनी भरलेले आहे. माझ्यासारखी छोटी मुलेसुद्धा या राजकीय घडामोडींत आपापल्या परीने सामील होत. मुंबईत चौपाटीवर मिठाचा सत्याग्रह झाला त्यात आमचीही लुडबुड होती. लहान मुलांसाठी निर्मिलेली 'वानरसेना' विशिष्ट दिवशी मुंबईभर 'पिवळी पगडी हाय हाय' अशा आरोळ्या ठोकत रस्तोरस्ती फिरत असे. मंतरलेले दिवस होते ते!

भारताच्या राजकीय पटावर गांधीपर्व हे खऱ्या अर्थाने याच कालाखंडात सुरू झाले. १९२४ च्या बेळगाव काँग्रेस अधिवेशनाचे महात्माजी अध्यक्ष होते. त्यात त्यांनी आपल्या भाषणात घोषणा केली ती महत्त्वाची आहे. ''त्रिसूत्री कार्यक्रम हाच आपल्याला स्वराज्याकडे, रामराज्याकडे सुद्धा नेऊ शकेल. तो म्हणजे खादी, हिंदु-मुस्लिम ऐक्य आणि अस्पृश्यता निवारण.'' आजच्या सामाजिक व राजकीय संदर्भात याचे समीकरण वेगळ्या दृष्टिकोनातून करावे लागेल. तीन सूत्रांचे सार म्हणजे सर्वांचे अधिक द्वेषविरहित जीवन व माणुसकीची वागणूक. याला पर्यायी अनेक अर्थपूर्ण शब्दरचना करता येईल.

महात्मा गांधींवर अनेकांनी लिहिले आहे व अजूनही लिहिले जाईल. मलाही लिहावेसे वाटते; पण तो मोह तूर्त तरी टाळला पाहिजे. फक्त एक गोष्ट सांगावीशी वाटते ती म्हणजे, गांधींनी भारतातील प्रत्येक व्यक्तीला — स्त्री-पुरुष, लहान-थोर, मजदूर-किसान, अधिकारी-सामान्य नागरिक या सर्वांना — जागे केले,

कार्यरत केले.आजच्या बऱ्या-वाईट चळवळी, आंदोलने, मोर्चे गांधींच्याच प्रयत्नांमुळे झालेला परिणाम आहे. त्यांच्या व्यक्तिमत्त्वाबद्दल एक अत्यंत मार्मिक वाक्य उद्धृत केल्याशिवाय राहावत नाही. जॉन गुंथर यांनी आपल्या 'इनूसाइड एशिया' या ग्रंथात लिहिले : "गांधी इज लाईक जिझस क्राईस्ट, गौतम बुद्ध अॅन्ड युवर फादर (स्वत:चे पिताश्री)."

गणपतरावांच्या कुटुंबीयांत व पॉप्युलरमध्ये अनेक घटनांनी बरीच हलचल झाली.

आपण आता घटस्फोट, विधवाविवाह या गोष्टींकडे गांभीर्याने पाहत नाही. विसाव्या शतकातील त्या काळात स्त्री-मुक्ती चळवळीस सुरुवात झाली असे म्हटल्यास ते अगदीच चुकीचे होणार नाही. मोठ्या प्रमाणात स्त्रियांनी स्वातंत्र्य-चळवळीत भाग घेतला. भटकळ कुटुंबातील माझी आत्या तरुणपणीच विधवा झाली. ती आमच्या बरोबरच राहत असे. लग्नानंतर एक महिन्यात तिचे यजमान (आधीच असलेल्या क्षयाच्या व्याधीने) निवर्तले. नंतर काही काळ प्रभातफेऱ्या, सत्याग्रह, विदेशी मालाच्या विक्रेत्यांच्या दुकानांसमोर मोर्चे, खादी व इतर यांचा प्रहसनांमधून प्रचार अशा कार्यात तिने स्वत:ला गुंतवून घेतले. परंतु तरुण स्त्रियांची मानसिक कुचंबणा होणे नैसर्गिक असू शकते म्हणून पुन्हा संसारात रमल्याशिवाय गत्यंतर नसते. केशवपन करावयास भाग पाडणे पूर्णपणे कालबाह्य झाले नव्हते. पण आन्नूंनी ज्ञातीतील काही मित्रांच्या मदतीने तरुण, सुशील व कष्टाळू श्री. शंकरराव इनवल्ली यांच्याशी तिचा पुनर्विवाह केला. याची समाजाच्या दृष्टीने स्वागतार्ह उपक्रम अशी नोंदही त्या वेळच्या दैनिकांत झाली असे मला स्मरते.

आन्नूंना राजकीय व सामाजिक चळवळीत रस नव्हता असे म्हणता येणार नाही. त्यांनी घरच्या कुणालाही मीठ सत्याग्रह किंवा इतर तत्सम कार्यात भाग घेण्यास मना केले नाही. पण त्यांना स्वत:ला मात्र फुरसतच नव्हती. व्यवसाय उभा करावयास सर्व शक्तीनिशी अक्षरश: अहोरात्र मेहनत करावयाची होती. नवा प्रकल्प उभा करताना येणाऱ्या अडचणींना सामोरे जावयाचे हेते. त्यांपैकी आर्थिक बाजू सांभाळणे अत्यंत कष्टाचे. ग्रंथव्यवसाय हा ग्रंथांचा साठा जमविल्याशिवाय प्रगती करू शकत नाही. उधारीत माल मिळणे फार सोपे नव्हते.

मी १९३९ मध्ये मॅट्रिक झालो. तसे बरे गुण मिळाले. तेव्हा मॅट्रिकला सबंध मुंबई इलाख्यातून बसलेल्या विद्यार्थ्यांची संख्या वीस हजार होती.

गणपतराव खूश झाले. आता सदानंदराव नक्कीच 'पॉप्युलर'मध्ये मदतीला मिळतील अशी आशा त्यांना होती. पण तो काळ असा होता की माझ्यासारख्या तरुण मुलांना देशासाठी 'काहीतरी करावे' असे प्रकर्षाने वाटत होते. १९३७-३८ मध्ये सुभाषचंद्र बोस हे काँग्रेसचे अध्यक्ष झाले. नंतर त्यांनी राजीनामा दिला व फॉर्वर्ड ब्लॉक पार्टीची स्थापना केली. तरुण मंडळींचे ते लाडके नेते! महात्मा गांधींच्या विचारसरणीचा, कार्याचा प्रभाव होताच. पण तरुणांपुढे सुभाषचंद्र आव्हानात्मक विचार मांडत होते. पुढील दोन-चार वर्षे, किंबहुना स्वातंत्र्य मिळेपर्यंत म्हणू, हे दोन समांतर विचारप्रवाह स्वातंत्र्यलढ्यात कार्यरत दिसून येतात. सत्याग्रह व सशस्त्र संघर्ष. तसे पाहिले तर दोन्ही संघर्षच.

सुभाषचंद्रांची एक सभा मुंबईच्या मेट्रो सिनेमासमोरील पीपल्स लायब्ररी अॅन्ड रीडिंग रूमच्या हॉलमध्ये झाली. प्रचंड गर्दी. मी व माझे काही मित्र तिथे पोहोचलो. एम. एन. रॉयही सभेला होते. गर्दी इतकी झाली की आत जावयाचे प्रवेशद्वार बंद करावे लागले. ते करता करता मी आत घुसलो. ते लोखंडी, सरकवण्याचे (collapsible) गेट होते. माझे बोट त्यांत चेंगरले जाण्यापासून बचावले. दोन थोर पुढाऱ्यांचे ओझरते दर्शन झाले. पण भाषणे मात्र व्यवस्थित ऐकावयास मिळाली. माझ्यासारख्या चामडीबचाव स्वभावाच्या व्यक्तीची पंचाईत. गांधी की बोस? स्पष्ट सांगावयाचे तर खास भारतीय मनोवृत्तीप्रमाणे आमची द्विधा मन:स्थिती झाली. सर्वस्वी झोकून द्यावयाची मानसिक व इतर क्षमता नव्हती. पण वर उल्लेखिल्याप्रमाणे 'काहीतरी करावे' असे वाटत तर होते. मनाची समजून

घातली की, आपण परिस्थितीचा जास्त अभ्यास करावा-वाचन करावे. पुढे शिकावे व मगच आयुष्यात काहीतरी उपयुक्त योगदान देता येईल का व ते कसे देता येईल याचा निर्णय घ्यावा.

मी कॉलेजमध्ये प्रवेश घेण्याचा निर्णय घेतला. पण तो आन्नूंना मान्य नव्हता. त्यांचे म्हणणे, आपल्या व्यवसायाला मॅट्रिकएवढे शिक्षण बस्स झाले. आपल्या हाताखाली सदानंदाने पुस्तकविक्रीचे धडे गिरवले की काही वर्षांतच तो 'पॉप्युलर'ची धुरा समर्थपणे सांभाळू शकेल. 'पॉप्युलर'ची सूत्रे आपल्या कुटुंबाकडेच असावीत ही त्यांची पक्की धारणा; पण माझा निर्णय ठाम होता.

आई माझ्या पाठीशी उभी राहिली. 'अहो तुम्हांलाही जास्त शिकायचे होते. पण तुम्ही ते करू शकला नाहीत. पोराला तरी नाही म्हणू नका.'

हो–ना करता करता अखेर आन्नूंनी संमती दिली.

मी एल्फिन्स्टन कॉलेजमध्ये भारतातील सर्वांत महत्त्वाच्या अशा कालखंडात चार वर्षांत अर्थशास्त्र व इतिहास हे विषय घेऊन शिकत होतो. राजकीय किंवा सांस्कृतिक सभा-संमेलने यांत उपस्थित राहणे व जितके जमेल तितके समाजकार्य करणे हा कार्यक्रम. कॉलेजमध्ये अनेक उपक्रम चालू होते. त्या वेळीसुद्धा सर्व मंडळांच्या कार्यकारी समितींवर पदे मिळविण्यास जोरदार निवडणुका होत. (आता यांना बरेच ठिकाणी उग्र स्वरूप आले आहे.) कॉव्हेन्टन सोशल लीगमध्ये दोन वर्षे मी व रमेश नाडकर्णी यांनी कार्यवाह म्हणून काम केले. या समितीचा एक भाग कुळकर्णी बुक स्टोअर्स विद्यार्थ्यांना सहकारी तत्त्वावर छोटे का होईना कार्य करता येईल याचे मार्गदर्शन मिळण्याची सोय केली. वह्या, पाठ्यपुस्तके व इतर मेमेन्टोस, कॉलेजला स्पर्धेत लागणारी पदके यांची खरेदी व विक्री वगैरे यांतून फायदा मिळाला. त्यामुळे तीन चार विद्यार्थ्यांना आर्थिक साहाय्य आम्ही देऊ शकलो. मी रमेश नाडकर्णीबरोबर याच काळात विजापूर दुष्काळग्रस्त विभागात जाऊन स्वयंसेवक म्हणून काम केले. मराठी वाङ्मय मंडळ, फिलॉसॉफी असोसिएशन अशी अनेक मंडळे. एक नवीन भर. उर्दू अंजुमन याची सुरुवात करण्यास पुढाकार घेतला चित्रपट दिग्दर्शक राज खोसला यांनी. सर्वच ठिकाणी आमची लुडबूड.

कॉलेजमध्ये या वर्षांत नामांकित व्यक्तींची भाषणे झाली. त्यांत दोन उल्लेखनीय. रँग्लर परांजपे यांनी आय-सी-एससाठी तयारी करणाऱ्या उमेदवारांना केलेले मार्गदर्शन व वेरियर अल्वीन यांनी दिलेली, त्यांच्या आदिवासी क्षेत्रात केलेल्या कार्याची व भारताच्या ईशान्य भागातील लोकांच्या समस्यांबद्दलची

माहिती. त्यांना एक छोटीशी थैली आम्ही दिलेली आठवते. आंतरविद्यालयीन वक्तृत्वस्पर्धेत भाग घेणारे, यांत डॉ. रफीक झकारिया, सुप्रीम कोर्टाचे वकील जे. बी. दादाचंदजी हे वगैरे होते. कॉलेजतर्फे क्रिकेट, हॉकी व टेनिस खेळण्याची सोय होती. पण क्रीडाक्षेत्रात रस असूनही त्यात भाग घेणे जमले नाही. टेनिसकोर्टवर एक-दोन 'फटके' मारलेले आठवतात. पण त्यांत एकही कोर्टाच्या आत पडला नाही! कूपरेजवर हॉकीत एक दोन वेळा भाग घेण्याचा (अयशस्वी) प्रयोगही केला.

बहुतेक राजकीय सभा या आझाद मैदानावर भरत. चक्रवर्ती राजगोपालाचारी यांचे भाषण बाळासाहेब खेर यांच्या मुख्यमंत्रीपदाच्या कारकिर्दीत झाले. तेव्हा मुंबई शहरात नशाबंदी केली होती तर मद्रासमध्ये तिची ग्रामीण भागात सुरुवात झाली होती. राजाजी म्हणाले, ''सर्वच शेत नांगरावयाचे आहे, तर कुठून सुरुवात करायची हे महत्त्वाचे नाही.''

व्ही. एस. श्रीनिवासशास्त्री, बॅरिस्टर एम. आर. जयकर, सरोजिनी नायडू यांचीही भाषणे ऐकावयास मिळाली. गुरुदेव रवींद्रनाथ टागोरांचे निधन १९४३ साली झाले तेव्हा कावसजी जहांगीर हॉलमध्ये घेतलेल्या शोकसभेत सरोजिनी नायडू यांनी पंधरा-वीस मिनिटेच दिलेली श्रद्धांजली ही एक श्रवणीय पर्वणी होती. ते शब्दमाधुर्य, लयबद्ध मांडणी व टागोरांच्या प्रतिभेला प्रतिमारूपी उभी करणारे वाक्चातुर्य यांचा संगम अप्रतिम तर होताच पण अवर्णनीयही. नामदार गोखले यांचे 'नाइटिंगेल ऑफ इंडिया' हे वर्णन कसे सार्थ होते ते त्या दिवशी मला उमगले. इतके हृदयस्पर्शी भाषण मी त्या आधी ऐकले नव्हते व त्यानंतरही.

कॉलेजात सरोजिनी नायडूंची एक कविता सौ. बॅनर्जी (इंग्रजीचे प्राध्यापक बॅनर्जी यांची पत्नी) यांनी पॅन्टोमाईम रूपाने वार्षिक संमेलनात सादर केली. तीही तशीच छोटी पण अत्याकर्षक.

एल्फिन्स्टनची ख्याती जाहीर आहे. तसेच त्यांचे पटांगण, तेथील 'भट' व त्यांचा बटाटा' वडा, वास्तूची भव्यता, तेथील इतर कार्यालये, रॉयल इन्स्टिट्यूटचे ऑडियन्स रूम, त्या कमानी यांसंबंधात लिहावयाची गरज नाही. अनेकांनी त्याचे वर्णन सुंदररीत्या केलेले आहे. प्रा.रा. ना. वेलिंगकर हे एक अष्टपैलू व्यक्तिमत्त्व कॉव्हनूटर्नचे अध्यक्ष, गणितज्ञ गुंजीकर, रा. वा. पत्रावळी, द. रा. कामत, अ. बा. गजेंद्रगडकर, प्रा. सत्यबोध हुदलीकर (दुसरे अष्टपैलू व्यक्तिमत्त्व), हे शिक्षणतज्ज्ञ भाषांपडित, (डॉ. कोटणीस चित्रपटात भूमिका करणारे) प्रा. के. टी. मर्चंट व प्रा. जी. बी. जठार हे अर्थशास्त्रज्ञ आणि प्रा. एन. एस. परदासानी व

एम. एल. अहमदसारखे इतिहास विषयातील तज्ज्ञ असे आम्हांला मार्गदर्शन करीत. या सर्व प्राध्यापकांनी केलेले मार्गदर्शन आम्हांला जन्मभर पुरले आहे.

या संदर्भात एक गोष्ट इथे नमूद करायला हवी. अस्मादिकांनी 'पॉप्युलर'ची जबाबदारी स्वीकारली नव्हती तेव्हाची. महात्मा गांधींची 'चले जाव' चळवळ जोरात होती. मी त्यात केव्हाही प्रत्यक्ष भाग घेतला नसला तरी काठावर होतोच. कॉलेजमध्ये भारताची आर्थिक परिस्थिती व सामाजिक समस्या यांचे चित्रण प्रा. के. टी. मर्चंट व प्रा. एन. एस. परदासानी करत. त्याने प्रभावित होऊन मी आन्नूंना पत्र लिहिले की, मला सुप्याला पेपर कारखान्यात व कलगेरीला शेतीमध्ये माझे पुढील आयुष्य घालवायला आवडेल. सुप्याला माझ्या एका काकांचा प्लायवूडचा कारखाना होता. त्यांनी मला आणि माझ्या कल्पनांना थोडेसे प्रोत्साहनही दिलेले होते. आम्हा प्रकाशकांना कागद लागतो तर त्याला 'पूरक' असाच व्यवसाय मी निवडला असे आन्नूंना सांगण्याचा प्रयत्न मी केला. पण त्यानंतर लवकरच त्या काकांना मलेरियामुळे सुपे सोडावे लागले. तेथील सर्वच प्रकल्पांचा गाशा गुंडाळावा लागला. जर का हा प्रकल्प यशस्वी झाला असता तर माझ्या आयुष्याने कदाचित वेगळे वळण घेतले असते. पण तसे घडावयाचे नव्हते. माझी नाळ 'पॉप्युलर'शीच जोडलेली होती.

बहुतेक तरुण मुला-मुलींच्या जीवनात, 'धोक्याची वरसे' असतात, असा समज आहे. ज्याअर्थाने हा समज सर्वसामान्य समाजात ओळखला जातो, तसा माझ्या बाबतीत तरी हा धोका यावयास वावच नव्हता. एकंदरच माझी जीवनशैली - उक्ती व कृती - सर्व बाबतींत संयम ठेवण्याची असल्यामुळे मला अनेक कठीण प्रसंग टाळता आले. सहकारमहर्षी रावबहादूर श्रीपाद सुब्राव तालमकी, ज्येष्ठ पत्रकार रामराव पडबिद्री यांच्यासारखे मार्गदर्शक, घरातील सकारात्मक वातावरण आणि निवडक वैचारिक आणि ललित वाङ्मयाचे वाचन यांमुळे १९३९ ते १९४६ ही विश्वविद्यालयीन वर्षे खूपच मजेत तर गेलीच शिवाय माझ्या दृष्टीने बऱ्याच उपयुक्त कार्यांत सहभाग घेण्यात गेली.

ना. सी. फडके यांनी आपल्या एका ग्रंथात तरुणांना सल्ला दिला तो माझ्या अजूनही लक्षात आहे. खरे म्हटले तर ही कल्पना फक्त तरुणांसाठी नाही तर सर्वांच्याच बाबतीत लागू पडावी. त्यांचे म्हणणे असे की, समाजासाठी किंवा देशासाठी कार्य करावयाचे किंवा योगदान द्यावयाचे असेल तर आपली स्वतःची क्षमता, योग्यता किती आहे ते पडताळून पाहावे. एका विशिष्ट पातळीवर आपली ताकद असल्याशिवाय आपण स्वार्थत्याग, देशत्याग करण्यास पात्रच नसतो. यासंबंधी दोन गोष्टींकडे मात्र कटाक्षाने लक्ष ठेवावयास हवे. पहिले म्हणजे आपली कुवत किती आहे याचा अंदाज घेणे आणि त्याचप्रमाणे स्वतःच्या उपजत बुद्धीला वाव मिळेल असेच कार्यक्षेत्र निवडणे.

१९३९ ते १९४६ हा दुसऱ्या महायुद्धाचा काळ. नुकतेच शालेय शिक्षण संपवून महाविद्यालयात पदार्पण केलेल्यांना नवीन नवीन अनुभव मिळत असतात. त्यातूनही बहुतेक हे मुलांच्या किंवा मुलींच्या शाळेत अध्ययन करीत असल्यामुळे

मुला-मुलींचे एकत्र शिक्षण असलेल्या महाविद्यालयात वेगळ्याच वातावरणाला सामोरे जावे लागते. शाळेतील पंतोजींचे अध्यापन याहून कितीतरी वेगळी शिक्षणपद्धती महाविद्यालयात असते याचा अनुभव प्रत्येकाला वेगवेगळ्या तऱ्हेने जाणवत असतो. शिवाय इंग्रजीत ज्याला 'ग्रीन इयर्स' म्हणतात अशी जवानीची मस्तीही या तरुणांमध्ये याच वेळेला जागृत होते. 'I am sixteen, going on seventeen' या लोकप्रिय गाण्याप्रमाणे सर्वच तरुण-तरुणी हे झपाटलेले असतात. माझ्या बाबतीत प्राथमिक शिक्षण घेत असताना सेंट कोलंबा शाळेत आम्ही मुले ही अल्पसंख्य होतो. पण एल्फिन्स्टनमध्ये त्या दिवसांत याउलट, मुली फारच (मुलांची संख्या लक्षात घेता) कमी होत्या. हल्ली ही परिस्थिती बदलली आहे ही गोष्ट वेगळी. आताच्या विद्यार्थ्यांमध्ये मुलींची संख्या बहुतेक समसमान असावी. आणि शहरी भागात तरी मुली-मुलग्यांइतक्याच किंबहुना थोड्या जास्तच धीट, हुशार आणि पुरोगामी असतात असे दिसते. म्हणून एकंदरच 'हम हैं राही प्यार के' हे वातावरण जास्त जोमाने वाढलेले आहे. पण आमच्या काळातसुद्धा अशी काही जोडपी होतीच ज्यांनी सातत्याने हा अनुभव घेतला आणि योग्य वेळ आल्यानंतर एकमेकांच्या बंधनात गुंतून घेण्याची जबाबदारी पार पाडली.

पण हा जवानीचा जोष एकाच गोष्टीपुरता असू शकत नाही आणि प्रत्येक व्यक्ती आपापले क्षेत्र शोधत असते आणि या क्षेत्रामध्ये कार्यरत होऊन जितके शक्य असेल तितके योगदान देत असते.

आमच्या छोट्याशा समाजातील संस्थांशी आमचे जवळचे संबंध होतेच. हा 'चित्रापूर-सारस्वत' समाज किती संकुचित मनाचा आहे याची खंतही होती. यासाठी पुरोगामी विचार आणि त्या अनुषंगाने शक्य अशा कृती कराव्यात असे आम्ही काही जणांनी प्रयत्न केले. माझ्यापुरते दुसरे आणखी एक क्षेत्र होते लेखनाचे; यात मी बरीच लुडबुड केली. त्याबद्दल ज्या मजेशीर आणि गमतीदार गोष्टी आठवणीत आहेत त्या नमूद कराव्याशा वाटतात.

माझ्या लेखनप्रपंचास सुरुवात झाली, ती काही नियतकालिकांच्या अंकांतील लेखांद्वारे. मी लिहिले ते कुठे, किती प्रकाशित झाले ते आठवत नाही. पण एक नगण्य नियतकालिक 'नाभिक सेवक' यातही माझे लेख प्रसिद्ध झाले होते. त्याची गंमत अशी की 'नाभिक सेवक'चे संपादक हे माझा मित्र केशव खंबदकोण यांच्या शिवाजीपार्कच्या निवासस्थानाजवळील परिसरातील केशकर्तनालयाचे मालक. बंगाली असूनही मुंबईत अनेक वर्षे राहिल्यामुळे मराठी भाषेवर बरेच प्रभुत्व.

शिवाय आपल्या व्यवसायबंधूंबरोबर संवाद साधावा या उद्देशाने त्यांनी हे नियतकालिक सुरू केले. कदाचित ते मासिक किंवा साप्ताहिक स्वरूपातही असू शकेल. आमची भेट नियमित होत असे आणि त्यांच्या विनंतीवरून दोनतीन लेख त्यांच्याकडे दिल्याचे स्मरते.

'बॉम्बे क्रॉनिकल'चा सर्वच परिवार माझ्या ओळखीचा. लढाऊ वृत्तीचे आणि असामान्य वृत्तीचे आणि असामान्य धडाडीचे बी. जी. हॉर्निमन हे एके काळी त्याचे संपादक. आचार्य अत्रे यांचे लेख वाचत असताना मला नेहमी हॉर्निमन यांच्या लेखांची आठवण होत असे. 'टाइम्स ऑफ इंडिया' या दैनिकावर त्यांचा खास रोष होता. त्यावर हल्ला करताना दैनिकाचे नाव न घेता 'The Old Lady of Boribandar' असा उल्लेख ते सतत करीत असत. त्यांच्या जहाल लेखनानंतर 'क्रॉनिकल'चे संपादक झालेले सय्यद अब्दुल्ला ब्रेल्वी यांचे लेखन खूपच सौम्य वाटे. तरीही तेही परिणामकारक होतेच म्हणा. या सर्व वृत्तपत्रांच्या संपादकीय मंडळींच्या संपर्कामध्ये साहजिकच तरुण व्यक्तींच्या भावना, विचार यांचे विश्लेषण करण्यासाठी आणि त्यांच्यापुढे काही कार्यक्रम ठेवता येईल का, यासाठी एक नियतकालिक सुरू करावे म्हणून 'होरायझन' ही कल्पना मनामध्ये आली. मूळ कल्पना हे मासिकच रूपात प्रसिद्ध करावे अशी होती. समविचारी असा एक आमचा आठ-दहा तरुणांचा गट तयार होताच. गणपतरावांचे प्रोत्साहनही होते. अनेक अनुभवी संपादकांचे, आणि प्रतिभावान लेखकांचे सहकार्य मिळविण्याची खात्री होती. पण मासिकासाठी साहित्याची जमवाजमव करणे हे किती कठीण काम आहे याची पूर्ण जाणीव मात्र आम्हांला नव्हती. या प्रकल्पाने मी तसा झपाटलेलाच होतो. मिसरूड जरी फुटली असली तरी वयाने आम्ही विशी गाठली नव्हती. तत्त्वज्ञान, राजकारण, साहित्य, समाजशास्त्र वगैरे कुठलेली विषय वर्ज्य करायचे नाहीत असे ठरले. त्यामुळे चित्रे, व्यंगचित्रे अंकात समाविष्ट करावी म्हणून आमची जय्यत तयारी सुरू झाली.

'होरायझन' हा एक प्रयोग होता. माझ्या व माझ्या काही मित्रांच्या सर्जनशीलतेला वाव देणारे ते एक माध्यम ठरले.

मुळात मासिक किंवा द्वैमासिक म्हणून मनात योजलेले वार्षिक म्हणून तरी प्रसिद्ध करूया अशी तडजोड केली. १९४४ च्या अखेरीस एकदाचे एक पुस्तक म्हणून प्रसिद्ध झाले खरे. एक स्वप्न पाहणे व ते वास्तवात उतरविणे यांत फरक किती असू शकतो हा धडा आयुष्यात लवकरच मिळाला हेही बरे झाले. अर्थात माणूस अशा धड्यातून नेहमीच काहीतरी शिकून आपली पुढची वाटचाल करतोच असे नाही. कारण असाच दुसरा प्रयत्न मी १९६१ मध्ये 'जत्रा'च्या प्रकाशनाने केला. 'जत्रा'सुद्धा मराठी वार्षिकांत नवीन काही करेल अशी आशा होती. पण तिथेही एका अंकानंतर आम्ही पुढे जाऊच शकलो नाही. 'जत्रा' तसे घाईघाईत तयार केले असले तरी माझ्या मते तेव्हाही त्यातून दर्जेदार साहित्य दिले गेले होते. 'होरायझन'साठी मात्र आम्ही जवळ जवळ दोन-दोन वर्षे त्या अंकाच्या जुळवाजुळवीसाठी झटत होतो. म्हणून त्याच्या अपयशाने मी जास्त दुखावलो होतो.

स्वातंत्र्यापूर्वीच्या काही वर्षांत जगातल्या इतिहासात बऱ्यावाईट घडामोडींनी दाटी केली होती. १९३९ मध्ये सुरू झालेले युरोपमधील युद्ध, जपानने केलेली पर्ल हार्बरवर स्वारी. सिंगापूर व नंतर रंगूनपर्यंतची घोडदौड, हिटलरने केलेला 'ज्यू' लोकांचा अनन्वित छळ ह्या सर्व घटनांनी सर्वांनाच अस्वस्थ केले होते. आपल्या देशातही महात्माजींची 'छोडो भारत' चळवळ चालू झाली. त्या अगोदरच्या व नंतरच्या काळातील ब्रिटिशांचे कावेबाज डावपेच, नेताजी सुभाषचंद्र बोस यांनी घेतलेला क्रांतिकारी निर्णय व आय. एन. ए. ची चित्तथरारक वाटचाल. याशिवाय

रशियन क्रांतीने भारावून गेलेले भारतातील अनेक नेते - पंडित जवाहरलाल नेहरू, आचार्य नरेंद्र देव, मानवेंद्रनाथ रॉय, कॉम्रेड श्रीपाद डांगे.

आम्ही तरुण मंडळीही तसे भारावून गेलो होतो असे म्हणायला हरकत नाही. या सर्वच गोंधळातून मार्ग सापडतो का याचा शोध घेणारे असे 'होरायझन' होते असेच मला आता वाटते.

या काळात वाय. जी. कृष्णमूर्ती या एका धडपडणाऱ्या लेखकाची मदत आम्हांला झाली. ही गोष्ट १९४१ मधील. यानंतर त्यांचे तीन ग्रंथ आम्ही पॉप्युलर मार्फत प्रकाशित केले. या दोनचार वर्षांत ते रोजच पॉप्युलरमध्ये काही तास घालवत असत - मी सुद्धा रोज काही वेळ दुकानात जात असे. कृष्णमूर्ती हे विश्वेश्वरय्यांचे काही काळ खाजगी सचिव होते असे ते सांगत.

'होरायझन' तयार झाले तेव्हा त्याला डॉ. एस. राधाकृष्णन यांची प्रस्तावना घ्यावी ही कृष्णमूर्तींचीच सूचना. सर्व मजकूर तयार होता. पेजप्रुफे (एकदाच वाचलेली - काही मुद्रणदोष असलेली) तयार होती. त्यांच्या तीन प्रती तयार केल्या व एक बनारसला पाठवून दिली. डॉ. राधाकृष्णन हे त्या वेळी बनारस हिंदू विद्यापीठाचे व्हाईस चॅन्सेलर होते. दोन महिने उलटले तरी प्रतिसाद मिळाला नाही. तार पाठविली, तिलाही उत्तर नव्हते. कृष्णमूर्तींनी एका सायंकाळी मला सुचविले की स्वत: बनारसला जाऊन मी त्यांची प्रत्यक्ष भेट घ्यावी. त्याप्रमाणे मी ताबडतोब निघालो. माझे एक स्नेही दत्तू उल्लाळ तिथे विद्यार्थिगृहात राहत. त्यांना आणि उपकुलगुरूंच्या कार्यालयात माझ्या भेटीचे कळविले. दत्तूने दुसऱ्याच दिवशी डॉ. राधाकृष्णन यांच्या मुलाखतीची वेळ निश्चित केली. त्यांनी आम्हांला पाच-दहा मिनिटांचा वेळ दिला होता.

भेटीचा दिवस उजाडला आणि सकाळीच विद्यापीठाच्या माहितीफलकावर डॉ. राधाकृष्णन यांना विश्रांतीची जरुरी असल्यामुळे ते कार्यालयात येणार नाहीत असे वाचले. आमच्या मुलाखतीची व्यवस्था करणे जरुरीचे होते. 'भेटीची वेळ/दिवस बदलायची गरज नाही. फक्त तुम्ही कार्यालयाऐवजी निवासस्थानी ठरल्या वेळेला या.' असे सांगण्यात आले. आम्ही त्यांच्या निवासस्थानी पोहोचलो तेव्हा ते बिछान्यावरच पहुडले होते. स्वच्छ, परीटघडीचा शुभ्र सदरा व धोतर, हातात काही कागद व बाजूलाही फायली होत्या. मी पाठवलेली प्रुफे तिथेच होती. आम्ही व्यवस्थित आसनस्थ झालो. त्यांनी विनाविलंब प्रुफे हाती घेतली. त्यांत असलेल्या मजकुराबद्दल काही मिनिटे आमचे बोलणे झाले, ते कुठल्या विषयाबद्दल हे मात्र मला आता आठवत नाही. पण हा संवाद करताना आम्ही

एका थोर व्यक्तीसमोर बसलो आहोत; त्याच्या व आमच्या ज्ञानांत प्रचंड दरी आहे याची जाणीव त्यांनी होऊ दिली नाही. माझा मित्र दत्तू अर्थात मुका साक्षीदार होता. मीही जरा निश्चिंत होतो. त्याच वेळेला एक सूचक प्रश्न विचारला गेला. ‘‘भटकळ, तुम्ही ‘होरायझन’मध्ये आदर्श काय असावेत, ते कसे मिळवू शकू वगैरे बाता करता, पण या प्रुफांमध्ये तर असंख्य मुद्रणदोष आहेत. त्यांचं काय?’’ मी चरकलो. पण क्षणभरच. ‘‘सर! प्रुफांबरोबर पाठविलेल्या पत्रात त्यात असे दोष आहेत असे आम्ही सूचित केले आहे... पण सर... त्याहूनही जास्त महत्त्वाचे म्हणजे आम्ही तरुण मंडळी चुकांतूनच अनुभव घेणार, शिवाय, आपल्यासारख्यांचे मार्गदर्शन तर आम्ही गृहीतच धरले आहे!’’ एक-दोन सेकंद विचार केल्यावर त्यांनी ग्रंथाला प्रस्तावना मिळेल असे आश्वासन दिले. नेहमीच्या सवयीप्रमाणे त्यांच्या पायांना स्पर्श करून आम्ही परतलो.

त्यांची प्रस्तावना मिळाली तेव्हा मात्र मला स्वर्गच दोन बोटे उरल्यासारखे वाटले. प्रस्तावना अशी :

"Mr. S. G. Bhatkal is an enterprising young man who is keen on launching this new enterprise called "The Horizon.' He seems to be filled with lofty enthusiasm for high ideals and has succeeded in collecting a number of articles from well known writers on some of the problems which are engaging the youth of the country. His enterprise deserves support and encouragement and I hope that in the years to come he will succeed in establishing it on a stable basis and make it a platform for the discussion of urgent problems in a spirit of freedom and detachment."

इतकी शिफारस मिळाली ती माझ्या धाडसामुळे माझ्या प्रास्ताविकात अनेक ठिकाणी डॉ. राधाकृष्णन यांचे विचार अनेक अवतरणांत दिले यामुळे हे सांगणे कठीण आहे.

या प्रकल्पासाठी जो मजकूर मी जमा केला त्याबद्दल आम्ही समाधानी होतो. श्रेयनामावलीत सदतीस व्यक्ती होत्या. काही ख्यातनाम लेखकांचा उल्लेख करायचा मोह आवरता येत नाही. पाच लघुकथाकार, त्यांत नंतर पॅरिसमध्ये स्थायिक झालेले राजाराव हेही होते. काळा घोडा येथील ‘चेतना’ची कल्पना मूळ राजाराव यांचीच. चेतना म्हणजे एक लेखकांचा अड्डा होता. त्यानंतर ‘न्यू बुक’ कंपनीत ‘सिल्वरफिश’ या नावाने एक उपक्रम सुरू झाला आणि आता ‘ऑक्सफर्ड बुक

स्टोअर्स' व 'क्रॉसवर्ड'मध्ये व अनेक ठिकाणी असे कार्यक्रम होतात. प्रसिद्ध सिनेदिग्दर्शक, किशोर साहू यांची कथा होती. एकंदर २१ लेख : उदय शंकर (कला), विष्णुदास शिराली (संगीत), प्रा. पी. ए. वाडिया, आर. मूर्ती (अर्थशास्त्र) असे विविध विषयांवर लेख; फैजी रेहमान, एस. आर. डोंगरकेरी, सुभाष मुखोपाध्याय व इतर अनेक कवींचे योगदान; सहा छायाचित्रे: आणि चित्रकार दीनानाथ दलाल यांची व्यंगचित्रे व मुखपृष्ठ असे वाङ्मय १२८ पृष्ठांत आम्ही दिले होते.

आमच्या म्हणण्यानुसार तरुण पिढीचा मानसिक विचार व अपेक्षा यांचे प्रतिबिंब या ग्रंथात नक्की होते.

भारताच्या इतिहासात १९४२ हे वर्ष जसे महत्त्वाचे तसेच माझ्या वैयक्तिक जीवनात या वर्षाला फार महत्त्व आहे. कुमारवय उलटून जबाबदारी अंगावर घेण्याचे वय गाठले होते. आमच्यासारख्या काही तरुणांना कौटुंबिक, आर्थिक जबाबदारी उचलण्याची तातडीची गरज नव्हती. शाळेच्या संकुचित वातावरणातून व्यापक अशा विश्वविद्यालयातले वारे आम्ही झेलत होतो. अनेक राष्ट्रीय पुढारी, वेगवेगळ्या क्षेत्रांतील व्यक्ती यांचा प्रभाव आमच्यावर होताच. राजकारणाशिवाय इतर क्षेत्रांत काम करणारे पुढारी - रवींद्रनाथ टागोर, डॉ. झाकिर हुसेन, वेरियर एल्विन, ठक्कर बाप्पा, जे. सी. कुमारप्पा, तसेच टाटा समूह, बिर्ला समूह, वालचंद हिराचंद यांसारख्या उद्यमक्षेत्रातील व्यक्ती यांच्याही वेगवेगळ्या विचारांचा, कामाचा प्रभाव आमच्यावर पडत होता.

राजकारणात सक्रिय भाग घेणे हे धाडसी, उत्साही व त्यागी तरुणांचे कार्यक्षेत्र. १५ ऑगस्ट १९४२ ला 'चले जाव' ही घोषणा महात्माजींनी केली तेव्हा मंडपाच्या बाहेर दाटीवाटीने बसलेल्या गर्दीत मीही होतो. मंडपात स्वागत समितीच्या सभासदांना जाण्याची परवानगी होती. मी समितीच्या सभासदत्वाचे तिकीट काढले होते. ते आन्नूला दिले. गवालिया टँक मैदानावरील ते अधिवेशन अविस्मरणीय. पंडित नेहरूंचे दणदणीत भाषण, मौलाना आझादांचे जोशपूर्ण वक्तव्य या मानाने महात्माजींचे संथ व मृदू आवाजातील ते शब्द अजून कानात घुमतात. महात्माजींच्या भाषणाच्या वेळी सर्वत्र अगदी गंभीर वातावरण व सामसूम. त्यांना शासनकर्ते प्रतिसाद देतील याचा अंदाज असल्यामुळे आम्ही चार-पाच मित्र नेपियन सी रोडवर (जिथे महात्माजींचे वास्तव्य होते) दुसऱ्या दिवशी पहाटे पोहोचलो. पहाटेच महात्माजींना अटक करून पोलीस नेत

असतानाचे आम्ही साक्षीदार, अर्थात दुरूनच. पोलिसांनी गर्दी करूच दिली नाही. तिथून आम्ही पुन्हा गवालिया टँक मैदानावर वळलो. नाना चौकातच आमची शिवाजी पार्क मैदानातून परतणारी मंडळी व अश्रुधूर यांची भेट झाली. संध्याकाळी शिवाजी पार्क मैदानात सभा होणार असे सांगण्यात आले. तर आम्ही मित्रमंडळी पुन्हा तिथे पोहोचण्याच्या अगोदर लाठीमार, गोळीबार झाला होता व जमावाला पांगवण्यात पोलीस यशस्वी झाले होते.

अशा प्रकारे मी व माझे काही मित्र प्रत्यक्ष लढ्यात सक्रिय भाग घेऊ शकलो नाही. पळपुटेपणा, भ्याडपणा की निव्वळ कातडी बचाव वृत्ती? काहीही असले तरी सत्याला सामोरे गेलेच पाहिजे. माझ्या दृष्टीने पाहिले तर आन्नूने किंवा आईने कसलाही विरोध केला नसता. या अगोदर माझ्या आत्याने असहकार चळवळीत भाग घेतला होता. मिठाच्या सत्याग्रहात चौपाटीवर अनेकांबरोबर आम्ही पोरेही होतो. त्यांत मीसुद्धा घरच्या प्रोत्साहनाने सहभागी झालो होतो. पण आता वयाच्या विसाव्या वर्षी लवकरच व्यवसायाची सूत्रे हाती घ्यावयाची आहेत, याची जाणीव असल्यामुळे असेल किंवा सौम्य स्वभावामुळे संघर्षाला तोंड देण्याची वृत्ती नव्हती, असेही असू शकेल! कदाचित माझी कुवतही फार कमी पडेल याची तीव्र जाणीव हेही असू शकेल! किंबहुना हेच खरे. आपले कार्यक्षेत्र वेगळे आहे म्हणून त्या मार्गावरून आम्ही निसटलो.

पण स्वस्थ बसणे शक्य नव्हते. 'सारस्वत यूथ लीग' ही पंचवीस-तीस सभासदांची छोटीशी संस्था कार्यरत होती. या 'लीग'च्या वार्षिक कार्यक्रमाला मुख्य अतिथी म्हणून ख्यातनाम पत्रकार जोआकिम अल्वा, प्रसिद्ध शिक्षणतज्ज्ञ बेनेगल संजीव राव यांना बोलावल्याचे स्मरते. ती संस्था आम्ही चित्रापूर सारस्वतांची संस्था कॅनरा सारस्वत असोसिएशनमध्ये विलीन केली आणि आमचे कार्यक्षेत्र जास्त व्यापक केले. असोसिएशनमध्ये 'स्टुडन्टस कमिटी' अशी एक उपशाखा निर्माण केली.

सर्वच देश पेटून निघाला होता. वेगवेगळ्या राजकीय विचारांचे नेते आपापल्या पद्धतीने मार्गदर्शन करीत होते. गांधीजींच्या अटकेनंतर आमच्यासारखे तरुण योग्य दिशा शोधीत होते हे खरे. मार्क्सवादी, समाजवादी व इतर अनेक विचारसरणीचे गट निर्माण झाले. हिंसात्मक कार्यात काही करणे हे पटतही नव्हते व जमणारही नव्हते. बहुतेक समाजवादी कार्यकर्ते भूमिगत. अधूनमधून बऱ्याच पुढाऱ्यांची भाषणे, शिबिरे वगैरे यांत सहभाग घेता आला.

धारवाडला नेहमीप्रमाणे एक महिना सुट्टी घालवली. तिथे रॉयवाद्यांचा सुळसुळाट. त्यांच्या सभांना गेलो. एक गोष्ट प्रकर्षाने जाणवली. रॉयवादी (दुसरी फळी) हुबेहूब एम. एन. रॉय यांचे विचार रॉयच्याच शब्दांत सांगत असत. स्वत:चे असे त्यांत काही नव्हते. भाषा, दृष्टिकोन, विचारांची मांडणी हुबेहूब रॉय यांची. रॉय यांच्या लेखनात येत तेच मुद्दे, त्यांच्याच शब्दांत. अगदी त्या वेळी व नंतरही विचारवंत म्हणून प्रसिद्ध असलेले ॲडव्होकेट चारी व कायदेतज्ज्ञ तारकुंडेसुद्धा. धारवाडला माझ्याबरोबर माझे मित्र रामदास हळदीपूर होते. स्थानिक नेत्यांना भेटलो, तेव्हा त्यांनी आम्हांला एक चमत्कारिक विनंती केली. एक गंमत म्हणून तो किस्सा सांगावासा वाटतो. धान्याची टंचाई व महागाई यामुळे सहकारी पद्धत स्वीकारून बाजारातून ठोस खरेदी केल्यास बरीच स्वस्त खरेदी शक्य होती. काही स्थानिक वडीलधाऱ्या मंडळींनी केलेला प्रयत्न अयशस्वी झाला होता. तेथील बहुतेक लोक त्यांना दाद देत नव्हते हे खरे म्हणजे आश्चर्यच. कारण सहकारी पद्धतीने गृहनिर्माण संस्था धारवाडमध्ये अत्यंत यशस्वी झाली होती. पण या प्रकल्पाला मात्र का दाद मिळाली नाही हे कळेना. आम्ही दोघांनी प्रयत्न करावयाचे कबूल केले. तीस-चाळीस घरांना भेटी दिल्या आणि बहुतेकांचा अनुकूल प्रतिसाद मिळविला. या पायपिटीत अनुभवलेली गमतीदार आठवण. बहुतेकांची मागणी आम्ही नोंदवली. एका गृहस्थाने मात्र इतरांपेक्षा निराळी मागणी केली. ते म्हणाले, ''मला इतर धान्याची गरज नाही. भरपूर साठा माझ्याकडे आहे. माझ्याकडे एक घोडागाडी आहे. तुम्ही आलाच आहात, तर टांग्याच्या घोड्यासाठी लागणारे धान्य माझ्यासाठी आणा.'' चूक अर्थात आमचीच होती. हे गृहस्थ धनाढ्य होते व जरा विक्षिप्तही. पण हे आम्हांला नंतर कळले.

कॅनरा सारस्वत असोसिएशनच्या विद्यमाने भरवलेली 'चित्रापूर सारस्वत कल्चरल कॉन्फरन्स' ही मात्र एक उल्लेखनीय घटना. ही परिषद १९२६ मध्ये भरली होती. त्यानंतर काही समस्या निर्माण झाल्या होत्या. ज्ञातीतील पुढाऱ्यांनी हरिजनांना 'मंदिर प्रवेश' देण्यासाठी सरकारने केलेल्या प्रयत्नांना विरोध केला होता; कारण आमचा मठ ही खाजगी संस्था आहे. त्याविरुद्ध आवाज उठविणे जरूर होते. शिवाय स्त्रिया व तरुणांच्या अपेक्षांना आपले प्रश्न सोडवण्यास एक व्यासपीठ हवे होते.

नोव्हेंबर १९४२ अखेर चित्रापूर सारस्वत कल्चरल कॉन्फरन्स घ्यावयाची असे ठरले. आणि १९-२० डिसेंबरला दोन दिवसांचे संमेलन भरविले. चार सत्रे असा भरगच्च कार्यक्रम होता. त्यांत अनेक निबंध वाचण्यात आले.

आर. आर पडबिद्री, पी. गुरुदत्त, आर. ए. लाजमी, एम. आर. राव आणि जी. एल. चंदावरकर या सर्वांनी अनेकविध विषयांवर लेख वाचले. याशिवाय Health Exhibition आणि Arts & Crafts Exhibition आणि विक्रीसाठी स्टॉल्स यांचीही व्यवस्था केली होती. दोन्ही दिवस मोठ्या मंडपात खच्चून गर्दी. शेवटचे सत्र दहा तास चालले होते. तरीही लोक आपल्या जागेवर बसून कार्यक्रमाला उत्तम प्रतिसाद देत होते.

एकंदर पंधरा ठराव पास झाले. त्यांतील काहींची संमेलनानंतरची कार्यवाही करण्यासाठी कार्यकारी मंडळाची जबाबदारी असली तरी त्यांत ज्या महत्त्वाच्या विषयांवर आम्हांला भर द्यावयाचा होता ते असे : Temple entry, Social Contact, Women's Status, Intercaste Marriage, Indebtedness, New

Enterprises, Dowry System, Widow Marriage, Marriage by Choice आणि Language : हे संमेलन मुख्यत्वे आमच्या ज्ञातीत वरील सर्व विषयांच्या पुरोगामी विचारसरणीचा प्रसार करण्यासाठी केलेला प्रयत्न होता. या कार्यात आम्ही कितपत यशस्वी झालो याचे मूल्यमापन आता साठ वर्षांनंतर करताना काही गोष्टी प्रकर्षाने जाणवतात.

काही मुद्दे येथे नमूद करता येतील. यापूर्वी १९२६ मध्ये भरलेल्या संमेलनात मराठी भाषेचा वापर करावा असा ठराव झाला होता. आम्ही मातृभाषा कोकणी, राष्ट्रभाषा हिंदुस्थानी यांवर जास्त भर दिला आणि तेव्हापासून कोकणीचे महत्त्व आणि त्या भाषेचा वापर यांची निःसंशय वाढ झाली. कोकणीमधून साहित्य जास्त निर्माण होऊ लागले, आणि या सर्व चळवळीचा शेवट साहित्य अकादमीने कोकणी भाषेला राष्ट्रीय भाषांत एक अधिकृत भाषा म्हणून (उशिराच) मान्यता दिली. विवाहासंबंधी तरुण मुलामुलींनी जातीपातीचा किंतू मनात न ठेवता आपल्या जोडीदाराची निवड करावी, ह्या महत्त्वाच्या ठरावावर बरीच चर्चा झाल्यामुळे त्याचा परिणाम समाधानकारक झाला असेच म्हणावे लागेल. आपण लक्षात घेतले पाहिजे की, चित्रापूर सारस्वत ज्ञातीमध्ये याच्या दोन-तीन दशकांपूर्वी परदेशवारी केलेल्यांवर बहिष्कार घालण्याएवढी जुनाट सामाजिक परिस्थिती होती. आता आंतरजातीय, आंतधार्मिक आणि आंतरदेशीय विवाह हे सहज घडून येतात आणि त्याबद्दल कोणीही तक्रार करत नाही, ही एक अभिमानाचीच गोष्ट म्हणावी लागेल. चित्रापूर सारस्वत समाजाने गेल्या शतकामध्ये पाच सेन्सस हाती घेतले आणि त्या ज्ञाती पुरत्या घेतलेल्या खानेसुमारीच्या आधारावर विस्तृत अहवालही प्रसिद्ध केले आहेत. परंतु आंतरजातीय विवाहाची गणना करावी असे त्यांना केव्हाही वाटले नाही. परंतु अंदाज असा आहे की अशा विवाहांची संख्या इतर समाजाच्या तुलनेने टक्केवारीने जास्तच असावी.

त्याचप्रमाणे स्त्रियांचा समाजकार्यक्षेत्रात सहभाग यातही नक्की वाढ झालेली आहे. अर्थात एकंदर आर्थिक समस्यांचा विचार करून केलेले ठराव याचे मूल्यमापन करणे कठीण आहे, कारण गेल्या अर्धशतकात आणि स्वातंत्र्योत्तर आपली आर्थिक प्रगती याचेच प्रतिबिंब चित्रापूर सारस्वत समाजाच्या लोकांमध्येही दिसून येते. कारण शिक्षणक्षेत्रात पहिल्यापासून जवळ जवळ दोन तीन शतकांपासून चित्रापूर सारस्वत समाज हा प्रयत्नशील आहे. शिक्षणासाठी आणि

नोकरीसाठी अगोदर गोव्यात स्थायिक झालेले नंतर दक्षिणेस केरळपर्यंत, मुंबईत (पूर्वीच्या मुंबई कर्नाटकात सर्वत्र) आणि पूर्वेस बेंगळूर, मद्रासपर्यंत विखुरले गेले. आजही या समाजाची लोकसंख्या पंचवीस हजारांच्या आसपासच आहे. आता तर उच्च शिक्षण आणि नोकरीधंद्याच्या निमित्ताने परदेशात गेलेल्यांची संख्या बरीच मोठी आहे.

एका गोष्टीचे गूढ मात्र मला अजून उमगलेले नाही. चित्रापूर सारस्वत समाज 'आपण पुरोगामी आहोत' असे समजतो. पण आपला मठ याबद्दल त्यांना अभिमान तर आहेच परंतु दिवसेंदिवस अनेक क्रियाकर्मे, उपासना, आराधना ज्या कालबाह्य झाल्या आहेत, त्यांना आत्मसात करणे, त्यांचा आधार घेणे अशा बाबींना वाजवीपेक्षा जास्त महत्त्व देणे, वेळ, पैसा आणि आपली शक्ती यांचा अपव्यय हे वाढतच आहे.

एक मजेदार किस्सा सांगितल्याशिवाय राहवत नाही. आपल्या दैनंदिन व्यवहारात धर्म आणि नवे ग्रंथ यांच्याच साहाय्याने आपले जीवन व्यापून टाकले असा नूर संमेलनातील सर्व व्यक्तींनी आणि खास करून नियोजकांनी व्यक्त केला होता. अर्थातच दोन-चार व्यक्तींनी याला विरोध दर्शवून एक वादविवाद याच विषयावर सविस्तर रितीने केला पाहिजे याचा आग्रह धरला होता. म्हणून संमेलनाच्या एका महिन्यानंतर आम्ही वादविवाद आयोजित केला.

विषय होता We should not be guided by Shastras in the day-to-day life. सूचक (proposer) होते प्रसिद्ध शल्यविशारद आणि संस्कृतचे गाढे अभ्यासक डॉ. व्ही. एम. कायकिणी. अनुमोदन देणारे (seconder) आर. एस. पडबिद्री आणि त्या बाजूने बोलणारे इतर सहा विचारवंत. ज्या गृहस्थाने अशी चर्चा व्हावी असे सुचविले होते ते विरुद्ध बाजूने बोलणारे एकमेव वक्ते होते. वादविवाद तर झालाच पाहिजे आणि विरुद्ध बाजूने एक अनुमोदन देणारा हवा. काही केल्या तो सापडेना. मग मी स्वत: ती भूमिका घेण्यास तयार झालो! माझ्या मनाची किती घालमेल झाली असेल?

संमेलनाचा ताळेबंद संपूर्णपणे करण्याची गरज नाही. वैयक्तिक सांगावयाचे तर वयाच्या विसाव्या वर्षी अनेक सहकाऱ्यांबरोबर या संमेलनाची जबाबदारी मी घेऊ शकलो. संमेलन संपल्यावर स्वयंसेवकांचे छायाचित्र यात ऐंशी ते नव्वद व्यक्ती आहेत. खुद्द संमेलनात कमीत-कमी अडीच ते तीन हजार व्यक्ती सहभागी

होत्या. सांस्कृतिक कार्यक्रम, प्रदर्शने, गहन विषयांवर विचारविनिमय अशा नानाविध क्लृप्त्या वापरल्यामुळे संमेलनास चांगला प्रतिसाद मिळाला. या अनुभवावरून माझ्या पुढच्या वाटचालीत - उदा. 'इंडियन पब्लिशर ॲण्ड बुकसेलर'चे तेहतीस वर्षे संपादन, 'फेडरेशन ऑफ पब्लिशर्स ॲण्ड बुकसेलर्स असोसिएशन इन इंडिया'ची स्थापना, 'संक्षिप्त वाङ्मयकोशा'चे तीन खंड वगैरे अनेक भव्य प्रकल्प मी हाताळले.

माझे महाविद्यालयीन शिक्षण १९४६ च्या जूनमध्ये संपले. एम. ए., एलएल. बी. झालो. पदवीचे प्रमाणपत्र मुंबई विद्यापीठाच्या पदवीदान सभागृहात स्वीकारणे हा एक वेगळा अनुभव होता. ६२ वर्षांचा काळ लोटल्यावर आज विचार करता तो समारंभ तितका कौतुकास्पद होता असे वाटत नाही. पण, तेव्हा मात्र रेक्स फोटो स्टुडिओतून भाड्याने घेतलेला डगला घालून, इतर पदवीधरांबरोबर संथ पावलांनी रांगेने सभागृहात प्रवेश करणे व प्रमाणपत्र स्वीकारणे हा नक्कीच मनाला उभारी देणारा अनुभव होता. रेक्स फोटो स्टुडिओ हे तुम्हांला तीन पर्याय देत बस्ट, हाफ साईज व फुल साइज. फुलसाइजमध्ये बहुधा बाजूला उंच स्टूल, त्यावर फुलदाणी, त्यात कृत्रिम फुलांचा गुच्छ. एक हात सरळ तर दुसरा किंचित दुमडलेला व त्या हातात ते प्रमाणपत्र. 'स्माइल प्लीज' ('से चीज' हे नंतर लोकप्रिय झाले.) म्हटले की 'स्मितवदन'. ही रुबाबदार छबी पदवीधर झालेल्या व्यक्तीच्या कुटुंबात भिंतीवर हमखास बघावयास मिळे.

विद्यापीठाचा तो परिसर. खरे म्हणजे फोर्टचा तो सर्वच परिसर आमच्या परिचयाचा. स्कूल ऑफ इकॉनॉमिक्स ॲण्ड सोशिओलॉजीचा कॅम्पस दक्षिण कक्षात असे. तर ग्रंथालयात माझी हजेरी आठवड्यातून चार-पाच दिवस असे. एल्फिन्स्टन तर माझे अलग प्रकरण होते.

जवळच्या सचिवालयात मी प्रौढ साक्षरता वर्ग चालवीत असे. तसेच कायद्याचा एलएल बीसाठी अभ्यास करत असताना जिज्ञासेपोटी सर्व प्रकारच्या केसेस कशा उभ्या राहतात याचे निरीक्षण करण्यास उच्च न्यायालयाच्या अनेक भागांत आम्ही काही विद्यार्थी जात असू. पण पदवीदान सभागृहात प्रवेश

करण्याची ती पहिलीच वेळ. तो अनुभव त्या काळात तरी आगळावेगळा होता. आमच्या कुटुंबातील उच्च पदवी मिळविणारा मी पहिलाच म्हणून असेल. किंवा पदवीदानाला वाजवीपेक्षा जास्त महत्त्व दिले जात होते हेही कारण असावे. उदाहरणार्थ, मी बाहेरगावी असताना, आन्नू तरी मला जेव्हा पत्र लिहीत तेव्हा कटाक्षाने सदानंद भटकळ, एम. ए. एलएल. बी. असे पाकिटावर लिहीत असत. मीही जेव्हा माझे व्हिजिटिंग कार्ड छापून घेतले, तेव्हाही या पदव्या त्यावर दिमाखाने कोरल्या होत्या. ही परिस्थिती फक्त आपल्याकडेच होती असे नव्हे. मी १९५२ मध्ये इंग्लंड-युरोप दौरा केला तेव्हा अनेक लोक या माझ्या उच्च शिक्षणाचे कौतुक करीत असत हे आज खरे वाटणार नाही. पण ते सत्य आहे. असो.

शिक्षण संपले आता कार्यक्षेत्र निवडायची वेळ आली. मध्यंतरी, मी जरा संभ्रमात होतो. ग्रंथव्यवसायाव्यतिरिक्त शेती व कागद उत्पादन या उद्योगात रस घ्यावा का? ती एक देशसेवा असेल असा एक समज! पण नंतर आन्नूनी वीस वर्षे अविरत श्रम घेऊन उभा केलेला पॉप्युलरचा डोलारा सांभाळण्याची जबाबदारी कोणीतरी घेतली पाहिजे, याची जाणीव झाली. विचारांती 'पॉप्युलर'च्या कामात आन्नूना सहकार्य करण्याचे निश्चित झाले. एकदा निश्चय पक्का झाल्यावर मी माझ्या स्वभावाप्रमाणे ग्रंथव्यवसायात स्वत:ला झोकून दिले. कायदेशीररीत्या 'पॉप्युलर'चा भागीदार झालो. या अगोदर दोनदा भागीदारीचे प्रयत्न झाले. ते १९३०च्या दशकाच्या आधी. मध्यंतरी आन्नूना डबल न्यूमोनियाने दोन-तीन महिने पछाडले होते. त्यानंतर त्यांची प्रकृती पूर्ववत केव्हाही झाली नाही. आपल्या प्रकृतीविषयी शंका असेल किंवा भांडवलाची नड असेल, कारण मी सांगू शकणार नाही, तिसरा भागीदार शोधावयाचा प्रयत्न मात्र केला तेव्हा त्यास मी जबाबदार होतो. कारण मी वर म्हटल्याप्रमाणे माझे कार्यक्षेत्र कुठले असावे, या संभ्रमात होतो. आता अन्नूना व मला दोघांनाही माझ्या भविष्यातील वाटचालीची व त्याचप्रमाणे पॉप्युलरच्या भवितव्याची खात्री होती व भागीदारीचा दस्तावेज हा त्यावर शिक्कामोर्तब करणारा होता.

माझ्या आधी एक वर्ष माझे मेव्हणे पांडुरंग कुमठा 'पॉप्युलर'मध्ये दाखल झाले होते. १९४८ मध्ये आन्नूनी त्यांच्यावर 'बॉम्बे बुक डेपो'ची धुरा सोपवली. १९५० साली माझा चुलतभाऊ सौमित्र मॅट्रिकनंतर 'पॉप्युलर'मध्ये आला. मला समवयस्क सहकारी लाभला. जुनेजाणते सहकारी होतेच. त्यांच्या समवेत, सकाळी आठ ते

रात्री आठ-नऊपर्यंत (सीझनमध्ये मध्यरात्रीपर्यंत) काम करू लागलो.

मी 'पॉप्युलर'ला नवखा नव्हतो. पॉप्युलरच्या कर्मचारी वर्गालाही माझी कार्यक्षमता आणि जिद्द यांची जाणीव होती. १९३९ पासून गवालिया टँक शाखेत किंवा लॅमिंग्टन रोडवरील मुख्य कार्यालयात माझी ये-जा नेहमी असे. आमचे ग्राहक, डॉक्टर्स, प्राध्यापक, शिक्षक, लेखक यांच्याशी माझी ओळख झाली होतीच. त्यात मी आणखी भर घातली, ती म्हणजे पॉप्युलरच्या प्रत्येक विभागात दिवसातील काही तास तेथील वरिष्ठ कर्मचाऱ्यांबरोबर उमेदवारी केली. याचे अनेक फायदे झाले. नंतरच्या काळात 'मॅनेजर' या नावाने त्यांच्याशी संवाद साधणे, त्यांच्याकडून माझ्या निर्णयांना पाठिंबा मिळविणे सोपे झाले आणि मला स्वत:ला व्यवहारात बारीक-सारीक अडचणी येतात त्यांची पूर्ण जाणीव झाली.

'पॉप्युलर'मध्ये मी रुजू झालो. आणि एक-दोन वर्षांत आयकरतज्ज्ञ व एकंदरच हिशेब वेळोवेळी तयार करण्यास बाहेरच्या माणसाची मदत घ्यावी असा प्रस्ताव मी आन्नूंपुढे मांडला. तोपर्यंत आमच्या हिशेबाबद्दल फारच दिरंगाई व्हायची. आन्नूंनी खरे म्हटले तर अकौंटंसी प्रशिक्षण ट्युटोरियलच्या बानाजींकडून घेतले होते. तरी वेळोवेळी दर आठवड्याला, दर महिन्याला, दर वर्षी असे धंद्याच्या वाटचालीचे आर्थिकदृष्ट्या मूल्यमापन व्हावे याची गरज त्यांना वाटली नाही. अर्थात, त्यांच्या जाणिवेत हे सर्व हिशेब ढोबळ रीत्या असणारच. मला आज लक्षात येते ते असे की, रोजचा रोख व्यवहार प्रचंड. त्याची व रोजच्या खर्चाची एक दैनिक जंत्री असावयाची. अर्थात, त्यांच्या आठवणीत हे सर्व हिशेब असणारच आणि त्यावरून वेळोवेळी करावयाचे बदल व योजना, परंतु त्याचे कॅशबुकमध्ये टिपण ठेवणे, लेजरमध्ये रूपांतर करणे, बँकेच्या व्यवहाराची वेळोवेळी तपासणी करणे यांत विनाकारण दिरंगाई होत असे. वार्षिक जमाखर्च हा त्या वेळी बॅलन्स शीट व प्रॉफिट ॲण्ड लॉस अकाउन्ट या ऐवजी खरेदी व विक्री यांवर बेतला जात असे. काही वर्षे बस्तीकर शंकरअण्णाच्या मदतीने त्यांचे एक मित्र हे काम बघत असत. यापूर्वी युद्धकाळात आमच्याकडून बरीच विक्री परदेशी सैनिकांसाठी खास तयार झालेली पुस्तके - समरकथा, साहसकथा, रहस्यकथा व भारताविषयी त्यावेळी निघालेली युद्धकालीन समस्यांवर लिहिलेली, यांची होत असे. या काळी APO च्या (आर्मी पोस्ट ऑफीस) पत्त्यावर खूपच ग्रंथ पॉप्युलरकडून पाठविले जात असत. मुंबईत मात्र हा व्यवहार एका धूर्त गृहस्थाने पटकावला. आश्चर्य वाटणारी ही घटना आहे. ते गृहस्थ होते गायकवाड महाराजांचे अनेक खंडांत चरित्र लिहिणारे, मुंबईच्या उच्च न्यायालयाचे, कोर्ट रिसीव्हर म्हणून

असलेले अधिकारी, प्रसिद्ध बानाजी होमिओपथिक फार्मसीशी संबंधित डॉ. धनजीभाय बानाजी. चर्चगेट स्टेशनसमोरच्या एशियाटिक स्टोअर्सच्या जागेत एका टपरीवजा दुकानात त्यांनी ग्रंथविक्री सुरू केली. रोजची प्रचंड विक्री! यात विल्यम कॉलिन्स यांनी भारतात मुद्दाम पुनर्मुद्रित केलेली अगाथा क्रिस्तीची व इतर पुस्तके तसेच THACKERS यांची लोकप्रिय मालिका रेम्पार्ट लायब्ररी. त्या वेळचा भारतीय लेखक, ज्याचे लेखन या गटातील लोकांना आवडत असे त्यांपैकी डी. एफ. कराका; के. ए. अब्बास, एन. जी. जोग वगैरेंचे लेखनही लोकप्रिय होते. 'बॉम्बे क्रॉनिकल' या दैनिकाच्या कार्यालयातील काही साहाय्यक संपादक, तसेच दुसऱ्या नियतकालिकांच्या संपादकांच्या प्रासंगिक महत्त्वाच्या लेखांचे संकलन करून अनेक पुस्तके निघत. आन्नूनी 'युनायटेड पब्लिशिंग हाऊस' या दुसऱ्या नावाने प्रकाशन संस्था काढून दहा-बारा पुस्तके प्रकाशित केलेली मला आठवतात. दुसऱ्या महायुद्ध काळात कागदाच्या कोट्यासाठी अशा वेगवेगळ्या नावाने प्रकाशन संस्था अल्पकाळासाठी उभ्या राहिल्या. त्या प्रतिष्ठित प्रकाशकांच्या शाखाच होत्या.

मूळ मुद्दा असा की डॉ. बानाजी यांचे एक सल्लागार हे दोन-एक वर्षे आमच्याकडेही वार्षिक हिशेबतपासनीस व आयकर खात्यात आमचे कागदपत्र सांभाळणारे म्हणून आमचेही काम पाहू लागले. त्यांची कार्यपद्धती अर्थात आम्हांला मानवणारी नव्हती. आम्ही त्यांना डिच्चू दिला नसता. कारण ही पद्धत पॉप्युलरने आपल्या प्रदीर्घ कारकिर्दीत वापरली नाही. पण त्यांचे हे 'मार्गदर्शन' लवकरच संपुष्टात आले. कारण कुठल्या तरी केसमध्ये ते 'गुंतले' गेले आणि माझ्या आठवणीप्रमाणे काही काळ गजांआडच झाले.

प्रकृतीची तशी साथ नसतानाही १९५२ पर्यंत 'पॉप्युलर'च्या आस्थापनेमध्ये आन्नू सक्रिय सहभागी होते. त्यानंतर 'पॉप्युलर'चा विस्तारत चाललेला व्याप मी समर्थपणे सांभाळत असल्याचे पाहून त्यांनी केवळ मार्गदर्शकाची भूमिका स्वीकारली. तरी त्यांची बारीक नजर आमच्या (माझ्याप्रमाणे पुढे रामदासच्या) कामावर सतत असे. वारंवार सल्ले देणे हे असायचेच. मी स्वत: रोज त्यांना कामाचा, प्रगतीचा, अडचणींचा आढावा व अहवाल देत असे; म्हणून व्यवहाराच्या परिस्थितीचे ज्ञान आम्हांला व त्यांनाही होई. साहजिकच, जमेल तेवढे चुकीच्या निर्णयात बदल करणे शक्य झाले. अर्थात, मूलभूत मनोवृत्ती बदलता येणार नव्हती आणि आमच्या हाताबाहेरील घडामोडींचा परिणाम व्यवसायावर होत असे. व्यवसायातील स्पर्धकांचे अयोग्य 'धंदे' यामुळे फटका

बसे. 'बॉम्बे बुकसेलर्स असोसिएशन' व नंतर 'फेडरेशन' द्वारा खूप प्रयत्न केले तरी हा व्यवसाय योग्य नियंत्रणाच्या कक्षेत केव्हाही आला नाही व आप्पलपोटी स्पर्धा हे एकमेव ध्येय बहुतांश व्यावसायिकांनी मानले. अशा स्पर्धांमध्ये व्यावसायिक नीतिनियमांची काय तमा? सगळाच अनागोंदी कारभार. आन्नूंनी अशा बेछूट स्पर्धेला सातत्याने विरोध केला. मुंबईपुरती तरी व्यावसायिक शिस्त असावी यासाठी 'बॉम्बे बुकसेलर्स असोसिएशन', 'बुकसेलर्स को-ऑपरेटिव्ह सोसायटी' व 'अॅडव्हायझरी कमिटी ऑफ ब्रिटिश पब्लिशर्स' या माध्यमांमधून पराकाष्ठेचे प्रयत्न केले पण ते सर्व व्यर्थ ठरले. सर्व विषयांवरील आणि सर्व तऱ्हेची पुस्तके उपलब्ध असणारे ग्रंथविक्रीचे भारतातील एकमेव केंद्र अशी 'पॉप्युलर'ची ख्याती एव्हाना सर्वदूर पसरली होती. From a Primer to an Encyclopaedia हे आन्नूंचे ब्रीदवाक्य होते. खरे म्हणजे गर्वाने असे म्हणता येईल की भारतातच नव्हे तर सर्व जगात असे दुसरे विक्री केंद्र सापडणे कठीणच. हे आमचे मानाचे स्थान. त्यापायी उत्पन्न झालेले दुष्परिणामही आम्ही अनुभवले.

आन्नू तसे निवृत्त कधीच झाले नाहीत. शारीरिक नसली तरी मानसिक गुंतवणूक १९७२ पर्यंत कायम होती. आपल्या अनुभवाचा फायदा त्यांनी पुढील पिढीला मुक्त हस्ते दिला, केवळ अनुभवाचे बोल ऐकवले नाहीत. आपले परके न पाहता आर्थिक तद्वतच अन्य गरजा भागवल्या. अखेरच्या दिवसांत, वानप्रस्थीय आयुष्यात, मुले, सुना, जावई, नातवंडे यांच्या सहवासात संतुष्ट मनाने जगले.

ग्रंथविक्रीनंतर ग्रंथप्रकाशन हे पुढचे पाऊल. या संदर्भात काही गोष्टी लक्षात घ्यायला हव्या. त्या काळात प्रकाशनव्यवसाय आजच्या इतका स्वतंत्र रितीने चालवला जात नव्हता. म्हणून लेखक-प्रकाशक, मुद्रक-प्रकाशक असे विविध नमुने होते. आजही अशा अनेक संस्था अशाच रितीने कार्यरत आहेत. त्याचप्रमाणे दुसरी महत्त्वाची बाब प्रकाशक-लेखक संबंध, लेखकाचे मानधन वगैरे यांबद्दल अनेक पर्याय उपलब्ध होते.

विसाव्या शतकाच्या मध्यावर किंवा त्याहूनही आधी प्रकाशनक्षेत्राची नेमकी काय परिस्थिती होती, याचे मूल्यमापन करताना आपण आजचे मापदंड वापरू शकणार नाही. स्वातंत्र्यपूर्व काळात प्रकाशकांचा दृष्टिकोन हा निश्चितच त्यानंतरच्या दृढ झालेल्यांपेक्षा वेगळा होता. आज तर मुद्रणक्षेत्रात विलक्षण बदल झालेले आहेत. प्रकाशनव्यवसाय हा ढोबळ मानाने दोन विभागांत आपण बसवू शकतो. एक म्हणजे 'निर्मिती' आणि दुसरे 'प्रसारण'.

अर्थात या दोन्ही विभागांत अनेक तपशिलांत आपण विचार करू शकतो. निर्मिती म्हणजे फक्त लेखकाकडून आलेले हस्तलिखित किंवा टंकलिखित मजकूर मुद्रणालयात पाठविणे एवढेच प्रकाशकाचे काम राहिलेले नाही. प्रत्येक हस्तलिखित ते तज्ज्ञ संपादकांकडून तपासून घेणे, लेखनामध्ये किंवा विषयाच्या मांडणीमध्ये सुसूत्रता आणणे, जरूर वाटल्यास ग्रंथ, आकृत्या, चित्रांनी समृद्ध करणे, प्रत्येक पृष्ठाची सजावट आकर्षक रीत्या कशी करता येईल हे पाहणे ही एक प्राथमिक गरज. शिवाय, व्याकरणाच्या दृष्टीने व्याकरणाच्या नियमानुसार लेखन झाले आहे की नाही ते तपासणे, मुद्रणालयातून आलेल्या मजकुरात मुद्रणदोष असल्यास तो दुरुस्त करणे वगैरे बारीक-सारीक गोष्टींकडे लक्ष द्यावे लागते.

त्याचप्रमाणे कागद, ग्रंथाचा आकार आणि शेवटी त्याची बांधणी हे सर्व विषय म्हणजेच ग्रंथनिर्मितीच्या कामाची विविध अंगे. ग्रंथ तयार झाल्यावर तो वाचकांपर्यंत, ग्रंथरसिकांपर्यंत पोहोचविणे हे प्रसारणाचे काम. प्रत्येक ग्रंथाची माहिती योग्य रीत्या, चपखल शब्दांत आणि शक्य तेवढ्या मोजक्या व अर्थपूर्ण शब्दांत तयार करून तशी प्रसिद्धिपत्रक तयार करणे व ही प्रसिद्धिपत्रके ग्रंथविक्रेते, ग्रंथालये आणि सदर पुस्तकाच्या विषयात रस असलेल्या ग्रंथरसिकांपर्यंत पोहोचविणे हे फार महत्त्वाचे. ग्रंथाची परीक्षणे नियतकालिकांतून यावीत, यासाठी प्रयत्न करणे आणि जमेल तितकी जाहिरात-विज्ञापना करणे हेही तितकेच जरुरीचे आहे. हल्ली ग्रंथ किंवा ग्रंथलेखक यांना प्रसिद्धी मिळविण्यासाठी विविध माध्यमे प्रकाशकासाठी उपलब्ध आहेत. त्यांचाही योग्य तो वापर झाला पाहिजे.

हे सर्व विस्ताराने सांगण्याची गरज अशासाठी आहे की आपण १९२४ ते १९४६ या काळातील प्रकाशनाच्या स्थितीकडे पाहताना आपल्याला असे जाणवेल की, वरील विविध अंगांचे किंवा पैलूंचे ज्ञान त्या काळच्या प्रकाशकाला स्वतःच्याच अनुभवांतून घ्यावे लागत असे. गेल्या जवळ जवळ पाऊणशे वर्षांत ह्या सर्व विषयांवर तज्ज्ञांचे ग्रंथ उपलब्ध आहेत. त्याबरोबर या विषयांशी निगडित शिक्षण देणाऱ्या संस्थाही आता निर्माण झाल्या आहेत. चर्चासत्रे, कार्यशाळा आणि काही महाविद्यालये यांतून त्या विषयाचे अध्यापनसुद्धा मिळू शकते.

पॉप्युलरच्या पहिल्या वीस-पंचवीस वर्षांतील प्रकाशनकार्यातील नोंद घेत असताना आणखी एक महत्त्वाची बाब लक्षात घेतली पाहिजे. टिळकयुग संपले आणि गांधीयुगाची सुरुवात झाली. प्रकाशनक्षेत्रातल्या संक्रमणाचाही काल सुरू झाला. विसाव्या शतकाच्या सुरुवातीला लॉगमन्स-ग्रीन आणि कंपनी, मॅक्मिलन आणि कंपनी ह्या प्रमुख ब्रिटिश संस्थांनी आपला जम बसविला होता. शाळा-कॉलेजांमध्ये खास करून पाठ्यपुस्तके आणि त्याचबरोबर पूरक वाचनमाला (Supplement Readers) ह्या प्रामुख्याने याच संस्था पुरवीत असत. ब्लॅकी ॲन्ड सन्स, ई. ॲण्ड जे. आर्नॉल्ड आणि असेच इतर प्रकाशकही भारतात कार्यरत होते. ही परिस्थिती पहिले महायुद्ध संपल्याबरोबर काही वर्षांत थोड्या प्रमाणात तरी बदलू पाहत होती. पश्चिम भारतात एज्युकेशनल पब्लिशिंग कंपनीने कर्नाटक प्रकाशन संस्था, पूर्वेकडे पी. सी. घोष, एम. सी. सरकार इत्यादी, दक्षिणेत - लिटिल फ्लॉवर कंपनी, बी. जी. पॉल ॲन्ड सन्स अशा अनेक संस्था या ब्रिटिश प्रकाशन संस्थांच्या मक्तेदारीला आव्हान देत होत्या.

सुरुवातीला अर्थात काही इंग्रजी भाषेत प्रकाशित झालेले ग्रंथ होते. शेक्सपिअरची नाटके, मिल्टन आणि त्यानंतरच्या एलिझाबीथन किंवा व्हिक्टोरिअन कवींचा अभ्यासही हमखास विद्यार्थ्यांना करावा लागे. १९३५ पर्यंत तरी शाळांमध्ये सरकारमार्फत संपादित केलेल्या वाचनमाला वापरल्या जात. कर्नाटक पब्लिशिंग हाऊसचे मालक मंगेश नारायण कुलकर्णी यांनी आचार्य अत्रे आणि वि. द. घाटे यांच्याकडून तयार करवून घेतलेली 'नवयुग वाचनमाला' हिचा प्रामुख्याने उल्लेख केला पाहिजे.

याचप्रमाणे शाळा किंवा कॉलेजांत जे इतर विषय शिकविले जात, त्यांसाठीही तयार केलेली पुस्तके ही बऱ्याच काळापर्यंत इंग्लंडमधील लेखकांची असत. नंतरसुद्धा गोपाळकृष्ण गोखले ह्यांचे गणित, आठवले ह्यांचे अल्‌जिब्रा किंवा धोंड-इंगळे यांची विज्ञानावरील पाठ्यपुस्तके ही सुद्धा मॅक्‌मिलन ॲन्ड कंपनीची. यांमध्ये जो लक्षणीय बदल झाला तो १९३०-४०च्या दशकात. पॉप्युलरच्या प्रकाशनांमध्ये ज्याला आपण पाठ्यपुस्तके म्हणू शकणार नाही, पण तत्सम आणि विद्यार्थ्यांस उपयुक्त अशी अनेक प्रकाशने याच काळात प्रसिद्ध केली आहेत.

या सर्वांची आज यादी काढली तर ती वीस ते पंचवीसच्यावर सहज निघेल. जी पुस्तके बहुधा किंवा वारंवार पुनर्मुद्रित करावी लागत, त्यांतील काहींचा उल्लेख करावासा वाटतो. खरास आणि पावरी यांचे 'जॉमेट्रिकल कन्स्ट्रक्शन', कालेलकर आणि गाय यांचे 'प्लेन ट्रिग्नॉमेट्री', पावटे आणि भागवत यांचे 'कॅल्‌क्युलस', जी. एन. जोशी यांचे 'कॉन्स्टिट्युशन ऑफ इंडिया', नाडकर्णी आणि कोठारी यांची केमिस्ट्रीवरील पुस्तके आणि 'प्रॅक्टिकल केमिस्ट्री'चे चार भाग ही फक्त वानगीदाखल इथे देत आहे.

हल्ली सर्वत्र वाचन संस्कृतीबद्दल बोलले जाते, लिहिले जाते. अनेक तज्ज्ञ समित्या वारंवार वाचकांचे सर्व्हेजसुद्धा घेत असतात. पण या सर्वांत महत्त्वाची बाब ठासून मांडली जात नाही. माझा या क्षेत्रातील अनुभव शाळेतील मास्तर, कॉलेजातील प्राध्यापक आणि नात्यागोत्यातील परिवार यांमुळे कसा वृद्धिंगत होत गेला व त्यामुळे माझी जडणघडण कशी झाली हे मी अगोदर नमूद केले आहे.

या संदर्भात आणखी दोन मुद्दे मांडावेसे वाटतात. ज्या देशात किंवा भाषेत चांगली नियतकालिके प्रसिद्ध होतात तिथले लोक साहित्यवेडे म्हणू किंवा साहित्यरसिक असे संबोधू, होतात. जपान हा असा एक देश आहे. युरोपमधील उत्तर युरोपातील नॉर्वे, स्वीडन, फिनलँड वगैरे हेही त्याच गटात बसतात. अर्थात, वरील विधानात दोन शब्द महत्त्वाचे आहेत. 'चांगलं साहित्य' म्हणजे कोणते? याबद्दल दुमत होईल.

माझ्या मते कुठलेही साहित्य वाचले तरी शेवटी वाचन हे महत्त्वाचे. नियतकालिकांत बहुतांश विविधता असतेच आणि त्यामुळे प्रत्येकाच्या आवडीप्रमाणे तो विशिष्ट विषयाकडे ओढला जातो. आमचा एक सहकारी शिराली याचे उदाहरण मी यापूर्वी दिले आहे. माझे दुसरे एक नातेवाईक प्रसिद्ध गायक व संगीतज्ञ चिदानंद नगरकर यांनी आपले इंग्रजीवरचे प्रभुत्व व विचार करण्याची क्षमता वाढवण्यासाठी आर्थर कॉनन डॉयल आणि अगाथा क्रिस्ती यांच्या पुस्तकांचे सतत वाचन केले होते. जगप्रसिद्ध गणितज्ञ व इतिहासकार दामोदर कोसंबी यांनी फक्त विरंगुळा म्हणूनच रहस्यकथांची पुस्तके वाचली असे नव्हे!

दुसऱ्या एका मनोरंजक गोष्टीचा उल्लेख करावासा वाटतो. दिल्लीत सेंट्रल न्यूज एजन्सीचे मालक पुरी हे ग्रंथविक्रेते तर होतेच, पण बहुतेक सर्व देश-विदेशी नियतकालिकांचे वितरणही ते करीत असत. त्यांनी सांगितलेला एक किस्सा. त्यांच्याकडे पंजाबी ग्राहक येत, ते बहुदा 'फिल्मफेअर', 'स्टारडस्ट' अशा प्रकारच्या नियतकालिकांची मागणी करीत. आणि दक्षिणात्य ग्राहक म्हणजे कानडी, तामिळी व मल्याळी लोक 'सुधा', 'कलकी', 'मनोरमा' अशा नियतकालिकांची मागणी करीत.

मराठी ग्राहकांबद्दल त्यांनी काही निष्कर्ष काढल्याचे स्मरत नाही. कदाचित ते नगण्य होते का?

मग 'चांगले' साहित्य याची व्याख्या काय करावयाची?

त्याचप्रमाणे आपल्या मित्रपरिवाराबद्दल म्हणता येईल. 'Birds of the same feather flock together' हेच खरे. म्हणून आज अनेकदा असे प्रयोग, कार्यक्रम होत आहेत ते स्तुत्य आहेत. (आणि तसे म्हणूनच निव्वळ चंगळवादी व मॉल संस्कृतीचे भोक्ते यांबद्दल आपण नाराजी व्यक्त करतो.)

१९४५-४६ मध्ये पॉप्युलरमध्ये उमेदवारी केल्यानंतर व्यवसायातील प्रमुख बाबींकडे, लक्ष पुरवण्याची पूर्ण तयारी झाली. ग्रंथविक्री-काऊंटर, शाळा-कॉलेज-विश्वविद्यालये यांच्या ग्रंथालयांच्या मागणीकडे लक्ष देणे, त्याप्रमाणे सार्वजनिक संस्था आणि इतर व्यावसायिक, उद्योजक यांची ग्रंथालये समृद्ध करणे यांकडे लक्ष देणे वगैरे कामांसाठी वेळ द्यावा लागे. तसेच त्या वेळेला असलेला छोटासा पण महत्त्वाचा विभाग म्हणजे ग्रंथप्रकाशन.

पॉप्युलर हे त्या काळी सर्वच विषयांची पुस्तके संग्रहात ठेवत-विकत. पण स्वातंत्र्यापूर्वी शाळा-कॉलेज व वैद्यकशास्त्र यांसाठी लागणाऱ्या विषयांचे साहित्य यांना प्राधान्य होते. गणपतराव यांनी पॉप्युलरची सुरुवातच वैद्यकशास्त्राच्या विद्यार्थ्यांना पुस्तके पुरवण्यातून केलेली होती. साहजिकच त्या विषयात बरेच ग्रंथ १९३० नंतर प्रकाशित झाले. पॉप्युलरने पहिले पुस्तक कुठले प्रकाशित केले असावे याचा शोध चालू आहे. मला वाटते 'Crystalised Therapy' हे डॉ. परुळेकर ह्यांचे पुस्तक असावे. 'Public Health and Hygiene,' 'Preventive Medicine', 'Forensic Medicine', 'Physiology of Systems' अशा विषयांवरही पुस्तके आम्ही प्रकाशित केली. त्या काळी मूळ विषयावरील ग्रंथ हे बहुधा ब्रिटिश लेखक व प्रकाशक यांचे असत. इथे प्रकाशित झालेले साहित्य हे आपल्याकडील उत्साही व त्या विषयात तज्ज्ञ असणाऱ्या डॉक्टरांचे स्वतःच्या

अनुभवाचे दाखले व त्याचे विश्लेषण असे होते. मूळ विषयात स्वतंत्र ग्रंथ निर्माण करण्याचे धाडस प्रथम केले डॉ. के. एम. मसानी यांनी आपल्या 'टेक्स्टबुक ऑफ गायनॅकॉलॉजी' आणि नंतर 'ए टेक्स्टबुक ऑफ ऑब्स्टेट्रिक्स' ह्या पुस्तकांच्या निमित्ताने. हे दोन्ही ग्रंथ पॉप्युलरने प्रकाशित केले. नंतर त्यांचे महत्त्व लक्षात घेऊन भारत सरकारने जेव्हा ग्रंथांना काही अनुदान द्यावयास सुरुवात केली तेव्हा हे ग्रंथ निवडले गेले. हे दोन्ही विषय एमबीबीएसच्या शेवटच्या टप्प्यात शिकवायचे. त्या आधी फार्माकोलॉजी विषयावर पहिली पुस्तके प्रसिद्ध झाली ती मात्र कलकत्त्यातून घोष व मद्रासमधून (चेन्नई) डेव्हिड-ईश्वरय्या यांची. आम्ही या विषयाकडे वळलो ते डॉ. सातोस्कर व डॉ. भांडारकर यांच्या साहाय्याने, पण जरा उशिराच. परंतु सांगावयास अभिमान वाटतो व १९६९ पासून गेल्या चाळीस वर्षांत 'Pharmacology and Pharmacotherapeutics' या पुस्तकाने विक्रीच्या क्षेत्रात सर्व पुस्तकांवर मात तर केलीच. पण एक आदर्श पाठ्यपुस्तक कसे असावे याचा नमुना सादर केला. अशा विषयावरील ग्रंथ हे दर वेळेला अद्ययावत आणि प्रमाणित माहितीने परिपूर्ण असावे लागतात व त्यानुसार प्रत्येक आवृत्तीत सुधारणा करावी लागते. या बाबतीत लेखक व प्रकाशक यांनी जागरूक असावे लागते. प्रकाशनक्षेत्रात हे दोन घटक जरी कर्तव्यतत्पर असले तरीही त्याबरोबर इतर घटकही तितकेच सक्षम असावे लागतात. अजूनही आपल्याकडे मुद्रक, मुद्रितशोधक, संपादक यांनी आपल्या क्षमता वाढवण्याची जरुरी आहे.

पॉप्युलरची इतर विषयांवरील प्रकाशने, त्यांचे लेखक यांकडे वळण्यापूर्वी वैद्यकशास्त्रांवरील ग्रंथ प्रकाशित होत असताना आलेले माझे अनुभव व माझे त्या क्षेत्रातील अल्पसे योगदान यांबद्दल तपशीलवार लिहिणे उचित व सोयीस्कर होईल.

डॉ. के. एम. मसानी यांची 'Obstetrics' आणि 'Gynaecology' या पुस्तकांच्या संदर्भात दोन निरीक्षणे नोंदवायची आहेत. एक मजेदार, तर दुसरे अभिमानास्पद.

डॉ. मसानी हे एक विलक्षण व्यक्तिमत्त्वाचे गृहस्थ. माझ्यापेक्षाही ठेंगू म्हणता येईल अशी (आणि स्थूलतेकडे झुकणारी) शरीरयष्टी. पाठीत काही कारणाने प्रथमपासून पोक असल्यामुळे त्यांच्याबद्दल प्रथमदर्शनी आकर्षण असे काही नव्हते. पण एकदा त्यांच्याबरोबर संवाद सुरू झाला की त्यांची बुद्धिमत्ता, त्यांचे विषयातील प्रावीण्य व बोलण्याची ढब यांचा प्रभाव समोरच्या व्यक्तीवर पडल्याशिवाय राहत नसे. अत्यंत टापटिपीचा पेहराव, स्वच्छ, सफेद, डॉक्टरी शर्ट, कोट, आणि पॅण्ट. मिस्कील व आकर्षक स्मितहास्य. डोळ्यांतील चमक अत्यंत लक्षणीय. सर्वांत महत्त्वाचे, आपल्या कामात कुठेही कसलीही चूक राहू नये याबद्दल दक्ष.

ही दोन्ही पुस्तके पॉप्युलर प्रेसमध्येच मुद्रित होत. दर दोनतीन वर्षांनंतर एक आवृत्ती या हिशेबाने प्रेसचे बी. जी. गंडभीर व डॉ. मसानी यांची चांगलीच मैत्रीही झालेली. ग्रंथात कुठेही चूक राहू नये व त्याचप्रमाणे त्या विषयावरील अद्ययावत माहिती आपल्याला व्हावी म्हणून डॉ. मसानी खूपच मेहनत घेत. मुद्रितशोधक

व इतर बाबतींत मदत म्हणून त्यांच्याबरोबर काम करणारा त्यांचा मदतनीससुद्धा तितक्याच आस्थेने त्यांना मदत करीत असे. प्रुफे तीनचारदा तरी तपासणे अनिवार्य होते. एकदा प्रेसची मंडळी बरीच वैतागली होती व गंडभीरानी मला फोन केला. 'सदानंद, हे काय चाललं आहे. मसानी पाचव्यांदा प्रुफांत बदल करीत आहेत. आम्ही फारच अडचणीत आहोत.' मग काय, आजच्या व्यवस्थापनशास्त्रातील संज्ञा वापरायची तर लेखक व प्रकाशक-मुद्रक यांची एक बैठक (Conference) भरली. आम्ही कशासाठी भेटत आहोत याची कल्पना मी डॉक्टरांना आधीच दिली होती.

आम्ही तिघे स्थानापन्न झालो. एकदोन मिनिटांची स्तब्धता. मग डॉक्टरांनी सुरुवात केली. म्हणाले,

"मित्रांनो, आपल्यासमोर शंभर पृष्ठांची प्रुफे आहेत. त्यांत किरकोळ दुरुस्त्या थोड्याच. पण सात ठिकाणी महत्त्वाचे बदल आहेत. काही चुका असल्यामुळे व तीन ठिकाणी मी गेल्या काही दिवसांत नवीन प्रयोग केले व त्याचे ज्ञान विद्यार्थ्यांना व्हावे म्हणून केलेला वाढीव मजकूर. हे बघा, माझ्या शब्दकोशात किंवा जीवनात 'Really does it matter?' किंवा 'चलता है' या वृत्तीला जागा दिली नाही. ('चलता है' - मराठीत सांगावयाचे म्हणजे, 'अहो, हे बदल केले नाहीत तर आकाश कोसळणार का?') हा ग्रंथ निव्वळ माझा आहे तसा तो तुमचाही आहे याची मला जाणीव आहे. तो उत्कृष्ट व्हावा, अचूक असावा, अद्ययावत असावा असे तुम्हांलाही वाटत असणारच. आपण थोडीशी तसदी घ्यावी - आम्ही एक उत्तम ग्रंथ केला आहे यात अभिमान आहे, नाही का?"

गंडभीरांचा अगोदरचा त्रस्त चेहरा बराच खुलला. त्यांनी ताबडतोब कंपोजिंग विभागाचे मॅनेजर घुर्ये यांना बोलावले व प्रुफे ताबडतोब दुरुस्त्या करून डॉक्टरांकडे पाठवा असे सांगितले. चहाची ऑर्डर दिली गेली. तो कळकट रंगाचा चहा (माझा विनासाखर) मला तरी त्या वेळेला जास्त गोड लागला. डॉक्टरांनी कपाला ओठ लावला, प्यायल्यासारखे नाटक केले आणि आपल्या नेहमीच्या उडत्या टुणुक टुणुक चालीने गाडीत बसून आपल्या कन्सल्टिंग रूममध्ये परतले.

नॅशनल बुक ट्रस्टच्या योजनेप्रमाणे 'A Textbook of Gynaecology' विद्यार्थ्यांना आणखी स्वस्त देता यावे म्हणून त्यांच्या अनुदानास पात्र ठरविले. शास्त्रीय विषयावरील ग्रंथांची निवड करण्यात आलेला हा पहिला ग्रंथ. दिल्लीत काही निमंत्रित व ह्या क्षेत्रातील मान्यवर यांच्या उपस्थितीत त्याचा प्रकाशन

समारंभ आम्ही आयोजित केला. शिक्षणमंत्री डॉ. व्ही. के. आर. व्ही. राव हे प्रमुख पाहुणे होते. ''स्त्रीरोगावरील पुस्तकाच्या प्रकाशन समारंभात एक अर्थशास्त्रज्ञ बोलतो आहे, हा एक विनोदच आहे,'' अशी सुरुवात करून त्या योजनेबद्दल, लेखकाच्या मेहनतीबद्दल त्यांनी छोटेसे पण सुरेख भाषण केले.

या योजनेत सामील करण्याजोगी आमची इतर काही प्रकाशने होती. शासनाच्या हिशोब करण्याच्या पद्धतीमुळे काही वेळा अनुदानाची मदत होण्याऐवजी नुकसानच होत असे. शिवाय किंमत फारच कमी आल्यास तुलनेने पाठवणावळ आणि वाहतूक खर्च यांचे प्रमाण वाढत असे. पण या योजनेतील काही गोष्टी अव्यवहारी असल्यामुळे त्यात आमचा सहभाग अल्पच राहिला.

१९६०-७० च्या दशकात प्रकाशित झालेले दोन उल्लेखनीय ग्रंथ म्हणजे डॉ. रुस्तम माणेकशा यांचे Plastic Surgery in the Tropics आणि त्यांना काही काळ सहकार्य करणारे तरुण नॉर्वेजियन डॉक्टर ओटो टोकवाम यांचे तशाच विषयावरील पण जास्त 'खास' विषयाचे Maxillo-Facial Injuries.

डॉक्टर माणेकशा जेव्हा हस्तलिखित घेऊन माझ्याकडे आले तेव्हा त्यांची कल्पना ते पॉकेटबुकसारखे काढावे म्हणजे ते कमी किमतीत व सर्वसाधारण वाचकांना उपयुक्त असे करता येईल, अशी होती. कमीतकमी पाच हजारांची आवृत्ती काढावी आणि त्यासाठी काही आर्थिक जबाबदारी घ्यावयास ते तयार होते. हस्तलिखित वाचल्यावर ते पुस्तक तज्ज्ञ शास्त्रज्ञांसाठीच लिहिले गेले आहे असे आमच्या लक्षात आले. प्लास्टिक सर्जरी हा विषय नवीन होता. एव्हाना रामदास पॉप्युलरच्या इंग्रजी प्रकाशनाचेही काम पाहत होता. हे दोन्ही ग्रंथ त्या विषयातील उत्कृष्ट निर्मितीचा नमुना ठरतील असे आम्ही करू शकू अशी आम्हा दोघांनाही खात्री होती. म्हणून क्राऊन क्वार्टो आकारात व रंगीत चित्रांसह हे ग्रंथ आम्ही तयार केले. १९६६ च्या फ्रँकफुर्ट पुस्तक मेळाव्यात हे ग्रंथ आम्ही नेऊ शकलो आणि प्रथमच आम्ही ह्या दोन्हीही ग्रंथांसाठी 'जे. ए. चर्चिल ॲन्ड सन्स' या नामवंत ब्रिटिश प्रकाशकाला त्यांत गुंतवणूक करण्यास प्रवृत्त करू शकलो. या पुस्तकांचे निर्मितिमूल्य अत्यंत उच्च दर्जाचे होते म्हणून हे शक्य झाले. हल्ली साधी वर्तमानपत्रांतील कृष्णधवल चित्रेसुद्धा अस्पष्ट छापली जातात. पण या पुस्तकातील सर्व चित्रे स्पष्ट व प्रत्येक तपशील लक्षात राहील अशी छापली होती हे विशेष. भारत सरकारच्या मुद्रण स्पर्धेत ह्या ग्रंथाला सर्वोत्कृष्ट मुद्रणाबद्दल पुरस्कारही मिळाला होता.

माणेकशांच्या 'प्लॉस्टिक सर्जरी इन द ट्रॉपिक्स' या ग्रंथामुळे प्रथमच पॉप्युलर आंतरराष्ट्रीय स्तरावर मोठ्या प्रमाणात व्यवहार करू शकला. माझ्या दृष्टीने हा फार महत्त्वाचा टप्पा होता. जेणेकरून प्रकाशक या नात्याने आम्ही सर्वांचे लक्ष वेधू शकलो. मी फ्रँकफुर्टला तिसऱ्यांदा भेट दिली. अर्थात १९५५ मध्ये पहिल्यांदाच ग्रंथप्रदर्शन करण्यासाठी मी प्रातिनिधिक स्वरूपात भारतीय पुस्तके नेली होती. परंतु या वर्षाच्या भेटीमध्ये मी फ्रँकफुर्ट बुकफेअर यांच्या व्यवस्थापकांचा एक निमंत्रित आणि सन्माननीय अतिथी म्हणून गेलो होतो. वर उल्लेख केलेल्या दोन ग्रंथांवर फक्त जास्त भर द्यावयाचा असे ठरवून मी काही प्रयत्न करीत होतो. एका मर्यादित उद्देशाने मी माझा कार्यक्रम आखला होता. तरीही फ्रँकफुर्ट, जर्मनीतील इतर शहरे व लंडन या भेटी खूपच त्रासदायक झाल्या.

म्युनिक येथील विज्ञान वस्तुसंग्रहालय (Science Museum) पाहण्याची मला फार उत्सुकता होती. फ्रँकफुर्ट इथे डॉ. प्रमोद तलगेरी यांचा परिचय झाला आणि पुस्तकमेळा संपल्यावर आम्ही दोघेही हायडेलबर्गला पोहोचलो. तिथून लगेच म्युनिकला. दुसऱ्याच दिवशी इतर ठरवलेले कार्यक्रम असल्यामुळे सायन्स म्युझियममध्ये वेळ थोडाच घालवता आला. त्या भव्य म्युझियमची अनेक दालने बघता बघता मी थकून गेलो. शिवाय माझे पाय कुरकुर करू लागले. डॉ. माणेकशांची एक मैत्रीण व तिची आई यांना त्यांच्या घरी भेट देण्यासाठी ड्युसेलडॉर्फ इथे जाणे भाग पडले. या दोघींच्या आग्रहामुळे तिथली एकदोन सुंदर स्थळे पाहण्यासाठी बरीच पायपीट करावी लागली. परिणामी मी जेव्हा लंडनला पोहोचलो तेव्हा माझे दोन्ही पाय सुजलेले होते. चालण्यास खूपच त्रास होत होता. पाय बुटांत घालण्याससुद्धा खूपच कष्ट झाले. सुदैवाने त्या वर्षी मी ज्या हॉटेलमध्ये राहिलो होतो ते एका गुजराती गृहस्थाच्या मालकीचे होत. त्यांनी मला सकाळ-संध्याकाळ शेक घेण्याची व्यवस्था केली आणि इतर औषधे दिल्यामुळे दीड दिवसांतच मी थोडाफार हिंडू फिरू लागलो.

या दोन ग्रंथांचे वितरण करण्याचा अतोनात प्रयत्न करत होतो पण फ्रँकफुर्टमध्ये या ग्रंथांत फारसा कोणी रस दाखवला नव्हता. शेवटचा एक प्रयत्न म्हणून मी वर उल्लेख केलेल्या तीन ब्रिटिश प्रकाशकांना भेट द्यायचे ठरवले. माझ्या दृष्टिकोनाप्रमाणे आणि अंदाजाप्रमाणे जे. ए. चर्चिल अ‍ॅन्ड सन्स ही कंपनी सर्वांत उच्चभ्रू आणि म्हणून इतर प्रकाशकांच्या पुस्तकांकडे ते ढुंकूनही पाहणार नाहीत असा माझा समज होता. म्हणून त्यांना अगदी शेवटी भेटायचे ठरवले. आम्ही वैद्यकीय पुस्तके सातत्याने मोठ्या प्रमाणावर खरेदी करत असल्याने या सर्व

प्रकाशनसंस्थांचे मॅनेजर्स हे माझे चांगल्याच परिचयाचे होते. यापूर्वी आमची दोन तीनदा भेट झालेली असल्यामुळे आणि आमचे मासिक 'दी इंडियन पब्लिशर्स अ‍ॅण्ड बुकसेलर्स' हे त्यांना नियमित पोहोचत असे त्यामुळेसुद्धा आम्ही एकमेकांना चांगले परिचित होतो. आता हा दौरा संपत आला होता आणि शेवटच्या क्षणी चर्चिल यांच्या कार्यालयात मी पोहोचलो. ही एक सदिच्छा भेट आहे असे मी सुरुवातीलाच सांगितले. पण त्यांनी दिलेल्या प्रतिसादामुळे मला आश्चर्याचा धक्काच बसला. चर्चिल यांच्या प्रतिनिधीने हे दोन्ही ग्रंथ फ्रँकफुर्टला पाहिले होते. आणि युरोपमध्ये या ग्रंथांचे वितरण करण्यास आम्हांला आवडेल असे त्यांनी सांगितले. पॉप्युलरने छापलेल्या ग्रंथांच्या प्रती आम्ही घेऊ; फक्त त्यावर चर्चिल कंपनीचे स्टिकर असावे असे त्यांनी सुचविले.

ज्या विषयावर संशोधन भारतातच झाले आहे अशा विषयांवरील पुस्तके अशा पद्धतीने विकता येतील हे लक्षात आले. त्यानंतर डॉ. गी वरगीज यांचे डायबेटिसवरील पुस्तक आणि डॉ. यावलकर यांचे 'लेप्रसीवरील' पुस्तक आम्ही आंतरराष्ट्रीय पातळीवर पोचवू शकलो.

पुढील एक गमतीदार घटनेचा उल्लेख केला पाहिजे. आपल्याकडील पुस्तकविक्रेत्यांना परदेशी पुस्तकेच विकण्याची सवय. मुळात आम्ही पुस्तक प्रसिद्ध केल्यावर मुंबईतील विक्रेते प्रती विकत घ्यायला तयार नव्हते. परंतु तेच पुस्तक ब्रिटिश कंपनीच्या सूचीत आल्यावर त्यांनी इंग्लंडहून मागवून घेतले. म्हणजे ग्रँटरोडला प्रकाशित झालेले पुस्तक व्हाया लंडन परळला पोहोचले.

वैद्यकशास्त्रातील आयुर्वेद या विषयावरील प्रकाशनांबद्दल मला थोडेसे सविस्तर लिहून नंतरच इतर विषयांच्या पुस्तकांकडे वळायचे आहे.

आयुर्वेद हे शास्त्र म्हणून भारतात हजार वर्षे प्रचलित असले तरीही अनेक कारणांमुळे त्याची योग्य अशी प्रगती झाली नाही. याला अनेक कारणे आहेत. माझ्या मते सर्वांत महत्त्वाचे कारण म्हणजे त्यावर संशोधनात्मक काम खूपच कमी झालेले आहे. कुठल्याही शास्त्रात संशोधन आणि त्यावर अद्ययावत माहितीपर उत्पादने तयार करणे हे जरुरीचे असते. शास्त्राबद्दल किंवा इतर कुठल्याही विषयाबद्दल, मग ते तत्त्वज्ञान असो किंवा इतर अनेक ज्ञानविज्ञानाच्या शाखा असोत, संशोधनाला पर्याय नाही. परंतु भारतात धार्मिक विवेचन आणि आयुर्वेदासारखे पुरातन शास्त्र या दोन्ही गोष्टींत आपण 'बाबावाक्यम् प्रमाणम्' ही वृत्ती पत्करली आहे.

याचा एक अनुभव मला १९५४ मध्येच ए. के. नाडकर्णी यांच्या 'Indian Materia Medica' या पुस्तकाचे मुद्रण चालू असताना आला. त्या वेळी डॉ. शिव शर्मा हे अखिल भारतीय आयुर्वेद संशोधन संस्थेचे मुख्य होते. मी आणि नाडकर्णी मुद्रणाच्या वेळी काही अडचणी आल्या तर त्यांच्याकडे जात होतो. त्यांचे आपले एकच पालुपद : ''आपण हा प्रश्न शुद्ध आयुर्वेदात बसतो का हे आधी तपासून पाहूया '' असे हे शुद्ध आयुर्वेदाचे वेड. यामुळे आमची प्रगती होणार तरी कशी? त्या वेळी तरी भारतातील इतर शहरांत अशी काही संशोधन केंद्रे कार्यरत होती. यांपैकी जामनगर इथल्या एका अशा संशोधन केंद्राशी संबंधित असलेले डॉ. पी. एम. मेहता यांचा 'Elements of Light Therapy' हा ग्रंथ आम्ही प्रकाशित केला होता.

'Indian Materia Medica' ची तिसरी आवृत्ती १९५४ साली आम्ही प्रकाशित केली. याच विषयावर 'Indian Medicinal Plants' हा आठ खंडांतील ग्रंथही प्रकाशित झाला होता. या आठ खंडांपैकी चार खंडांत औषधांवरची माहिती आणि चार खंडांत ह्या वनस्पतींच्या वेगवेगळ्या अवयवांची चित्रे होती. या आकृत्यांमुळे पुढे वनस्पतींची ओळख पटण्यास खूप मदत होत असे. या विषयावर अनेक छोटी मोठी पुस्तके उपलब्ध आहेत.

'Indian Materia Medica' या ग्रंथाचा इतिहास सांगितलाच पाहिजे. हा ग्रंथ प्रथम डॉ. के. एम. नाडकर्णी यांनी १९०८ साली सिद्ध केला. त्यावेळी त्याचे नाव होते. 'Indian Plants and Drugs'. २००८ मध्ये या प्रकाशनाला १०० वर्षे पूर्ण झाली. दक्षिण कर्नाटकातील मंगळूर इथे वैद्यकीय व्यवसाय करणारे हे एक फॅमिली डॉक्टर. एक छंद म्हणूनच अनेक मित्र व् तिथल्या ग्रामीण भागांतील आयुर्वेदातील माहीतगार व्यक्तींकडून वेगवेगळ्या वनौषधींची माहिती गोळा करून त्यांनी हे पुस्तक स्वत: प्रकाशित केले. पहिली आवृत्ती जवळजवळ ८०० पृष्ठांची होती. ती संपल्यामुळे त्याच्या दुसऱ्या आवृत्तीवर त्यांनी बरेच काम केले. ही दुसरी आवृत्ती तयार करताना डॉ. नाडकर्णींचे धाकटे सुपुत्र अनंत यांनी खूप मदत केली. ही दुसरी आवृत्ती १२०० पृष्ठांची होती. ती १९२७ साली प्रसिद्ध झाली. आणि या आवृत्तीलाही चांगला प्रतिसाद मिळाला.

डॉ. नाडकर्णींना दोन मुले होती. त्यांतील थोरला रसायनशास्त्रात पदवीधर झाल्यानंतर मुंबईत आला आणि एका छोट्याशय्या फॉर्म्यास्युटिकल कंपनीची-पॅरगॉन प्रॉडक्ट्स-सुरुवात करून आपल्या स्वतंत्र व्यवसायात त्याने बरेच यश मिळवले. तो मंगळूरला परतलाच नाही. धाकटा अनंत नाडकर्णी (ए. के. नाडकर्णी) ही एक विलक्षण वल्ली होती. दुसऱ्या आवृत्तीचे प्रकाशन झाल्यानंतर थोरल्या नाडकर्णींचे निधन झाले आणि मंगळूर येथील त्यांचा छोटासा प्रपंच एकट्या अनंताच्या खांद्यावर आला. तरुण अनंताने मंगळूरची मालमत्ता, डॉ. नाडकर्णींनी जमा केलेली ग्रंथसंपदा, त्यांच्या मालमत्तेत राहणारे दोन-तीन भाडेकरू या सर्वांची जबाबदारी आपल्या हयातीत सांभाळली. त्यांचे शिक्षण बेताचेच. परंतु एका विलक्षण ध्येयाने त्यांना झपाटले हेते. मुद्रित वाङ्मयाचा संग्रह करणे, जमेल तेवढे त्याचे वाचन करणे आणि जी माहिती जमा झाली तिचे वर्गीकरण करणे (जसा एखादा ग्रंथपाल करत असतो तसे) आणि ही माहिती मंगळूर शहर किंवा आसपासचे गरजू, मग ते विद्यार्थी असोत किंवा

संशोधक, त्यांना पुरवणे हेच आपले कार्यक्षेत्र असा त्यांनी निश्चय केला. 'डॉ. के. एम. नाडकर्णी मेमोरियल लायब्ररी ॲण्ड रीडिंग रूम'ची सुरुवात त्यांनी केली आणि नाममात्र वर्गणी घेऊन अनेक सभासद जमा केले. अर्थात, गरजू लोकांना काहीही द्रव्य न घेता माहिती पुरवणे हाच एक त्यांचा विरंगुळा आपण म्हणूया. तासन्तास वाचन करणे यामुळे त्यांची दृष्टी हळूहळू अधू होत गेली. आणि ते ज्या वेळी म्हणजे १९५४ मध्ये आमच्याकडे 'Indian Materia Medica' च्या तिसऱ्या आवृत्तीच्या प्रकाशनासाठी आले तेव्हा त्यांच्या नाकावर अत्यंत जाड भिंगांचा चष्मा होता. तरीसुद्धा त्यांना वाचावयास खूप त्रास होत असे आणि मजकूर अगदी डोळ्यांच्या जवळ नेऊन ते वाचू शकत होते. त्या वेळी त्यांचे वय बहुतेक पन्नास ते पंचावन्न असावे. त्यांची भेट झाल्यावर त्यांची विलक्षण बौद्धिक कमाई होती त्यांची कल्पना प्रथमदर्शनी येणे कठीणच होते. पेहराव अत्यंत साधासुधा, एक धोतर, वर कुडतावजा पैराण आणि टोपी. मोजके आणि हळूहळू बोलणे आणि वयोमानाने सर्वांनाच सवय होते अशा काही लकबी. अर्थात त्यांचे ग्रंथ, नियतकालिके अथवा वर उल्लेख केल्याप्रमाणे कोणत्याही मुद्रित वाङ्मयावर प्रेम हे मात्र त्यांच्या वाक्या-वाक्यातून सगळ्यांना जाणवत असे. त्यांना कोणीही भेटले तरी त्यांचे एकच तुणतुणे ते वाजवीत. 'तुम्हांला काही रद्दी काढायची असेल तर ती मला द्या. मी त्याचा चांगला उपयोग करीन.' मुंबईत बॉम्बे टॉकीज ही संस्था बंद झाली तेव्हा त्यांनी त्यांचे सर्व कागदपत्र रद्दीच्या भावाने विकत घेतले आणि ते पेटाऱ्यात घालून मंगळूरला पाठवले. खरोखरच त्यांनी मिळवलेले हे बहुतेक साहित्य त्यांनी वाचलेले असावे. अनेक वेगवेगळ्या विषयांवर कात्रणे त्यांनी जमवून ठेवली होती. उदाहरणार्थ, भारतीय संगीतकार, आंतरराष्ट्रीय स्तरावरील मल्ल, निरनिराळ्या विषयांवरील अनेक संशोधक वगैरे. हा ग्रंथसंग्रह आणि त्यांनी केलेली कामगिरी मी पाहिलेली आहे. मंगळूरला छोट्याश्या खोलीत ते आणि त्यांची पत्नी राहत. त्यांचा हॉल आणि एक-दोन खोल्यांत हे सर्व साहित्य-जुनेपुराणे फडताळ, फळ्या, टेबल, खुर्च्या यांनी भरलेले होते. या दाम्पत्याला मुले नव्हती आणि गरजा अत्यंत थोडक्या. व्यसन अजिबात कुठलेही नाही. भाडेकरूंकडून जी अल्प मासिक रक्कम मिळत असे त्यावरच त्यांचा संसार चाले. हे अनंतपुराण जरा मजेशीर आहे पण बोधप्रद म्हणून जरा विस्तार!

तिसऱ्या आवृत्तीची संहिता दुसऱ्या आवृत्तीच्या मजकुरापेक्षा तीन पटींनी

वाढली. यासाठी जी माहिती त्यांनी गोळा केली तीसुद्धा त्यांच्याकडचे प्रचंड ग्रंथ, नियतकालिके आणि भेटलेल्या व्यक्तींबरोबर झालेल्या चर्चा यांमधून केलेल्या टिपाटिप्पण्यांवर आधारित होती. शक्य तिथे संदर्भ नोंदविलेले होते. तरीसुद्धा दोन कारणांमुळे या कामाबद्दल शंका निर्माण होत होत्या. स्वत: ए. के. यांना वैद्यकशास्त्रातील मान्यताप्राप्त असे स्थान नव्हते. त्यांच्या वडिलांची गोष्ट वेगळी. ते निदान एम. बी. बी. एस. पास झालेले होते. दुसरी गोष्ट म्हणजे, जे संदर्भ त्यांनी गोळा केले त्यांचीही विश्वासार्हता तपासून पाहण्याची गरज होती.

तरीही हा ग्रंथ पन्नास-साठ वर्षे उपयुक्त ठरला. रामदासने जामनगरला जाऊन याची सुधारलेली आवृत्ती तयार करण्याचा प्रयत्न केला. पण त्या आयुर्वेद विद्यापीठातही हे भगीरथी काम हातात घेण्याची कोणाची हिम्मत झाली नाही.

अनंतराव नाडकर्णी हे 'Indian Materia Medica' चे मुद्रण चालू असताना आमच्या घरी राहिले होते. या ग्रंथातील वनस्पतींची मूळ लॅटिन नावे, तसेच त्यांची भारतीय भाषेतील ओळख (त्यांत सिंहली भाषाही समाविष्ट होती.) अचूकपणे येणे अत्यंत गरजेचे होते. त्यासाठी अनंतरावांनी मुंबईत वर्षभर मुक्काम करावा असे ठरले. खरे म्हणजे अनंतपुराण खूपच लांबले. ते थांबवले पाहिजे. पण काही किस्से सांगितल्याशिवाय राहवत नाही.

अनंतराव आमच्याबरोबर चहा, जेवण वगैरे करीत. परंतु ही मजेशीर व्यक्ती लहरीप्रमाणे अनेकदा जवळच असलेल्या वसंत भवन किंवा इतर उपाहारगृहात राईस प्लेट किंवा इतर खाद्यपदार्थांची चव घेण्यास जात असत. 'निर्मला आज मी जेवायला नाही बरं का!' असे सकाळीच कळवीत. क्वचितच हा कार्यक्रम एकट्याने करीत नसत. त्या वेळी पॉप्युलरचे काही कर्मचारी 'गणेश भवन'मध्येच काम करीत. त्यांपैकी त्यांचे एक लाडके मित्र ते सोबतीला नेत.

या एका वर्षांत या मित्रमंडळींबरोबर दोनदा सिनेमाचा कार्यक्रमही झाला. त्यांची आवडती नायिका सुरैया. तिचा सिनेमा पाहिल्यावर दोन दिवस त्या पपईसारखा तोंडवळा असलेल्या सुंदरीबद्दल भरपूर वर्णन ऐकावयास मिळायचे. त्याचबरोबर अभिनय व गाणी यांचे रसभरीत वर्णनही! एकंदरीत हा इसम दिसायला बावळट म्हातारा पण खरेच हिरवट रसिक होता हे निश्चित!

असेच एक दिवस स्वारी खूपच मजेत होती. आम्ही विचारल्यावर त्यांनी लाजऱ्या व मिस्किल हास्याने आम्हांला सांगितले, 'हे पाहा. मला सौ.चे पत्र आले आहे. त्यात ती लिहिते की, 'आपला काय विचार आहे? मुंबईत तुम्हांला कोणी भेटली का? ज्यामुळे तुम्ही इतके दिवस परतायचा विचारच करीत नाही.'

त्या वेळेला त्या वयस्कर इसमाचे बालिश व्यक्तिमत्त्व बघून आम्हांलाही खूपच मजा वाटली.

त्यांच्याबद्दल शेवटची नोंद करावयाची आहे ती 'Indian Materia Medica' च्या प्रकाशनाचे सर्व हक्क आम्हांला देण्याचा त्यांनी निर्णय घेतला त्याबद्दलची. आपले आता फार दिवस राहिले नाहीत याची जाण झाल्यावर त्यांनी हे निश्चित केले. आम्ही योग्य अशी रक्कम त्यांना देण्याचा प्रस्ताव त्यांच्यापुढे ठेवला. त्यांना प्रथमत: ती रक्कम फार कमी आहे असे वाटले. त्याप्रमाणे त्यांनी इतर प्रकाशन संस्था, संशोधन करणाऱ्या संस्थांकडे बरीच चौकशी केली. पण शेवटी त्यांना पटले की, पॉप्युलर आपल्यावर केव्हाही अन्याय करणार नाही. आमचा करार पक्का झाला. त्याचप्रमाणे त्यांनी आपले घर व लायब्ररी ही एका संस्थेस दान करण्याचे ठरविले. मी स्वत: त्यांना त्या कराराचा मसुदा तयार करण्यास मदत केली. त्याप्रमाणे चित्रापूर मठास ही मालमत्ता दान करण्यात आली. पण त्या वेळी मठाचा अंतर्गत वाद चिघळला व काही वर्षे त्याची कारवाई झाली नाही. त्यांचा तो अमोल ठेवा-कात्रणे व ग्रंथसंग्रह हे भंगारात जमा झाले, ही एक अत्यंत दुर्दैवी घटना! कॉपीराईटचा करार झाला. त्या वेळी त्यांनी या विषयावर जमा केलेल्या असंख्य चिठ्ठ्याचपाट्या आमच्याकडे सुपूर्द केल्या. खेदाची बाब म्हणजे आम्ही त्यांचा वापर (आणि आता तर इंटरनेटवर व इतर माध्यमांतून मिळणारी माहिती घेऊन) करून हा ग्रंथ अद्ययावत करू शकलो नाही.

'Indian Materia Medica' हा ग्रंथ व अनंतराव नाडकर्णी हे मात्र माझ्या मनात कायम ठाण मांडून आहेत. अनंतरावांची ती किंचित स्थूल, बटू, वामनमूर्ती आणि त्यांचे ते बोलके स्मित हास्य, अधूनमधून स्वप्नात माझ्या पुढे उभे राहते. त्यांची ग्रंथसंपादनाची ओढ, ज्ञान-जिज्ञासा व जन्मभर एकाग्रतेने जपलेली ग्रंथसंपदा हे सर्व मला तरी खूप स्फूर्तिदायक वाटते. छोट्या शहरात असूनही त्यांनी केलेली धडपड हे एक आदर्श उदाहरण म्हणून घेता येईल.

वरील अनुभवावरून मात्र एक विचार मला नेहमी सतावीत असतो. तो विषय आहे संशोधनाचा. आजवर ग्रंथाच्या तिसऱ्या आवृत्तीचे जवळ जवळ पन्नास वर्षांहून अधिक काळ आम्ही पुनर्मुद्रण करीत आहोत. पण तो ग्रंथ नवीन माहितीसह तयार करण्यास संपादक मिळत नाहीत. संशोधनासाठी सरकारी व इतर अनेक संस्था कार्यरत आहेत. पण वरील उल्लेखलेल्या ग्रंथाचे 'नूतनीकरण' करण्याची प्रेरणा कोणालाही का होत नाही? अर्थात याला अपवाद आहेतच. आम्हीच प्रकाशित केलेले डॉ. सातोस्कर व डॉ. भांडारकर यांचे 'Pharmacology and Pharmacotherapeutics' हा ग्रंथ आज गेली चाळीस वर्षे विद्यार्थी व विषयाशी इतर संबंधित यांना उपयुक्त ठरत आहे. याचे महत्त्वाचे कारण म्हणजे या दोन लेखकांची या विषयाबद्दल असलेली जिज्ञासा असे म्हणावे लागेल. या ग्रंथाच्या आता एकवीस आवृत्त्या प्रकाशित झाल्या. प्रत्येक नव्या आवृत्ती नंतरच्या मधल्या कालावधीत उपलब्ध झालेल्या नवीन माहितीचा पुढील आवृत्तीत आवर्जून समावेश केला जातो.

तरीही या संदर्भात आठवण होते ती इतर काही तत्सम ग्रंथांची. एकच उदाहरण दिल्यास माझे म्हणणे पटावे. 'प्राईस टेक्स्ट बुक ऑफ मेडिसिन' हे शतकाहून जास्त वर्षे त्याच नावाने ओळखले जाते. या काळात त्याचे अनेक 'संपादक' झाले. कदाचित 'प्राईस' नावही ठळकपणे पुस्तकावर नसेल, पण त्या लेखकाला विसरणे शक्य नाही. कारण नंतरच्या संपादकांना प्राईसच्या आवृत्तीबद्दल आदर आहे. शिवाय आपण एका थोर लेखकाचे वारसदार आहोत यात त्यांना धन्यता वाटते.

या बाबतीत माझा एक दुसरा अनुभव. आम्ही 'Snakes of India and Pakistan' या पुस्तकाची तिसरी आवृत्ती ही आकर्षक कव्हर व नवीन चित्रांसह तयार करावयाचे ठरविले. टाइप, पृष्ठरचना यांत आवश्यक बदल केले. नवीन चित्रांसाठी 'सर्पांची' चित्रे हाफकिन इन्स्टिटच्यूटमध्ये मिळू शकत होती. इन्स्टिटच्यूटच्या मुख्य अधिकाऱ्यांनी मला त्याप्रमाणे परवानगी दिली व संबंधित कक्षात पुढील कार्यवाही होईल अशी अपेक्षा होती. पण काही हाती लागेना. मग लक्षात आले की, त्यांपैकी एका अधिकाऱ्याचे स्वत:चे याच विषयावरील पुस्तक त्याच वेळी प्रसिद्ध व्हायचे होते. आमच्या पुस्तकामुळे त्यांच्या पुस्तकाच्या खपावर परिणाम होईल असे त्यांना वाटत होते. मला तिथून चित्रे मिळाली नाहीत. पण उपलब्ध असलेल्या चित्रांत फेरबदल करून व कव्हरसाठी एका व्यावसायिक चित्रकाराकडून छायाचित्र विकत घेऊन ही आवृत्ती प्रसिद्ध केली. चित्रांची दुरुस्ती करण्यात त्या वेळचे आमचे ब्लॉकमेकर धारगळकर यांनी खूपच मदत केली.

माझ्या स्वभावाप्रमाणे एकदा कुठलेही काम हाती घेतले म्हणजे त्यामध्ये संपूर्णपणे स्वत:ला झोकून देत असे. त्याप्रमाणे ग्रंथखरेदी, ग्रंथविक्री-किरकोळ, घाऊक आणि संस्थांना मागणीप्रमाणे पुरवणे, नवीन ग्राहक निर्माण करणे, अकाऊंट्स, डिस्पॅच अशा सर्व गोष्टी जाणकारीने आत्मसात केल्या. तसेच 'Bombay Booksellers Association' ह्या संस्थेचा एक सह-कार्यवाह ही जबाबदारी मी लगेचच स्वीकारली. कदाचित ह्या संस्थेत थोडेच महिने अनुभव घेतल्यानंतर माझ्या लक्षात आले की, अखिल भारतीय स्तरावर एक संघटना उभी करण्याची अत्यंत गरज आहे. त्या वेळी फक्त मुंबईखेरीज दिल्ली येथे ग्रंथविक्रेत्यांची संघटना कार्यरत होती. इतर शहरांमध्ये अशा संघटना असल्या तरीसुद्धा इतक्या जोमाने संघटित रीत्या काम व्हावे याकडे त्यांचे लक्ष नव्हते. थोड्या प्रमाणात कलकत्ता आणि मद्रास (आता कोलकाता आणि चेन्नई) इथे अगदी अल्प प्रमाणात असे प्रयत्न सुरू होते. Bombay Booksellers Association मध्ये दुसरे सहकारी होते भानुकुमार जैन-हिंदी पुस्तक भांडार यांचे भागीदार आणि संचालक. वयाने माझ्याहून खूप ज्येष्ठ आणि माझ्यासारखेच खूप उत्साही. आम्ही दोघांनी सुचविल्याप्रमाणे 'द बुक ट्रेडर्स बुलेटिन' असे एक मुखपत्र काढावयाचे असोसिएशनने ठरविले आणि त्याप्रमाणे नोव्हेंबर १९४९ मध्ये त्याचा पहिला अंक प्रकाशित झाला. त्या काळात हिंदी पुस्तक भांडार आणि भारतीय पुस्तक भांडार हे दोन ग्रंथविक्रेते मुंबईत हिंदी पुस्तकांची मागणी पुरविण्यास समर्थ होते. खरे म्हटले तर असे अनेक ग्रंथविक्रेते त्यानंतर या शहरात उभे राहिले पाहिजे होते. परंतु हल्ली रेल्वेच्या स्टॉल्सवर आणि असंख्य निर्माण होत असलेली पॉकेटबुक्स यांशिवाय दर्जेदार साहित्य मुंबईकरांना मिळण्याचे एकही ठिकाण नाही.

'द बुक ट्रेडर्स बुलेटिन'चे मी आणि जैन संपादक होतो. परंतु पहिल्या अंकापासून त्याची बरीचशी जबाबदारी मलाच घ्यावी लागली. या मासिकाची खास अशी वैशिष्ट्ये आधीपासूनच आम्ही ठरविली होती. भारतातील विविध ठिकाणी शिक्षण, ग्रंथव्यवसाय आणि साहित्यिक कार्यक्रम यांची नोंद करणे आणि शक्यतो दर महिन्याला प्रसिद्ध होत असलेल्या ग्रंथांची यादी करणे. १९४९ ते ५१ पर्यंत इंग्रजीशिवाय इतर भाषांमधील ग्रंथांची सुद्धा आम्ही नोंद केलेली आढळेल. ही सर्व माहिती आम्ही वर्तमानपत्रांतील जाहिराती आणि ग्रंथपरीक्षणे यांवरून करीत असू. दि 'हिंदू' हे दैनिक हे एकच असे माध्यम होते जे सातत्याने ग्रंथव्यवसायाला अजूनही प्राधान्य देते. इतर सर्व वर्तमानपत्रे या बाबतीत मात्र उदासीन आहेत. असोसिएशनच्यातर्फे हे मासिक प्रकाशित होत असे आणि त्याचे जमाखर्च असोसिएशनच्याच खात्यात होत असत. काही तांत्रिक कारणांमुळे आयकर खात्याने या मासिकाचा खर्च नामंजूर केला आणि जाहिराती व मिळणारी वर्गणी हा फायदा असे मानून त्यावर टॅक्स लावला. अर्थात हे असोसिएशनला परवडणारे नव्हते, त्यामुळे त्यांनी मासिक बंद करावयाचे ठरविले. लगेचच असोसिएशनच्या परवानगीने हे संपूर्ण मासिक माझ्या नावाने प्रसिद्ध करावयाचे ठरविले आणि त्याचे नाव 'The Indian Publisher And Bookseller. (Incorporating The Booktrader's Bulletin)' असे ठेवले. यानंतर मात्र या मासिकाला मी जास्त लोकप्रिय करू शकलो. त्याचे स्वरूप संपूर्णतः बदलले. व्यवसायाच्या समस्यांबद्दल लेख, अनुभवी प्रकाशक, ग्रंथविक्रेते यांच्या मुलाखती आणि परदेशातील या व्यवसायातील व्यक्तींच्या मुलाखती यांना महत्त्व दिले. आणि सर्वांत महत्त्वाचे म्हणजे अडीच ते तीन हजार ग्रंथव्यवसायी आणि संबंधित इतर घटक यांतील महत्त्वाच्या व्यक्ती आणि संस्था यांच्याकडे हे मासिक दरमहा पोहोचत असे. यामध्ये जवळजवळ ३००-४०० हे भारताबाहेर होते.

या मासिकामुळे मला व पॉप्युलर या संस्थेला प्रसिद्धी तर मिळालीच आणि दुसरा फायदा असा झाला की, १९५२ साली मी युरोपचा दौरा केला तेव्हा मासिकाचा संपादक, नवीन स्थापन झालेल्या फेडरेशनचा कार्यवाह आणि पॉप्युलरचा भागीदार ह्या तिहेरी भूमिकेत माझे सर्वत्र स्वागत झाले.

दुसरे महायुद्ध सुरू होण्यापूर्वी साहजिकच इंग्लंडमधील प्रकाशकांची पुस्तके यांचाच जास्त वापर या देशात होत असे. अर्थात, संपूर्ण ग्रंथव्यवहाराचा विचार करताना आपण भारतीय भाषा, इंग्रजी व इतर युरोपियन भाषा आणि त्याचप्रमाणे ग्रंथव्यवहारात प्रकाशित होत असलेले सर्व प्रकारचे वाङ्मयही लक्षात घेतले पाहिजे. उदा. एका युनेस्कोच्या चर्चासत्रात (१९६२चे चर्चासत्र) या विषयाबद्दल विचार करताना 'ग्रंथ कुठल्या उद्देशाने वाचले जातात' याचे विश्लेषण केले आहे. तेव्हाचा निष्कर्ष असा की, साधारणपणे तीन कारणांसाठी ग्रंथांचा वापर केला जातो -- पहिले कारण शिक्षण. यातही दोन भाग आपण करू शकतो. विद्यालयांतून घेतलेले शिक्षण व त्यासाठी वापरलेली पाठ्यपुस्तके आणि पुरवणीवाचन हे एक कारण. दुसरे स्वतःच्या व्यक्तिविकासासाठी केलेले वाचन. यामध्ये सेल्फहेल्प पुस्तके तर येतातच, पण अनेक विचारवंतांनी केलेले लेखनही यातच सामावून घ्यावे लागेल. यामध्ये सर्वच वैचारिक लेखन येते. आणि तिसरे महत्त्वाचे कारण म्हणजे मनोरंजनात्मक वाङ्मय. या प्रकारात अग्रक्रम काव्याला द्यावयास हरकत नाही. कारण जगातील सर्व वाङ्मयाची सुरुवात ही काव्यरचनेतून झालेली आढळून येईल.

भारताचा विचार करताना साधारणपणे असे दिसून येते की स्वातंत्र्यापूर्वी शैक्षणिक विषयांवरील पुस्तकप्रकाशनात सरकारने पुढाकार घेऊन प्रसिद्ध केलेली पुस्तके वापरली जात. पुढे अपवाद सापडतीलही, पण ते मोजकेच. दुसऱ्या प्रकारच्या वाङ्मयात म्हणजे वैचारिक वाङ्मयात समाजप्रबोधन करणारे किंवा स्वातंत्र्यलढ्याच्या चळवळीसाठी जे काही लेखन झाले त्याचे प्रमाण जास्त आहे असे आढळून येईल. मनोरंजनात्मक साहित्याचा विचार करीत असताना बंगाली

(रवींद्रनाथ टागोर, शरच्चंद्र चॅटर्जी, बंकिमचंद्र), हिंदी (एकमेव प्रेमचंद) आणि इतर भाषांतील वाङ्मयात प्राचीन संत वाङ्मय. इतर मनोरंजनात्मक वाङ्मय फारसे प्रकाशित झालेले दिसत नाही. रामायण, महाभारत आणि त्यांतील कथा-उपकथानके यांशिवाय गुलबकावली, राजपुत्र ठकसेन, सिंहासन बत्तिशी, सोनेरी टोळी किंवा धार्मिक विषयांवरील शनिमाहात्म्य, शिवलीलामृत, पांडवप्रताप, हनुमानचालिसा अशा प्रकारच्या वाङ्मयाचाच प्रसार किंवा मागणी आढळते. या वाङ्मयाला अजूनही तितकीच मागणी आहे. एकंदर प्रकाशन व्यवसायातले हे वाङ्मय प्रकाशित करणारे प्रकाशक आपल्या कुवतीप्रमाणे वाचकांची सेवा करीत असतात. एक गोष्ट या बाबतीत लक्षात घेण्यासारखी आहे. या प्रकारचे वाङ्मय प्रकाशित करणारे भारतात सर्व भागांतून, मोठमोठ्या शहरांतून आपल्याला लहानमोठ्या प्रमाणात सापडतील.

दुसऱ्या महायुद्धानंतर काही भारतीय प्रकाशक पाठ्यपुस्तकांच्या प्रकाशनात रस घेऊ लागले. मुंबई इलाख्यापुरते बोलायचे तर, कर्नाटक पब्लिशिंग हाऊस, एज्युकेशनल पब्लिशिंग कंपनी (कराची) आणि पॉप्युलर बुक डेपो ही नावे घेता येतील. कदाचित यापूर्वी उल्लेख केलेली एक घटना येथे नमूद केली पाहिजे. ती म्हणजे १९३५ मध्ये मुख्यमंत्री बाळासाहेब खेर यांनी प्राथमिक आणि माध्यमिक शाळांतून शिक्षण घेणाऱ्या विद्यार्थ्यांसाठी मातृभाषा-मराठी किंवा गुजराती वापरावी असा आदेश दिला. त्यानंतर पुणे-मुंबई येथील काही प्रकाशकांनी पाठ्यपुस्तके प्रकाशित करण्यास सुरुवात केली. यांपैकी काही शिक्षकच असल्यामुळे या पाठ्यपुस्तकांचा दर्जाही समाधानकारक होता.

इंग्रजी पुस्तकांच्या बाबतीत अगोदर लाँगमन्स-ग्रीन कंपनी, ऑक्सफर्ड युनिव्हर्सिटी प्रेस आणि मॅक्मिलन यांची तर कार्यालयेच मुंबईत स्थापन झालेली होती. इतर ब्रिटिश प्रकाशक आपली प्रकाशने अलाईड पब्लिशर्स यांच्यामार्फत वितरित करीत असत. हळूहळू ते चित्र थोडेसे बदलले. भारतीय भाषांमध्ये प्रकाशित पुस्तकांची वाढ होत असली तरीही शैक्षणिकदृष्ट्या इंग्रजी भाषेचा प्रभाव कमी न होता तो वाढतच होता आणि अजूनही वाढत आहे हे लक्षात घेऊन बी. आय. पब्लिकेशन्स, डब्ल्यू. डी. विलीस अशा नवीन संस्था इंग्लंडमधील प्रकाशकांच्या ग्रंथांचे वितरण करू लागल्या. तसेच अमेरिकन प्रकाशकांनी दुसऱ्या महायुद्धाच्या काळात भारतात आपली मुहूर्तमेढ रोवली आणि येथील प्रथितयश प्रकाशक मॅक्ग्रो हिल बुक कंपनी यांनी आपले प्रतिनिधी मुंबईत नेमले आणि

त्यानंतर इतर यशस्वी अमेरिकन प्रकाशक प्रेन्टीस हॉल, जॉन वायली अशा अनेक प्रकाशकांनी आपले बस्तान मांडले.

यानंतरच्या दोन महत्त्वाच्या घटनांची नोंद घेतली पाहिजे. मुंबईला भारताचे प्रवेशद्वार हे सार्थ नाव स्वातंत्र्यानंतर काही वर्षांतच ग्रंथव्यवहाराच्या बाबतीत तरी गमवावे लागले. प्रथम मुंबई स्थापित अशा बऱ्याच प्रकाशकांनी आपली कार्यालये दिल्लीला हलवली. याचे मुख्य कारण म्हणजे भारताच्या राजधानीत घाऊक ग्रंथखरेदी करणारे अनेक ग्राहक निर्माण झाले. या बऱ्याच प्रकाशकांनी, फक्त ग्रंथ आयात करणे व त्यांचे वितरण करणे याऐवजी भारतातच छपाई, मुद्रण, प्रकाशन, पुनर्मुद्रण आणि नवीन ग्रंथाचे प्रकाशन करण्यास सुरुवात केल्यावर भारताच्या इतर महत्त्वाच्या शहरांत-बेंगळुरू, चेन्नई, हैद्राबाद इथे स्थलांतर केले.

याचप्रमाणे अनेक महत्त्वाचे बदल गेल्या तीस-चाळीस वर्षांत झालेले दिसून येतील आणि त्याबद्दल मला सविस्तर लिहावे लागेल.

भारत स्वतंत्र झाल्यावर पंडित जवाहरलाल नेहरूंसारखा एक अनुभवी, विचारवंत, दूरदृष्टी असणारा आणि महत्त्वाचे म्हणजे मानवतावादी दृष्टिकोन असलेला नेता आपल्याला लाभला. पहिली काही वर्षे फाळणीमुळे झालेली भयंकर दंगल, विध्वंस, मनुष्य आणि संपत्तीची हानी यांना तोंड देण्यासाठी खर्ची झाली. तरीही लवकरच परिस्थिती आटोक्यात आली.

आंतरराष्ट्रीयदृष्ट्या स्वतंत्र भारत हा एक राजकीय, आर्थिक असा महत्त्वाचा घटक बनला. त्याप्रमाणे सांस्कृतिकदृष्ट्या आपले स्थान महत्त्वाचे ठरले. उदाहरणार्थ, ग्रंथव्यवसायाच्या दृष्टिकोनातून बघत असताना युनेस्कोचे आपण एक महत्त्वाचे सदस्य बनलो. युनेस्कोने या ग्रंथव्यवसायाची प्रगती जास्त झपाट्याने व्हावी हे उद्दिष्ट समोर ठेवून प्रादेशिक स्तरावर कराची येथे 'युनेस्को रिजनल कौन्सिल फॉर प्रमोशन फॉर रीडिंग मटेरियल'ची स्थापना केली. युनेस्कोचे मुख्य कार्यालय अर्थातच पॅरिस. परंतु या रिजनल कौन्सिलतर्फे पुढील काही वर्षांत काही स्तुत्य आणि उपयुक्त कार्यक्रम आखले गेले. हे कार्यालय नक्की कुठल्या वर्षी स्थापन झाले ते सांगू शकत नाही. पॅरिस येथील मुख्य कार्यालय आणि या प्रादेशिक कार्यालयाबरोबर मी १९६२ पर्यंत बरीच कामे हाती घेतली. १९५५ साली प्रथमच एका नॅशनल बुक सेमिनारचे आयोजन या कार्यालयाच्या पुढाकाराने मद्रास (आता चेन्नई) येथे करण्यात आले. यामध्ये ग्रंथव्यवसायाच्या समस्यांवर सविस्तर चर्चा करण्यात आली. याचे संचालन 'नॅशनल बुक लीग ऑफ ग्रेट ब्रिटन' याचे प्रमुख जे. इ. मॉरपुर्गो या अनुभवी ग्रंथप्रसारकाने केले. युनेस्कोसाठी बुक ट्रेडर्स ट्रेनिंग कोर्सेस दिल्ली आणि कोलंबो येथे भरविण्यात आले, त्याचे मार्गदर्शन करण्याची संधी मला मिळाली. त्याचप्रमाणे 'एशियन बुक ट्रेड डिरेक्टरी'

अशा संदर्भग्रंथांच्या दोन आवृत्त्यांचे संपादनही मी युनेस्कोसाठी केले. या सर्व उपक्रमांत भारताशिवाय इराण, पाकिस्तान, श्रीलंका, सिंगापूर असे पूर्व आशियातील इतर काही देश सहभागी होते.

पंडित नेहरूंच्या भारताच्या प्रगतीच्या आराखड्यात शिक्षणव्यवस्था, ग्रंथ आणि ते निर्माण करणारे इतर घटक या सर्वांना नक्की स्थान होते आणि यामुळे 'साहित्य अकादेमी', 'नॅशनल बुक ट्रस्ट', 'इंडियन कौन्सिल फॉर कल्चरल रिलेशन्स' अशा अनेक संस्था त्यांनी स्थापन केल्या. या सर्व संस्थांचे गेल्या पाच-सहा दशकांत देशाच्या सांस्कृतिक प्रगतीमध्ये झालेले योगदान हे नक्कीच उल्लेखनीय आणि प्रशंसनीय आहे. या सर्व संस्थांना काही काळ मला शक्य होईल तेवढे सहकार्य दिले होते. 'नॅशनल बुक ट्रस्ट'मध्ये काही काळ मी विश्वस्त म्हणूनही काम केले आहे. त्या वेळेला डॉ. बी. व्ही. केसकर हे त्याचे अध्यक्ष होते. अर्थात सर्वच बाबतींत घडते तसे या संस्थांमध्येसुद्धा झाले. ते म्हणजे अध्यक्ष किंवा संचालक यांचा दृष्टिकोन, धडाडी आणि कार्यक्षमता यांवर संस्थेची प्रगती अवलंबून असते. उदाहरणार्थ, 'नॅशनल बुक ट्रस्ट'चे पहिले अध्यक्ष डॉ. सी. डी. देशमुख किंवा नंतरचे चॅटर्जी हे दोघे अगदी सुरुवातीच्या काळात त्या संस्थेला महत्त्वाची दिशा देऊ शकले असते, मात्र त्या बाबतीत ते फार काही करू शकले नाहीत. कदाचित एक नवीनच संस्था उभारण्यात ज्या अडचणी येतात, त्यामुळे असे असू शकते. नंतर मात्र डॉ. केसकर यांच्या नेतृत्वाखाली प्रचंड प्रगती झाली आणि स्थानिक, राष्ट्रीय, आंतरराष्ट्रीय प्रदर्शने, चर्चासत्रे, कार्यशाळा वगैरे अनेक उपक्रम राबवले गेले. अर्थात नवीन स्थापन झालेल्या 'फेडरेशन ऑफ इंडियन पब्लिशर्स अ‍ॅन्ड बुकसेलर्स' यांसारख्या व्यावसायिक संस्थांचे या उपक्रमांना भरघोस सहकार्य मिळाले.

मी 'पॉप्युलर'मध्ये संपूर्णपणे गुंतल्यानंतर आन्नूवरील मानसिक दडपण, ताण कमी झाला. परंतु प्रारंभापासून व्यवसायाकडेच सारे लक्ष त्यांनी केंद्रित केल्यामुळे, प्रकृतीची हेळसांड झाली होती. दुकान हमरस्त्यावर म्हणून धंद्याला सोयीचे. पण रहदारीमुळे पुस्तकांवर धूळ साचायची. आन्नू तासनूतास पायावर उभे. परिणामी दमा, ब्लडप्रेशर आदी व्याधी त्यांना जडल्या, त्रास देऊ लागल्या. तपासणीसाठी तज्ज्ञांचा सल्ला घेणे आवश्यक होते आणि यासाठी आम्ही डॉ. कोहियार यांची निवड केली. डॉ. कोहियार आपल्या कामात नेहमी इतके व्यस्त की, त्यांचा एक किस्सा नेहमी सांगितला जात असे.एकदा एका रुग्णाला त्याच्या घरीच तपासणी करण्यासाठी डॉ. कोहियार यांनी मध्यरात्री साडेबारा ही वेळ दिली. तपासणी सुरू झाली. त्यांच्या नेहमीच्या पद्धतीप्रमाणे नसांचे ठोके, हृदयाचे ठोके ते डोळे मिटून मोजत होते. रुग्णाच्या नातलगांना वाटले की, डॉक्टर अर्धवट झोपेतच आहे. त्यांच्या एकंदर हालचालींवरून डॉक्टरांना त्याचा अंदाज आला असावा. त्यांनी आश्वासक शब्दांत त्यांना सांगितले, ''तुम्ही घाबरण्याचे काही कारण नाही, मी अत्यंत दक्ष आहे आणि तुमच्या रुग्णाच्या रोगाची लक्षणे पूर्णपणे जाणून घेण्यासाठी मला डोळे बंद ठेवून चिंतन करावे लागते.'' बहुतेक हाही एक चक्रमपणाचा किस्सा!

डॉ. कोहियार यांनी आम्हाला दिलेल्या वेळेनुसार संध्याकाळी चार वाजता आम्ही त्यांच्या क्लिनिकमध्ये पोहोचलो. ही त्यांची त्या दिवशीची पहिली अपॉईंटमेन्ट. मी व आन्नू लिफ्टसाठी तळमजल्यावर उभे होतो तेव्हा डॉ. कोहियार आपल्या गाडीतून उतरून लिफ्टजवळ आले. आम्ही व इतर काहीजण लिफ्टसाठी वाट बघत आहोत हे त्यांच्या लक्षात आले आणि ते जिन्यावरून एका तरुण

माणसाच्या जोमाने दोन-दोन पायऱ्या चढत दुसऱ्या मजल्यावर पोहोचले. आमच्याही अगोदर. नेहमीप्रमाणे सविस्तर तपासणी झाली. उपचार काय करायचे हे सगळे त्यांनी लिहून दिले. आता वेळ आली होती त्यांची फी चुकती करण्याची. आन्नूनी खिशात हात घालून पैशाचे पाकीट बाहेर काढले. ते पाहिल्याबरोबर डॉ. कोहियार यांनी आपला हात उगारून किंचित रागावल्यासारखे उद्गार काढले - ''अहो भटकळ, जरा थांबा.'' लगेच ते आपल्या खुर्चीवरून उठले आणि शेजारच्या खोलीत जाऊन त्यांनी 'प्राइस मेडिसिन'ची एक प्रत आणली आणि म्हणाले, ''तुम्हांला आठवते का? आमच्या हॉस्टेलमध्ये येऊन तुम्ही आमच्यासारख्या विद्यार्थ्यांच्या गरजा; मग त्या ग्रंथांच्या असो किंवा इतर सामानाच्या, पुरवीत होतात. तुम्ही आमची सेवा केलीत. जरी तुम्ही विसरला असाल तरी आम्ही नाही. हे 'प्राइस मेडिसिन' पुस्तक तुम्हांला दाखवण्यास आणले आहे ते तुम्ही मला दिले होते. तुमच्याकडून मी फी काही घेणार नाही. आता पळा. उपचार सांगितले त्याप्रमाणे औषधे घ्या आणि लवकर बरे व्हा.''

आईचे लग्न झाले तेव्हा तिचे वय होते तेरा. खरे म्हणजे हे खेळण्याबागडण्याचे दिवस. तिचा स्वभावही मनमिळावू होता. आमच्या कारवारी कोकणीत 'हळबळी'. या शब्दाच्या सर्व शब्दच्छटा मराठीत आणणे दुर्घट.

जाईल तिथे मैत्रिणी जोडणे हा आईचा वसाच. बेळगाव-धारवाड इथेही तिचे बरेच सवंगडी असणारच. मुंबईतही तिचे दोन-चार मैत्रिणींबरोबर चांगलेच मैत्र जुळले. उमा कलबाग, रुक्मा हट्टंगडी व बाई हरिटे ही तीन नावे तर आठवतात. पंधरावीस वर्षे तरी ही मैत्री टिकली.नंतर संसार वाढला. रुक्माक्का हट्टंगडीच्या यजमानांची बदली झाली. उमाकाकीचे उपनगरात स्थलांतर झाले. पण या मैत्रीच्या काळात त्यांच्या महत्त्वाच्या 'सभा' होत. या सभेत कलाकुसरीचे काम एकमेकीच्या सल्ल्याने, साहाय्याने करणे, मेलिन्स फुडच्या बाळाला सॅटिनचे कपडे चढवणे आणि नंतर त्या फ्रेमला मदर ऑफ पर्लच्या तुकड्यांची जरसदृश धाग्यांनी वेलबुट्टी करणे असा भरगच्च कार्यक्रम असे. अशी नखशिखान्त नटलेली बाळे बहुतेक सर्वच घरांत असायची. तसेच रविवर्म्याच्या लक्ष्मी, सरस्वती आदी देवींना मढवणे व फ्रेममध्ये टाकून त्या भिंतीवर लावणे हेसुद्धा गृहिणींमध्ये बरेच प्रिय होते. याशिवाय पापड लाटणे, सांडगे घालणे ही मान्सूनपूर्व कामे एकमेका साहाय्य करू या पद्धतीनेच व्हायची. खेळाची आवड होतीच. सागरगोटे हाताशी असायचे. फुरसत तशी दररोजच्या रामरगाड्यात क्वचितच, पण सवड मिळाली की 'एकय, दुक्कय' चालू. आमच्याकडे बऱ्याच बैठ्या खेळांची उपकरणे आईनेच जमा केली होती. हे खेळ मी लहानपणी खेळलो असलो तरी आता एकाही खेळाची पद्धत, नियम वगैरे आठवत नाहीत. काही नावे मात्र स्मरतात — ताम्रपट, गुडफळे वगैरे.

आईला हस्तकलेची आवड असली तरी त्यात तिने फार प्रगती केली आहे किंवा खूप काही केले आहे असे नाही. तिला ते शक्यही नव्हते म्हणा! लग्नानंतर काही वर्षे तरुण, उत्साही, धडपड्या व 'वर्कोहोलिक' नवऱ्याबरोबर संसार ही एक कठीण साधना होती. नवीन व्यवसाय सुरू केल्यानंतर तर कठीण आर्थिक परिस्थितींना तोंड द्यावे लागे. त्याची आपण फक्त कल्पनाच करू शकतो. अत्यंत काटकसरीने संसाराचा गाडा पुढे नेणे आणि वेळप्रसंगी आपला अल्पसा वाटा उचलणे हे तिने व्यवस्थित केले. दरवर्षी पाडवा-दसऱ्याला ती सोन्याचांदीची खरेदी करत असे. (ह्याची काही पावती-चलन सापडल्यामुळे लक्षात येते.) एकदा तर मी कदाचित पाचसहा वर्षांचा असताना तिच्या 'ठेवणी'तील अशा वस्तू आन्नूच्या स्वाधीन करताना मी पाहिले आहे. कदाचित त्या काळात बँका कर्जासाठी गहाण म्हणून सोन्याचांदीचे दागिने घेत असत. सावकार, पठाण, मारवाडी हे काही वर्षांपूर्वीपर्यंत असे व्यवहार करीत असतच. आता हे बेकायदेशीर असले तरी गरजू लोक आणि सावकार असा छुपा व्यापार करतही असतील.

संसार वाढला तशी हस्तकलेची रुची कमी झाली नसली तरी त्यासाठी वेळ देणे शक्य नव्हते. आधीच्या काळात तयार केलेली रविवर्म्याची श्रीलक्ष्मी ही पॉप्युलरच्या लक्ष्मीपूजेला दर वर्षी आम्ही पूजत असू. त्याचप्रमाणे नंतरच्या काळात केलेले क्रोशे, क्रॉसस्टिच, ॲम्ब्रॉयडरीचे नमुने निर्मलाने जपून ठेवले आहेत.

हस्तकलेपेक्षा आईचा मुख्य छंद होता तो माणसे जमविण्याचा. छोटी नणंद, धाकटा भाऊ व धाकटी बहीण ही तर घरच्यांपैकीच. लग्न होईपर्यंत त्यांचा सांभाळ करणे हे कर्तव्यच. मुंबईत शिक्षणासाठी किंवा नोकरीच्या शोधात येणारे नातेवाईक - चुलत भाऊ, अथवा इतर संबंधित - हा गोतावळा तसा मोठाच असायचा. हेही कर्तव्यच म्हणून बघायचे. पॉप्युलरची स्थापना झाली आणि मग त्याचे व सहकारी आणि व्यावसायिक मित्र यांचा पाहुणचार ही पुढची पायरी. असे संबंध जोडलेल्या अनेक व्यक्ती परवापर्यंत (आईच्या निधनानंतर) मित्राक्काची किंवा 'वहिनी'ची आठवण आमच्याकडे काढत.

एकंदर सारस्वत समाजाबद्दल-खास करून चित्रापूर सारस्वत-अतिथींचे स्वागत-पाहुणचार ख्याती आहेच. हा समाज कर्नाटकातून बाहेर पडून तामिळनाडू, महाराष्ट्र व इतरत्र इतका पसरला की त्या वेगवेगळ्या भागांतील सांस्कृतिक गोष्टी त्यांनी लवकरच आत्मसात केल्या. यांतील सर्वांत महत्त्वाची म्हणजे खाद्यसंस्कृती म्हणून सारस्वत पाककला प्रसिद्ध आहे. त्यामध्ये भारतातील विविध राज्यांतील

खासियतींचा समावेश आढळेल. अर्थात सारस्वत पाककलेत त्या विपुल प्रमाणात आढळतील व त्याचा फायदा घरी येणाऱ्या पाहुण्यांनाही भरपूर मिळणारच.

त्यातून आन्नूंचा मित्रपरिवार फार मोठा; वैयक्तिक, समाजातील निरनिराळ्या संस्थांशी संबंध आलेला असल्यामुळे जुळलेले स्नेहबंध, व्यवसायातील समव्यवसायी. मुंबईतील मित्रांची नावे न घेता इतर ठिकाणांतील काही व्यक्तींची नावे नमूद केली तरी त्याचा व्याप किती होता याची कल्पना येईल. कराचीचे एज्युकेशन पब्लिशिंग हाऊसचे शहानी कुटुंब फार जवळचे होते. आन्नूनी माटुंग्याला दुसऱ्या युद्धादरम्यान बांधलेल्या 'राममंदिरा'मध्ये फक्त दोन सदनिका त्यांना ठेवायची मुभा सरकारने दिली. इतर सर्व रिक्विझिशन केल्या. ह्यांतील एक त्यांनी आपल्या मावसभावाला व दुसरी शहानींना दिली. एवढे हे जवळचे संबंध. शहानींपैकी ज्येष्ठ जोथासिंग के. टी., मोहन यांपेक्षा 'डी. टी.' ही ब्रह्मचारी व्यक्ती म्हणजे एक वल्लीच होती. काही वर्षे डी. टी. रोजच आम्हांला भेटत असत. डी. टी. ना आम्ही श्रीयुत हाऽऽ हाऽऽ काका म्हणत असू. कारण ते फारच खुशालचेंडू, नेहमी मोठ्या आवाजात हसणारे. त्याचप्रमाणे दुसरे कुटुंब म्हणजे धारवाडच्या स्टुडन्ट्स बुक डेपोचे रामभाऊ हुक्केरीकर. त्यांच्या मुलींचा वैद्यकीय शिक्षणासाठी मुंबईत आमच्या घरीच एक दोन वर्षे मुक्काम होता.

ही वानगीदाखल. अशी अनेक नावे सांगता येतील. त्या काळात अनेक जण आपण येणार आहोत याची आगाऊ सूचनादेखील देत नसत. तरीही आई-आन्नू आलेल्यांचे स्वागत अगत्याने करीत. त्यात काहीही कुरकूर तर नसेच. पण त्यांना हे करताना आनंद व समाधान वाटत असणार. अर्थात या सर्व बाबतींत जास्त कष्ट, मेहनत व प्रसंगावधान यांची कसोटी आईचीच.

दुसरी एक महत्त्वाची गोष्ट सांगावयाची म्हणजे आईने पालनपोषण केलेली मुले. या प्रकल्पात तिला आन्नूचा पाठिंबा होता आणि प्रोत्साहनही. खास करून मुंबई-कर्नाटक म्हणजे धारवाड-बेळगाव-कारवार जिल्ह्यांतील आर्थिक स्थिती वाईट असलेल्या अनेक मुलांना त्यांनी 'दत्तक' घेतले. हा शब्द वापरायचे एकच कारण सांगता येईल म्हणजे त्यांतील मुलांना नोकरी/व्यवसायामध्ये स्थैर्य व मुलींची लग्ने झाल्यावरदेखील जबाबदारी कमी होत नसे. वासुदेव कामत, विठ्ठल मडिवाळ, काळी पुष्पा, लीला, गोरी पुष्पा, सुलोचना, सूर्यकांती, चिकप्पा अशी किती नावे सांगावी? त्यांना योग्य ते घरगुती शिक्षण देणे, अगदी आपल्या मुलांसारखे वागवणे आणि सर्वांत महत्त्वाचे म्हणजे त्यांच्या संसाराची वाटचाल

सुखी व्हावी म्हणून खटपट करणे, योग्य जीवनसाथी मिळवून देणे वगैरे, त्यांच्या बाळंतपणात मदत करणे. आमच्या घराच्या दिवाणखान्यात पाच तरी लग्ने आईच्या पुढाकाराने साजरी झाली आहेत; योग्य त्या थाटामाटात.

अशाप्रकारचा चांगुलपणा हा जन्मजात असतो का? संपर्कात आलेल्या सत्संगामुळे येतो? की शिक्षणाचे-वाचनाचे संस्कार झाल्यामुळे?

आपल्याला आई-वडिलांनी काय दिले, यापेक्षाही जास्त योग्य असा प्रश्न असावा तो असा की, आपण आई-वडिलांकडून काय घेतले — आत्मसात केले. खरे म्हणजे, प्रत्येकाच्या जीवनात इतक्या असंख्य घटना घडत असतात व त्यांचा प्रभाव हा असतोच. परंतु आई-वडील, इतर अवतीभवती असलेली नातेवाईक मंडळी, सगेसोयरे, मित्र, शिक्षक या सर्वांच्या विचार-वागणुकीचाही प्रभाव त्या व्यक्तीवर पडत असतो आणि त्याचे व्यक्तिमत्त्व घडत असते. दोन-चार सख्खी भावंडे असली तरी त्यांची मनोवृत्ती, आचार-विचार, वागणूक ही भिन्न भिन्न असते. या बाबतींत साम्य असणे कठीणच. त्याचप्रमाणे एकाच व्यक्तीचे अवलोकन, मूल्यमापन करताना त्याच्या जवळच्या, त्याच्या संपर्कात असलेल्या निरनिराळ्या व्यक्तींकडून भिन्न भिन्न मते ऐकावयास मिळतील. प्रत्येकाचा अनुभव व आकलनशक्ती यांपेक्षाही वृत्तीमुळे या गोष्टी होत असतात. तर आई-वडील आपल्या परिवाराच्या मदतीने, परस्परांतील विचार विनिमयामुळे आपले व्यक्तिमत्त्व घडत असते; प्रवृत्ती बनत असते. आपल्या जीवनात कुठल्या मूल्यांना जोपासायचे याची तयारी तुमच्या बालपणापासूनच होत असते. रोज 'धडे' मिळत असतात.

आन्नूनी व्यवसायात स्वत:चा पूर्णपणे वेळ देणे, खाजगी जीवनास जितके माफक महत्त्व द्यावे तितकेच देणे हे आम्ही पाहत होतो. व्यवसायात दोन महत्त्वाची धोरणे त्यांनी अवलंबिली. पहिले म्हणजे आपल्या सहकाऱ्यांना 'नोकर' म्हणून कधीही वागवले नाही. अडचणींच्या वेळी उपयोगी पडणे तर होतेच; पण त्यांच्या दैनंदिन व्यावसायिक वा कौटुंबिक समस्यांना (मुलांचे शालेय शिक्षण, नात्यागोत्यांतील किरकोळ गैरसमज इत्यादी) तोंड देण्यासाठी ते मदत करीत

असत. तेही त्यांच्यावर कुठल्याही प्रकारचा दबाव न आणता. दुसरी गोष्ट आपण व्यवसायातील 'प्रोफेशनॅलिझम्'बद्दल हल्ली खूपच स्तोम माजवतो. विसाव्या शतकाच्या मध्यावर जितकी व्यावसायिकता शक्य होती व जरुरी होती तिचा आन्नूनी पुरेपूर अवलंब केला असे मला वाटते.

आन्नू-आईच्या जीवनातून दुसरा धडा मिळाला तो म्हणजे उदार मनोवृत्तीचा त्यांनी मुलांच्या कुठल्याही निर्णयावर किंवा मतांवर निर्बंध घातले नाहीत, कसलेही दडपण आणले नाही. सायंकाळी लवकर घरी पोहोचावे, हातपाय स्वच्छ धुवावे, 'शुभं करोति' म्हणावे ही आईची माफक इच्छा असे. आमच्या आशा-आकांक्षा यांना उलट त्यांनी प्रोत्साहन दिले. नाहीतर माझी भटकंती झाली तेवढी झालीच नसती. काय, किती व कशा प्रकारचे शिक्षण घ्यावे याचेही कसलेही दडपण नव्हते. 'हे करा !', 'ते करू नका' वगैरे बौद्धिके आम्हांला मिळाली नाहीत. रामदासने एका लेखात आपले शैक्षणिक वर्ष का व कसे वाया गेले याबद्दल लिहिले आहे. तेव्हासुद्धा आमच्या घरी फार गहजब झाला नाही. तीच गोष्ट आम्ही जीवनसाथी निवडताना. मला वाटते आमच्या पिढीमध्ये सर्व गोष्टींकडे किंवा एकंदर सभोवतालची माणसे, संस्था, घटना यांच्याकडे पाहण्याचा समजूतदार दृष्टिकोन त्यामुळेच निर्माण झाला असावा. आक्रमक-आग्रही भूमिका घेणे हे आम्हांला जमले नाही. अर्थात त्यामुळे आम्ही आम्हांला पटलेल्या तत्त्वांबद्दल तडजोडही केली नाही. आचार-विचार व कृती या सर्व स्तरांवर संयम बाळगण्याची क्षमता आम्ही नक्कीच आत्मसात केली आहे.

वाचनाचेही संस्कार माझ्यावर झालेत. माझे व्यक्तिमत्त्व आणि जीवन ग्रंथांनी समृद्ध केले. वाचनाची गोडी शाळेत असतानाच लागली. ती गोडी, व्यसन कॉलेजमध्ये वृद्धिंगत झाले. मी ग्रंथव्यवसायात होतो म्हणून ग्रंथ उपलब्धही होते.

दुसऱ्या महायुद्धाचा काळ. व्हिक्टर गोलांझसारख्या नवीन प्रकाशकांचे त्या वेळच्या सद्य:स्थितीवरील विवेचक साहित्य विपुल वाचावयास मिळाले. सी. ई. एम. जोड, टी. एच. अल्ड्रोक्स व ज्युलियन-हक्सले, एच. जी. वेल्स, बर्नार्ड शॉ यांच्या लेखनाची ओळख झाली तसेच थिंकर्स लायब्ररी व त्यामुळे रॅशनॅलिस्ट असोसिएशनने तयार केलेले साहित्य यांवर विचार करता आला. त्या काळात वाचलेले लाला हरदयाळ यांचे पुस्तक 'Hints for Selfculture' हे प्रत्येकाने वाचले पाहिजे. त्यातील माहिती व विचार हे सर्वकालीन परिस्थितीचे आकलन करण्यास मदत करतात असा माझा अनुभव आहे.

मुंबईत त्या वेळी बॉम्बे क्रॉनिकलचे एस. ए. ब्रेलवी व त्यांचे सहकारी डी.

एफ. कराका, आर. के. प्रभू, डी. एस. कल्याणपूर, व्ही. एस. जोग यांचा परिचय झाला. आमच्या प्रकाशन विभागातर्फे हे काही लेखन प्रकाशित करण्याची संधी मिळाली. महायुद्धाच्या काळात कागदाची टंचाई व त्याचा कोटा मिळविण्यासाठी अशा छोट्या संस्था काही काळ कार्यरत होत्या. आम्ही United Publishing House व Premier Publishing Company अशा नावाने काही पुस्तके प्रकाशित केल्याचे स्मरते. 'फ्री प्रेस'चे व्ही. सदानंद आणि 'बॉम्बे सेन्टिनेल'चे बी. जी. हॉर्निमन यांचीही भेट झाली. आमच्या मानसिक जडणघडणीसाठी गांधीजींचे 'हरिजन', नटराजन यांचे 'इंडियन सोशल रिफॉर्मर', के. एम. मुन्शींचे 'सोशल सर्व्हिस', कलकत्त्याहून निघणारे 'मॉर्डन रिव्ह्यू' व मद्रासहून प्रसिद्ध होणारे 'इंडियन रिव्ह्यू' या नियतकालिकांचा बराच मोठा वाटा आहे.

या सर्वांमुळे ज्ञानाची वृद्धी झाली. आकलनशक्ती वाढली; परंतु त्याहूनही जास्त महत्त्वाचा फायदा झाला तो म्हणजे आत्मविश्वास बळावला. शाळा कॉलेजमध्ये डिबेटिंग (वाद-विवाद) ची योजना असे. आंतरशालेय डिबेटमध्ये पहिल्या खेपेला ध.गो.ठा. शाळेचा प्रतिनिधी म्हणून भाग घेतला तेव्हा मात्र मी घामाघूम झालो व ते भाषण फारच वाईट झाले. पण त्यानंतर मात्र उत्कृष्ट नसली तरी बरी भाषणे देऊ शकलो. या काळात (१९४०-४६) माझे स्वत:चे बरेच लेखन झाले. आणि पुस्तकेही प्रकाशित झाली. एक भव्य संमेलन भरवण्याची महत्त्वाची जबाबदारी पुढे घेऊ शकलो.

आम्हा भावंडांपैकी फक्त मीरा माझी धाकटी बहीण ही एकमेव, जिला विश्वविद्यालयात शिक्षण घेता आले नाही. १९४३ मध्ये मॅट्रिक झाल्याबरोबर वरसंशोधनाची तयारी सुरू झाली. आम्ही खरे म्हणजे तथाकथित पुरोगामी विचारसरणीचा पुरस्कार करणाऱ्या चित्रापूर सारस्वत समाजाचे घटक. पण आमची विचारसरणी व मनोधारणा ही तशी प्रतिगामी विचारांची आहे. अर्थात उच्च शिक्षण घेणे, आंतरजातीय विवाह, व्यवसाय-उद्योगांत प्रगती व तत्सम बरीच प्रगती झाली असली, तरी धार्मिक संदर्भ आले तर जुन्या अर्थहीन रूढी-परंपरांना आपण आजही चिकटून असतो. या संदर्भात जग जसे विज्ञानात पुढे पुढे जात आहे तसतसे आम्ही जास्तच अंधश्रद्धांना शरण जात आहोत असे लक्षात येते. नवीन जागेत वास्तुशांती करणे, दुधाला उकळी आणून ते उतू जाऊ देणे याबरोबरच आमचा छोटासा समाज (तीस ते चाळीस हजार लोकसंख्येचा) मठ, मठाधिपती स्वामीजी, मंत्र (न समजणारे मंत्रपठण) वगैरे गोष्टींत रमलेला असतो. वैद्यकीय माहितीची गरज, शिक्षणावर भर देण्याऐवजी आम्ही छोट्या छोट्या गावांतील पडीक आणि हल्ली वापरत नसलेली मंदिरे यांचा जीर्णोद्धार करण्यात कोट्यवधी पैसा खर्च करीत असतो. हे सर्व लिहिण्याचे कारण म्हणजे मीराला उच्च शिक्षण घेण्याची संधी मिळाली नाही याची सल वाटते.

इतर कारणे होती, पण मुलगी वयात आली म्हणजे तिच्यासाठी वर शोधायचा व शक्य तेवढ्या लवकर विवाहबंधनात अडकवयाचे ही मानसिकता त्या वेळी जास्त प्रबल होती. असा योग्य वर शोधण्यासाठी आई-आन्नूंना फार वेळ लागला नाही. माझे मामा दिनकरराव कुलकर्णी यांच्या पत्नीचे पांडुरंगराव

कुमठा हे मामा. सुस्वरूप, सुविद्य, समंजस स्वभाव. बेळगांवमध्ये बी. ए. झाल्यावर पांडुरंग सेंट्रल इंटेलिजन्स ऑफिसमध्ये नोकरी करण्यासाठी मुंबईत डिसेंबर १९४३ मध्ये आले व एका वर्षातच १० डिसेंबर १९४४ ला भटकळ कुटुंबात जावई म्हणून सामील झाले, लग्नाच्या बाबतीत खास करून आईला घाई होती, पण पांडुरंगने आपले शिक्षण पुरे करावे असा आग्रह होता. मीही त्याच वेळी एम. ए. व एलएल. बी.चा अभ्यास करत होतो. पांडुरंगचा विषय इंग्रजी भाषा व माझे अर्थशास्त्र व समाजशास्त्र.

मीराने आपल्याला शैक्षणिक संस्थांतून शिकता आले नाही याबद्दल फार तक्रार केली नाहीच. उलट संसाराच्या, जीवनाच्या विद्यालयात तिने भरपूर धडे घेतले आणि पांडुरंगसमवेत एक आदर्श सुसंस्कृत जोडपे कसे असावे याचा आदर्श सर्वांना बघायला मिळाला. मीराचे निधन २३ जुलै २००४ ला झाले. जवळ जवळ साठ वर्षांचे त्यांचे सहजीवन म्हणजे सर्वांना हेवा वाटावा असेच होते. काही काळ तरी लोकप्रिय शिक्षिका म्हणून काम करणारी कांचन, केईएममध्ये पॅथॉलॉजीची प्राध्यापिका डॉ. भारती; आर्किटेक्ट राधिका व एम. एससी.पर्यंत पहिला क्रमांक टिकवून ठेवणारा आनंद या सर्वांच्या शैक्षणिक वाटचालीत व नंतरच्या व्यावसायिक किंवा कौटुंबिक जीवनाचे यश यामध्ये पांडुरंग-मीराचा सिंहाचा वाटा आहे. तसेच त्यांनी नातवंडांची जबाबदारीही स्वखुषीने, समर्थपणे पत्करली.

सुरुवातीला संसारात त्यांना खूपच अडचणी आल्या. आम्ही सर्व त्यांच्या पाठीशी होतोच. तरीही अनेक बाबी अशा होत्या ज्या त्यांनी आमच्यापर्यंत पोहोचू दिल्या नाहीत. कुमठा कुटुंबातील व्यक्तींची मानसिक व शारीरिक तंदुरुस्ती ही एक समस्या होती. ती सोडवताना त्यातून एक समृद्ध अनुभव त्यांनी घेतला व त्यानंतर असंख्य मित्रांना त्यांच्या अडचणीच्या प्रसंगात मदतीला धावून जाणे हा त्यांचा स्वभावच झाला. माझी आई पण थोड्या प्रमाणात असे सत्कार्य करत असे; पण पांडुरंग-मीरा यांनी या क्षेत्रात कुठलाही गवगवा न करता विनातक्रार, प्रचंड काम केले आहे. स्नेहप्रभा प्रधानबाई या पॉप्युलरच्या लेखिका. त्यांना एकटेपणा वाटला की या दोघांशी संपर्क साधत असत. तसेच एक फिरते ग्रंथविक्रेते येडरावकर यांना त्यांच्या जीवनाच्या शेवटच्या दिवसांत या दोघांनी खूपच साहाय्य केले. ही काही उदाहरणे म्हणून सांगितली. अनेक छोटे कलाकार, गडीमाणसे यांना त्यांचा सल्ला, आर्थिक साहाय्य व मानसिक धैर्य मिळण्यासाठी कुमठांचे घर एक खात्रीचे ठिकाण होते. कुमठांच्या व्यावसायिक यशाबद्दल मराठी माणसाला

जाणीव आहे. पण मीराच्याबरोबर केलेल्या या कामाची थोडीशी कल्पना यावी म्हणून हे काही तपशील दिले.

मीराचे दुसरे यश म्हणजे तिने केलेली हस्तकला. विशेष मार्गदर्शन नसताना असंख्य माध्यमांतून तिने आपली कला साकार केली. क्रोशे, शिवणकाम, टिकल्यांचे नक्षीकाम, कॉर्क (बूच) याचा वापर, रिकाम्या बाटल्यांचे मनोरे, साडीवर विविध नमुन्याच्या डिझाईन्स, चारकोल, केस, धागे यांचा वापर करून केलेल्या अशा अक्षरश: शेकडो कलाकृती तिने केल्या होत्या. नात्यातील माणसे, मित्रमंडळी यांना योग्य प्रसंगी भेट म्हणून दिल्या तरीही तो खजिना इतका मोठा होता की तीनशेहून अधिक कलाकृतींची आम्ही तीन-चार प्रदर्शने मुंबई-पुण्यात भरविली. प्रदर्शनात येणाऱ्यांनी दिलेल्या दीडशेहून अधिक व्यक्तींच्या प्रतिक्रिया आमच्यापाशी आहेत. पण महत्त्वाचे म्हणजे काही संस्थांनी व स्त्रीवर्गाने मीराला ही कला शिकवण्यासाठी वेळ देण्याची विनंती केली.

भटकळ ग्रूपच्या व खास करून बॉम्बे बुक डेपोच्या सर्व कार्यक्रमांत मीराचा सक्रिय सहभाग असे. तिने आपला वेळ सत्कारणी लावला. एकही क्षण वाया जाऊ दिला नाही. एक सामान्य गृहिणी कल्पकता, मेहनत व जिद्द यांच्या जोरावर व विद्यालयीन शिक्षण नसतानाही किती उंची गाठू शकते हे मीराने दाखवून दिले.

लहानपणापासून मला भटकण्याची अतिशय आवड. व्यसनच म्हणा ना! आमचे नातेवाईक अनेक. ज्याने अनेक सुट्टीचे दिवस वेगवेगळ्या नातेवाइकांकडे घालवले आहेत असा आमच्या कुटुंबातील मी एकमेव.

काका, काकी, आत्या, मामा यांच्याकडे माझे जाणे येणे अनेकदा असे. असाच अनेकदा मी वडिलांच्या मावस बहिणीचे यजमान बळवल्ली यांच्याकडे राहिलो आहे. ते रेल्वे खात्यात मालगाड्यांची (Goods Trains) देखरेख बघत. ते वडाळ्यातल्या रेल्वे-क्वार्टर्समध्ये राहत. त्या काळात वडाळा आणि मुंबईतील इतर अनेक भाग यांत तुरळक वस्ती असे. क्वार्टर्सच्या समोरच विस्तीर्ण असे रुळांचे जाळे. त्यांच्या चाळीच्या कठड्याजवळ उभे राहिले की अनेक आवाज ऐकू येत. रुळांवरून मागे-पुढे फिरणाऱ्या वॅगन्सचा खडखडाट, शिट्ट्या — इंजिनाच्या, गार्डच्या — वेगवेगळ्या रुळांवरून डब्बे फिरवणे, ते वेगवेगळ्या वॅगन्सना जोडणे, जोडलेले डबे वेगळे करणे व ते पुन्हा जोडणे ही प्रक्रिया खूपच गमतीदार वाटे. जास्त धांदल नाही तरीही खूपच धावपळ. मज्जाच-मज्जा. त्या शिट्ट्यांचा, खडखडाटाचा, हमालांच्या हाकांचा संमिश्र आवाज अजूनही कानांत घुमतो व त्या वेळचा बालसुलभ आनंद व्यक्त करावासा वाटतो, अर्थातच तेव्हाच्या छोट्या हातांनी पिटलेल्या टाळ्यांविना.

दुसरी आठवण पुण्याची... सम्रोडी हे वडिलांचे मावसभाऊ. सरकारी प्रिंटिंग प्रेसमध्ये मुद्रितशोधक. ते येरवड्याला कारागृहाच्या मुद्रणालयात त्या वेळी कैद्यांना शिकवणे व त्यांच्याकडून काम करून घेण्याचे काम करत. एकदा परीक्षांच्या दिवसांत घरी अभ्यास करण्यासाठी काही दिवसांची सुट्टी होती. मंगेशकाका घरी आम्हांला भेटायला आले व त्यांनी दोन-तीन दिवस मला

आपल्याकडे घेऊन जाण्याची तयारी दाखविली. तिथे निवांत अभ्यास करता येईल असेही आम्हांला वाटले. त्या दिवसांत थोडाफार अभ्यास नक्कीच झाला. पण महत्त्वाचे म्हणजे त्यांनी मला दुचाकी (cycle) चालवायला शिकवली. अर्थात, दोन दिवसांत मर्यादित सराव करता आला. त्यांची शिकवण्याची पद्धत पण विचित्र. पिनवरून चढणे व ब्रेक दाबून वेग कमी झाला म्हणजे पायांच्या मदतीने उतरणे. अशा अर्धवट शिकवण्याच्या जोरावर पुढे मुंबईत ग्रांटरोड ते बोरीवली, पुण्यात डेक्कन जिमखाना ते पाषाण व वाराणशीत सारनाथपर्यंत सायकलीने फेरफटका करण्याचे धाडस मी केले आहे. वाराणशीत सडकेवर वाळू असल्यामुळे उतरताना सायकल घसरली व त्यानंतर लखनौ, अलाहाबाद, कानपूर हा प्रवास मी पायाच्या टाचेला झालेली जखम सांभाळून, सुजलेल्या पावलानिशी जिद्दीने केला.

आम्ही मेच्या सुट्टीत धारवाडला आजोळी जात असू. तिथून बेळगाव जवळच. तिथे गेलो म्हणजे आमचा मुक्काम बस्तीकर मावशींकडे. आईची ही जिवलग मैत्रीण. मावशींचे यजमान तेव्हा आयकर खात्यात नोकरीला होते. एका वर्षी आम्ही मोहरमला बेळगावात होतो. तेथील मुस्लीम समाज हा सण अत्यंत उत्साहाने साजरा करत असे. वाद्यांची एक फलटणच जोमाने मिरवणुकीतून निघे. मिरवणूक अंतरा अंतरावर थांबे. ढोल व इतर वाद्यांच्या गजरात नाच रंगे, कसरतीचे खेळ होत. अगदी मज्जाच मज्जा! लहानथोर सारेच सणाची मजा लुटत असत. आम्ही बाळगोपाळ त्या जुलुसाने प्रफुल्लित होत असू. एका वर्षी काय झाले! एकदा आम्ही ही गंमत माडीवरून पाहत होतो. खालच्या मजल्याच्या गॅलरीच्या छतावर ही गर्दी. चेंगराचेंगरी. रस्त्यावर वाद्यांच्या कसरती जल्लोषाचा उच्चांक गाठत होत्या. छतावर लोकं त्या नादाने एवढी बेहोष झाली की नकळत त्यांची पावले छतावर थिरकू लागली. त्यांच्या बेहोष पावलांचा भार अखेर छताला असह्य झाला. गॅलरी कोसळली आणि एकच हलकल्लोळ. त्यात आम्हा लहानग्यांची रडारड. त्यावेळचा तो आकांत आठवला की अजूनही थरकाप होतो.

माझी थोरली आत्या आणि तिचे यजमान यांच्याबरोबर मी दोन यात्रा केल्या. वय त्या वेळी बारा ते चौदा. एक देहू-आळंदी, दुसरी सज्जनगड-चाफळ. इंद्रायणीच्या तीरावर स्नान करताना तेथील पुरोहितांनी विचारले, ''बाळा, मुंज झाली आहे का?'' माझे मौजीबंधन दोन-तीन वर्षांपूर्वी झाले होते; एक सबंध वर्ष मी सकाळ-संध्याकाळ संध्या वगैरे नियमितपणे करत होतो. आईचा आग्रह आणि अर्थात तीही एक मजाच! नंतर शाळेतील काही शिक्षक व माझ्या स्वत:च्या

वाचनामुळे या संस्कारांचा फोलपणा जास्त जाणवू लागला व मी यज्ञोपवीताला रजा दिली होती. पुरोहित चिडले. ''अरे! ब्राह्मणांनी यज्ञोपवीत नेहमीच बाळगले पाहिजे. नाहीतर पापी लोकांत तुझी गणना होईल.'' मी हसत उभा होतो.

पण पुढे मौजीबंधनाबद्दल मी ठाम भूमिका घेऊ शकलो नाही हे खरे. मी व निर्मला आई-वडिलांच्या इच्छेला बळी पडलो व मनमोहनची मुंज थाटात झाली. रामदासने मात्र ते धाडस केले आणि हर्ष व सत्यजित हे 'अब्राह्मणच' राहिले. या निरर्थक प्रथेविरुद्ध खरोखर एक प्रबोधनवजा चळवळ कोणीही हाती घेतलेली मला माहिती नाही.

आई-वडिलांनी माझ्या भटकंतीला परवानगी तर दिलीच; प्रोत्साहनही दिले. १९५१ ते १९७० मध्ये व नंतर व्यवसायानिमित्त, छंद म्हणून किंवा आंतरराष्ट्रीय विविध संस्थांसाठी म्हणून खूपच प्रवास केला. पायाला चक्रेच होती म्हणाना... गेली काही वर्षे मात्र शरीराने मी भटकू शकत तर नाहीच, पण आवश्यक तितका फिरूही शकत नाही. ही एक शिक्षा आहे असे मला वाटते. 'संक्षिप्त मराठी वाङ्मयकोशा'च्या निर्मितीच्या निमित्ताने मात्र थोडेफार मित्रांच्या संगतीने मी ज्ञानोपासनेच्या केंद्रांत जाऊ शकलो.

व्यक्तिमत्त्व घडविण्यास वाचन फार उपयुक्त; व भ्रमण केल्यामुळे कुठलीही व्यक्ती जास्त समृद्ध होते असे एका लेखकाने म्हटले आहे, याचा अनुभव आपल्या सर्वांना नेहमीच येतो. माझा अनुभव असा आहे की, वाचन व भ्रमंती यांमुळे आपल्याला विश्वाचे जास्त ज्ञान होते. सर्व कलांचा आस्वाद घेता येतो. त्याहूनही जास्त महत्त्वाचे म्हणजे थोर माणसांची महानता जाणवते व आपण त्या मानाने किती खुजे आहोत याची तीव्र जाणीव होते. स्वत:च्या ज्ञानाबद्दल गर्व किंवा माज किती निरर्थक असतो हेही कळते.

कॉलेजची सुरुवातीची वर्षे. तरुण वय. खळाळता उत्साह. त्यात भटकंतीची आवड. आम्हा भटक्यांची एक चौकडीच बनली होती. मी, रमेश कुळकर्णी, सदानंद बैंदूर व केशव खंबदकोण.

रमेश हा प्रसिद्ध होमिओपॅथिक फार्मसी 'रॉय अॅन्ड कंपनी'च्या कुळकर्ण्यांच्या घरातला. माझा बालपणापासूनचा मित्र. आम्ही दोघांनी 'प्रौढ साक्षरता समिती'ला मदत करायचे ठरवले होते. किस्साच आहे तो. त्या संबंधी पुढे केव्हातरी. सदानंद बैदूरशी माझी मैत्री अलीकडचीच. तो पुढे राज्य परिवहन मंडळात नोकरीला लागला. केशवचा परिचय 'विल्सन हायस्कुला'तला. आमचे मैत्र जुळले. तो राहत होता काँग्रेस हाऊसजवळ. आमच्या आनंदाश्रमापासून काही पावलांच्या अंतरावर. त्याची आई हयात नव्हती. घरात त्याच्याबरोबर वडील आणि तीन बहिणी. आमच्या घरी तो यायचा नेहमी. त्या वयात गरज असलेली आईची माया त्याला माझ्या आईकडून मिळत होती. त्या काळात जडलेले घरोब्याचे संबंध जवळजवळ सहा दशके दृढ आहेत. एकमेकांचा सल्ला घेणे, अडीअडचणीला मदत करणे, आमच्यामध्ये आजतागायत चालू आहे. केशव रसायनशास्त्राचा विद्यार्थी, पण साहित्याचा चोखंदळ वाचक. आता तो बोरिवलीला राहत असल्यामुळे आमच्या भेटीगाठी तुरळक झाल्यात. पण आठवड्यातून दोनदातरी फोनवरून बोलणे होतेच.

अशी आमची ही चौकडी. भेटणे, दररोजचे. चौपाटीवर, मलबार हिलवर खाणे आणि गप्पागोष्टींत रंगून जाणे. सहली होत्याच छोट्या छोट्या आजूबाजूच्या परिसरातल्या. एका रविवारी आम्ही भाड्याच्या सायकली घेऊन चौपाटीला जमलो आणि तिथून बोरिवलीपर्यंत रपेट केली. अशीच एक सायकल सफर माझ्या नेहमीच

लक्षात राहिली. आम्ही चौघे पुण्याला गेलो होतो. तिथे सायकलने खडकवासल्याला जावयाचे होते. रस्ता बरोबर माहीत नव्हता. बाकीच्यांच्या मानाने माझे सायकलिंग कच्चे - मुख्य रस्त्यात कॅम्पमधून जात असताना मिलिटरीची वाहने खूप. असेच एकदा एका रस्त्याच्या कडेला उभा असलेला ट्रक. त्याच्या बाजूने मी सायकल नेली व त्याच वेळेला दुसऱ्या दिशेने दुसरा ट्रक भरधाव त्याच मार्गातून माझ्यासमोर आला. मी दोन वाहनांच्या मध्ये, माझी तारांबळ - अर्थात अशा वेळेला काय करावयाचे हे सुचत नसते. खरे म्हणजे आपण काही करू शकतही नाही हे लक्षात आल्यावर माझे पाय पॅडलवरून सुटले. काही क्षण हातही दोन्ही हॅन्डलबारवरून निसटले. पण सायकलीने दगा दिला नाही. तिने सरळ मार्ग, त्या दोन सेकंदांसाठी अवलंबिला. बिलकूल डळमळली नाही. मी पुन्हा व्यवस्थित सीटवर बसलो. तोपर्यंत मित्र धावत आले व आम्ही काही वेळ विश्रांती घेतली व पुन्हा मार्गस्थ झालो. तो क्षण आठवला तरी आजही अंगावर शहारे येतात.

एकदा नित्याप्रमाणे गप्पागोष्टी करताना आम्हा चौघांच्या मनात पंधरावड्याचा दौरा करण्याचा विचार डोकावला. ते साल होते १९४२. रेल्वेच्या झोनल तिकिटावर प्रवास करण्याचे निश्चित केले. इंटरची परीक्षा संपली की निघायचे ठरले.

परीक्षा आटोपली. हुश्श केले. मुंबई - हुबळी - असा प्रवास आखला. प्रवासभाडे अल्प, शिवाय विद्यार्थी म्हणून आम्हांला ५०% ची सवलत मिळाली. रेल्वेच्या अधिकाऱ्यांनीच हा प्रवास सर्वांत लांबचा कसा होईल याचे मार्गदर्शन केले, सुचवले, मुंबई ते हुबळी द्वारा वास्को आणि हुबळी ते मुंबई द्वारा सोलापूर. आणखी एका सवलतीचा फायदा घ्यायचे आम्ही ठरवले. दर १०० मैलांवर तर आम्ही एक दिवस प्रवास खंडित करू शकत होतो. कुठे उतरायचे वगैरे काहीच ठरवले नव्हते. ते आमच्या लहरीवर सोपवले.

पहिला थांबा पुणे. नेहमीप्रमाणे स्टेशनसमोरील गोकुळदास धर्मशाळा इथे रात्र काढावयाचा विचार होता. तिथे रोज आठ आणे भाड्याने एक खोली मिळत असे. पण आम्ही पोहोचलो तेव्हा सर्व खोल्या भरल्या होत्या. परंतु ही आमची तिसरी खेप म्हणून ओळखीने धर्मशाळेच्या प्रचंड आवारात आम्हांला बिस्तरे टाकण्यास परवानगी मिळाली. एक रात्र तर काढायची होती. स्टेशनवरचा गलबला सोडल्यास संध्याकाळी सगळीकडे सामसूम. तरीही झोप येईना. एक अविचार मनात आला व लगेच आम्ही त्याप्रमाणे बिनधास्तपणे केलाही. 'पासिंग शो' सिगरेटचे पाकीट खरेदी केले आणि एक (छोट्यात छोटी) रमची बाटली. धूम्रपान व मद्यपान यांचे

सेवन करण्याचा तो पहिला प्रसंग. नंतर या दोन्ही अवदसांना आम्ही कायमचे दूर ठेवले असे म्हणता येणार नाही. पण आम्ही त्यांच्या आहारी मात्र केव्हाही गेलो नाही. या दोन सवयी जडल्या म्हणजे माणूस कसा हपापलेला, जंगली व असंस्कृत होऊ शकतो याची सर्वांनाच कल्पना आहे. हल्ली सर्वत्र मद्यपानविरोधी चळवळ उभी आहे म्हणून त्याबद्दल जास्त लिहिणे जरुरीचे नाही. पण धूम्रपान हे कदाचित जास्त हानिकारक. आमचे एक गणिताचे शिक्षक आणि लेखक एस. पी. खरासकर नेहमी सांगत, मद्यपान केले तर फक्त स्वत:चीच प्रकृती बिघडते. धूम्रपानामुळे आसपासचे वातावरण दूषित होते.

दुसऱ्या दिवशी सकाळीच प्रयाण केले. स्टेशनामागून स्टेशने गेली व त्याबद्दल आम्ही एकमेकांशी काहीतरी वटवट करीत असू. 'किर्लोस्करवाडी' हे नाव वाचल्याबरोबर एकदमच चौघांच्याही तोंडून 'चला, इथे उतरू' असे उद्गार निघाले. वाडीतील कारखान्याच्या दारातच एक बाग होती. एक वयस्कर, पिळदार, पांढऱ्या मिशीतले गृहस्थ झाडांना झारीने पाणी घालत होते. हो! तेच थोर दूरदर्शी लक्ष्मणराव किर्लोस्कर. त्यांनी आमचे स्वागत केले व जोराने टाळी दिली. ''मुंबईहून चार तरुण पाहुणे आलेत. त्यांना थोडाच वेळ आहे. अगोदर त्यांचे सामान अतिथिगृहात ठेवा. कारखाना दाखवा आणि त्यांच्या जेवणाची व्यवस्था करा.'' लक्ष्मणराव किर्लोस्कर यांची थोरवी पूर्णपणे कळण्याचे आमचे वय नव्हते. पण त्यांचा साधासुधा पोशाख, व्यवहारदक्ष व्यवस्था व अनुभवी सूचनांनी आम्ही भारावून गेलो होतो.

आम्ही गोव्याचा मुक्काम हलवला. तिथून कारवार गाठले. शेवटी हुबळी-धारवाडला धावती भेट देऊन आम्ही परतीचा प्रवास सुरू केला.

प्रेक्षणीय स्थळांची माहिती आम्हांला कमीच होती. म्हणून आम्ही एक निर्णय घेतला की जिथे आम्ही थांबणार त्या टप्प्याच्या स्टेशनमास्तरकडूनच अशी माहिती गोळा करायची. किर्लोस्करवाडीच्या स्टेशनमास्तरकडून अशी मार्गदर्शक माहिती आम्हांला मिळाली.

पुढील थांबा, दूधसागर धबधबा. रात्र अमावस्येची. आम्ही पोहोचलो ते पहाटेपूर्वीच्या काळोखात... फलाट असे फारसे नव्हतेच. त्यामुळे बरीच थंडी जाणवत होती. उजाडेपर्यंत थोडी विश्रांती घेऊया या विचाराने उतरलो. त्या जागेहून थोड्या अंतरावर आम्ही बिस्तरे पसरविले. धबधब्याचा आवाज घुमत होता, थोडीशी डुलकी लागली. एवढ्यातच तांबडे फुटले, पक्ष्यांच्या किलबिलाटाने जाग आली आणि आमचे धाबेच दणाणले. कारण जिथे आम्ही

झोपलो होतो त्याच्या थोड्याच अंतरावर खोल दरी. जराशी कूस बदलली असती तरी कपाळमोक्ष निश्चित होता. गोव्याच्या हद्दीवर सिगारेट पाकीट नेण्याची बंदी आहे असे आम्हांला कळले. पासिंग शोच्या चार सिगारेटी संपविल्या तरी सहा तुकडे होते. केशवराव हे आमच्यापैकी एकच साहेबी बूट व मोजे वापरणारे. त्यांनी ते पाकीट मोज्यात लपविले. हा या दौऱ्यातला दुसरा प्रमाद होता. दोन दिवस अगोदर, दारूबंदी असलेल्या पुणे शहरात उघड्यावर (गुपचुप) एकच रमचा घोट हाही एक प्रमाद होता. अशा वेळी वाटते की हा पहिलाच छोटासाच प्रमाद आहे. एखादीच चूक आणि तीही छोटीशी. परंतु प्रमाद हा प्रमादच असतो. तिथे छोटेमोठे असे म्हणणे हाही एक प्रमादच आणि त्याचे असे समर्थन करणे हे तर अत्यंत गैर आहे. परंतु ही अक्कल त्या वेळी आलेली नव्हती.

मंगेशीला पुरोहितांकडे मुक्काम. फक्त जेवण व विश्रांतीसाठी तिथे येत असू. बाकी केवळ भटकंती. गोव्याच्या बागा-मळ्यांतून फिरणे मध्यान्हीसुद्धा सुसह्य होते; कारण झाडांची दाटी आणि त्यांतील चोहीकडे फिरणारे पाण्याचे पाट व त्याची झुळझुळ. मधूनमधून सूर्यकिरणांचे कवडसे. वातावरण इतके आल्हाददायक होते की घरी परतू नये असेच वाटे. एकदा पुरोहित कुटुंबातील एक इसम मासे नेताना दिसला. आम्हांला वाटले की आम्ही त्याला 'पकडला.' पण नंतर कळले की मासे खाणे हा किनारपट्टीजवळ राहाणाऱ्यांसाठी मांसाहार समजला जात नाही. आमचे अज्ञान! खूप भटकल्यावर घरी परतताना छोटी सडक लागली. त्या सडकेच्या आजूबाजूला असंख्य फळांनी बहरलेले फणसाचे झाड. एक छोटेसे फळ आम्ही तोडले व पुरोहितांच्याकडे दिले. त्याची कापे करून आम्हांला वाढा अशी विनंती केली. ते झाड रस्त्याच्या कडेला असल्यामुळे सार्वजनिक जागी होते असा आमचा समज होता. जेवायला बसलो, संभाषणाच्या ओघात आम्ही कुठेकुठे व कसकसे गेलो त्याच्या गमती सांगत होतो. ज्या जागेवरून आम्ही फणसाचे छोटे फळ काढले तो त्यांचाच मळा होता असे भटजीच्या बायकोने सांगितले. आता आली ना पंचाईत. घास घशात अडकतो आहे असा भास झाला. देवळाच्या भूमीत प्रमाद नंबर तीन झाल्याबरोबर कानाला खडा लावला.

एक मजेदार प्रसंग सांगायचा राहूनच गेला की! गोव्यात मंगेशी देवळासमोर एका दुकानदारांकडे खाद्यपदार्थ विक्रीला असत. तिथे एका बरणीत ताजे-ताजे बेसनलाडू भरलेले होते. मोह आवरेना. आम्ही किमतीची चौकशी केली व त्याने दरही सांगितला. पण आमची मागणी त्याला विचित्र वाटली असणार. बाटलीतले

सर्वच्या सर्व म्हणजे जवळ जवळ तीस-बत्तीस लाडू आम्ही मागितले. सर्वांची किंमत फक्त एक रुपया.

तरीही एक महत्त्वाचे काम राहिले होते. त्यासाठी बागलकोट या गावी दोन-तीन दिवस मुक्काम करावा लागला. तिथे अप्पा (राव) नायमपल्ली हे व्यापारी राहत असत. हे गृहस्थ, काही काळ गणपतराव भटकळ ज्या ग्रंथविक्रीच्या संस्थेत - डी. ए. नाडकर्णी यात - भागीदार होते, त्याचे काही काळ मालक होते. नंतर त्यांनी आपले नातेवाईक (हेही अपुलराव नायमपल्ली) यांच्या हाती कारभार सोपवला. अपुलराव यांनी नंतर स्वत: या संस्थेचा कारभार मंगेश गेरसप्पा यांच्याकडे सोपविला आणि पुढे स्वातंत्र्यलढ्यात लक्षणीय कामगिरी केली.

बागलकोटचे नायमपल्ली एक दयाळू व्यक्ती. आमच्या ग्रूपमधले सदानंद बैंदूर यांचा भाचा त्यांच्याकडे शिक्षणासाठी होता. त्याला मुंबईत परत आणण्यासाठी म्हणून आम्ही बागलकोटला गेलो होतो. तिथल्या वास्तव्याचा फायदा घेण्यासाठी आम्ही आसपासची ऐतिहासिक स्थळे पाहण्यासाठी गेलो. अप्पाकाका हे त्या परिसरातले शेतीमालाचे — मुख्यत्वे भुईमुगाचे - व्यापारी. कदाचित शेतकऱ्यांना कर्जाऊ पैसे देणे हाही व्यवसाय करीत असावेत. कारण दिवसाअखेर ते जेव्हा त्यांच्या वाड्यातच असलेल्या कार्यालयातून बैठकीच्या खोलीत आले तेव्हा आमच्याकडे बोलता बोलताच त्यांनी त्या दिवशी जमा झालेला खुर्दा त्यांच्या कोटजाकिटाच्या कप्प्यातून जमिनीवर पसरवला. आपण लक्षात घेऊया की आताच्या परिस्थितीनुसार त्यांचा व्यवहार लाखांचा किंवा कोटींचा नव्हता. चाराणे-आठाणे-रुपया असे वेगवेगळे करण्यात गुंतलेले होते. आम्ही सर्वजण ते पसा-पसाभर लावलेले पैशाचे सात-आठ ढीग जमिनीवर ठेवलेले प्रथमच पाहत होतो. ही रक्कम ही व्याजाची होती की विक्रीचा हिशेब हे कळण्यास काही मार्ग नव्हता.

ऐतिहासिक स्थळांमध्ये मलप्रभा नदी आसपासच्या बदामीच्या गुंफा, पट्टकळ व ऐहोळीची देवळे बघता आली.

हा दौरा इतका सविस्तर नोंदवायची कारणे मुख्यत्वे दोन--स्वत:च्या अनुभवात भर झाली ती वेगळी, पण प्रवासात भेटलेली जवळ जवळ सर्व माणसे अत्यंत मनमिळावू आणि कुठलीही मदत करण्यास तयार भेटली. काही मुक्कामाच्या ठिकाणी आम्ही प्रथमच भेटत असलेल्या सद्‌गृहस्थांचा पाहुणचार घेतला. त्यांनी अतिथी देवो भव!' असे आमचे आदरातिथ्य केले. त्यांची ही अकृत्रिम आपुलकी विसरता येणार नाही.

सहलीला जायचे म्हटले की मला प्रचंड उत्साह! माझ्या उत्साहाला उधाणच यायचे. माझ्या उत्साहावर आन्नूंनी कधीही विरजण घातले नाही. त्यांची संमती सदाचीच. ह्यासोबत आईचे प्रोत्साहनही. माझी खुशी पाहून खूश होणारे आन्नू स्वत: मात्र बाहेरगावी जायलाही नाखूश. ते घराबाहेर पडायचे ते 'पॉप्युलर'मध्ये जायला. घरापासून दहाबारा मिनिटांचे अंतर. क्वचित कामानिमित्त वा आप्तांकडे जाणे. बस्स, एवढ्याच वर्तुळात त्यांची भ्रमंती.

बाहेरचे चार अनोखे प्रदेश पाहिले, तिथल्या माणसांत वावरले की नाना प्रकारचे अनुभव मिळतात आणि असे अनुभव घ्यायची गरज आम्हांला तरुणपणी वाटत असे. तशी गरज बहुधा आन्नूंना वाटत नसावी. त्यांना बसल्या जागी विविध अनुभव मिळत. 'पॉप्युलर'च्या चार भिंतींत ते मिळत. तिथे येणारे ग्राहक, प्रकाशक, प्रतिनिधी किंवा नुसते वाचक, अभ्यासक यांच्याशी संवाद साधून त्यांचे अनुभवविश्व समृद्ध झाले होते. अशा अनुभवांमधून जरूर तेवढा बोध घेण्याची त्यांची क्षमता होती.

वयाची चाळिशी गाठेपर्यंत गणपतरावांनी मुंबईबाहेर प्रवास केला नसावा. माझ्या आठवणीप्रमाणे त्यांची पहिली सहल दार्जिलिंगची. पॉप्युलर फार्मसीचे एक भागीदार गणेश हेबळे हे गणपतरावांचे मित्र. दुसरे मित्र 'टाइम्स ऑफ इंडिया'चे मुख्य वृत्तसंपादक गणेशराव शिरूर व महानगरपालिकेचे हेल्थ कमिशनर गणपतराव कौशिक असे हे चार गणेशरथी - शिरूरांच्या दोन मुलांसह दार्जिलिंगला काही दिवसांसाठी गेले होते. साक्ष घोड्यावर बसलेली एक छबी! नाहीतर आपला विश्वास बसणार नाही असा हा चमत्कारच! तो कसा घडला हे मी सांगू शकत नाही. ही सफर त्यांनी 'सफर' (suffer) केली असावी. कारण त्यांचा पिंड

वेगळाच. त्यांनी व्यवसायाला जीवनात प्राधान्य दिले व तसे करण्याची त्या वेळी गरज होती.

आम्हा भावंडांचे आजोळ धारवाडला, आईचे कुमठ्याला, आन्नूंचे मुर्डेश्वरला. आम्ही दर वर्षी मे महिन्याच्या सुट्टीत या त्रिस्थळी जात असू. मात्र आन्नू आमच्याबरोबर आल्याचे स्मरत नाही. दुसऱ्या महायुद्धाच्या वेळी मी व आन्नू सोडून भटकळ कुटुंब धारवाडला जवळजवळ एक वर्ष राहिले होते तेव्हा अधूनमधून आन्नूंना जावेच लागले असे आठवते.

आणखी एक प्रसंग म्हणजे माझे मामा दिनकर कुलकर्णी यांचा विवाह बेंगळूरला होता. त्या दिवसांत रेल्वे तिकिटातही झोन ट्रॅव्हल सवलत देत असे. म्हणजे एका विशिष्ट झोनमध्ये दोन-चार शहरांत एक आठवडा फिरणे. बेंगळूरला जातच आहोत, तर मद्रासला जावे असा विचार त्यांनी केला असावा. त्यांचे काही स्नेही — उत्तर कर्नाटकमधील व नंतर मुंबईतीलही — मद्रासला स्थायिक झाले होते. त्यांची भेट घेणे हा मुख्य उद्देश. गावात फारसे फिरलो असे वाटत नाही.

आम्ही एक-दोनदा गोव्याची सफर केलेली होती. अर्थात मंगेशी देवळात पूजाअर्चा हे एक कारण. पण जास्त महत्त्वाचे आणि खास करून आम्हा लहान मुलांना म्हणजे आंबा-फणस खाण्याची चंगळ. नेहमीचे जेवण बाद व फक्त आंब्यावर पोट-पूजा. एक रुपयाला एक परडी — म्हणजे शेकडा आंबे. शेकडा म्हणजे शंभर नव्हे. प्रत्येकाचे हिशोब वेगळे, शेकडा म्हणजे १०१ ते १४४ पर्यंत. हे का याचा मला तेव्हातरी उलगडा झाला नाही. सोटांबे चोखायला उत्तम. साल वगैरे काढण्याची तसदी घ्यावी लागत नाही. शिवाय आमरसालाही उत्तम. बदल म्हणून आंब्याची कढी दिली तरी त्याबरोबर थोडासा भात घ्यावयाची आमची तयारी होती. शिवाय कैरीच्या चटणीची साथ. देवळाच्या आवारातच वास्तव्य असे. देवळात सतत मंत्रजागर चालूच असे. या पार्श्वभूमीवर आम्ही आंबोत्सवाच्या मैफलीत तल्लीन असू. काही काळ तरी त्या प्रशस्त आवारात खेळायला-बागडायाला आलो आहोत याचाही विसर पडत असे.

१९५२ पर्यंत 'पॉप्युलर'ची सूत्रे मी नीट सांभाळू लागलो होतो. माझ्या दिमतीला रावशेठ, शांतारामराव शिरूर, सौमित्र व अन्य सहकारी होतेच. आन्नू निश्चिंत झाले होते. म्हणून त्यांनी अनेक प्रवास केले. बागलकोट, हैदराबाद येथे रोहिणीकडे. बेंगळूरला अनेकदा. शिवाय आम्ही दोघेही एका लिमिटेड कंपनीच्या, 'फिल प्रेस'चे डायरेक्टर बोर्डावर होतो. म्हणजे छापखाना मुंबईत तर रजिस्टर्ड

कार्यालय गदग, कर्नाटकमध्ये. वर्षातून दोन मिटिंग्ज गदगला असत. हा सर्व प्रवास आम्ही मोटारीने करत असू. गाडीचालक मीच. वाटेत इरकल, ऐहोळे, पट्टदकल, विजापूर अशी इतिहासप्रसिद्ध स्थळे बघत असू. या काळात आन्नूंना मानसिक शांती मिळाली असावी.

पुढे वयपरत्वे आन्नूंच्या हालचाली मंदावल्या. प्रवास थांबले. माझे मात्र व्यवसायानिमित्त प्रवास चालूच राहिले. देशाच्या सीमा ओलांडून युरोप-अमेरिका येथे बऱ्याचदा जाणे घडले. म्हणूनच 'इंटरनॅशनल भटकळ' हे बिरूद ठणठणपाळ यांच्याकडून लाभले.

आमच्याकडे एक सतार आहे. छोटीशी. फक्त सूर धरण्यासाठी. काही संगीत कार्यक्रमांत, बहुत करून तबल्याच्या सोलो कार्यक्रमात तंबोरी वापरतात तशी — उंची फार नाही. ती आमच्या घरी कशी आली, कोणी आणली त्याची चौकशी मी अगोदर केली नाही. बहुतेक ती आईला तिच्या आईकडून मिळाली असावी. माहेरी तिची आई मूळ नगरकर कुटुंबातली, ती बाळपणात सतार शिकली असावी. आता तरी ती घरची एक Heirloom आहे. पण मी सतारीचे धडे माझे मास्तर पृथ्वीरंजन डे यांच्याकडून याच सतारीवर घेतले. नंतर त्यांनीच मला कोलकाताच्या वाद्यकाराकडून एक मोठी व चांगली सतार मिळवून दिली. याच छोट्या सतारीवर माझ्या मुलाने — मोहनने — शाळेत असताना एका कार्यक्रमात पाच - सहा मिनिटांची गतही सादर केली होती. ती सतार एकदा हातातून पडली व तिचा भोपळा फुटला. तरीही मी ते तुकडे चिकटवून दुरुस्त करण्याचा प्रयत्न केला आहे. तिचा आवाज आता 'दबका' येतो. फुरसतीने भोपळा बदलू असा विचार कदाचित मी केला असेन किंवा आहे तशीच ठेवू, असेही ठरवले असेन. कारण Heirloom चे विशेष महत्त्व ना! डे मास्तर त्यांच्या ठरलेल्या वेळा येत असत. जीव तोडून आम्हांला शिकवीत. पण अनेक वर्षे त्यांच्याकडे धडे घेऊन मी काही फार प्रगती करू शकलो नाही. तोपर्यंत त्यांना कर्करोगाने पछाडले व त्यांना डॉक्टरांनी पडून राहण्याचा सल्ला दिला. डे मास्तरांची एक इच्छा होती की एकतरी शिष्य तयार करावा. प्रसिद्ध हृदयरोग तज्ज्ञ डॉ. एस. आर. नाय्यर, कर्करोगतज्ज्ञ डॉ. प्रफुल्ल देसाई व माझ्यासारखे बरेच त्यांचे विद्यार्थी. पण सर्वच व्यवसायात गुंतलेले. शिवाय जात्याच त्या विद्येत कौशल्याची चुणूक तरी हवी!

आणि सर्वांत महत्त्वाचे म्हणजे रियाज करावयास वेळ हवा. कुठल्याही कलेसाठी या दोन गोष्टी महत्त्वाच्या. त्यांचीच आमच्यामध्ये वानवा.

आमच्याच कुटुंबातील दोन उदाहरणे देता येतील. माझा भाऊ रामदास याने सुरुवात केली ती विद्यार्थीदशेत असतानाच. निर्मला व रामदास दोघेही भारतीय विद्याभवनाच्या संगीत शिक्षापीठाचे पंडित एस. सी. आर. भट यांच्याकडून काही वर्षे संगीताचे धडे घेत. पण रामदासने स्वत: पंडित होण्याइतका दर्जा मिळवला आहे. याचे कारण सातत्याने त्याने केलेला पाठपुरावा. कुठल्याही कलेत प्रावीण्य मिळवायचे असेल तर रियाज-सराव याला पर्याय नाही. रामदास अनेक वर्षे त्याच्या गुरुजींकडे सातत्याने तालीम आणि रियाजसाठी जात राहिला. फक्त कलेबद्दल हे म्हणता येईल असे नव्हे. कोणत्याही कामाबद्दलही आपल्याला असे दिसून येते की जसजसे आपण सराव करीत जातो तसतसे आपली क्षमता वाढवत जातो. लेखन हेही त्यांपैकी एक महत्त्वाचे क्षेत्र म्हणूनच 'दिसामाजी काहीतरी लिहावे' असे समर्थ रामदास सांगतात ना!

'शुभं करोति कल्याणम्' आम्हा मुलांबरोबर गोड आवाजात रोज म्हणणे व उतारवयात हरिपाठाचे पठण या पलीकडे आईची मजल गेली नाही. मी वर उल्लेख केलेली सतार तिचीच असणार पण तिने वाजवलेली आम्ही ऐकली नाही. परंतु मुलांना कला, संगीत वगैरे शिकण्यास व त्यात प्रगती करण्यास तिने नेहमीच प्रोत्साहन दिले. आईचे आजोळ नगरकर. याच कुटुंबातील पंडित चिदानंद नगरकर यांनी ख्याती तर मिळविलीच, पण भारतीय विद्याभवनात संगीत शिक्षा विभाग त्यांनी उभा केला. त्यांचे वडील व थोरले बंधू हे मराठी व कानडी संगीत नाटकांत काम करत असत. अर्थात हौस म्हणून. चिदानंद नगरकर यांच्या कार्याची नोंद करण्यासाठी आम्ही 'चित्-आनंद' हे पुस्तक प्रकाशित केले. शास्त्रीय संगीत व नृत्य यांत सुवर्णपदक मिळविणारे व आग्रा घराण्याचे नाव रोशन करणारे ते एक बुजुर्ग होते. तसे अल्पायुषी. तरीही सर्जनशील कलाकार, बैठकीचे शिलेदार व शिवाय इतर (उदा. ज्योतिष, आध्यात्मिक विषयाचा अभ्यास) विषयांतही रस असल्यामुळे त्यांच्या सांगीतिक कार्याचा विस्तार जितका व्हावा तेवढा झाला नाही.

मी स्वत: मात्र त्यांच्याबरोबर त्या काळातील आग्रा घराण्याच्या सर्व गायकांना भेटलो आहे. म्हणूनच मला विलायत खानसाहेब यांच्या बंदिशी एकत्र प्रकाशित व्हाव्या असे फार वाटत होते. ते मला जमले नाही याचे दु:ख अजूनही आहे. मैफिली अनेक ऐकल्या. संगीताची माझी पहिली ओळख गोखले

मास्तरांच्या 'महाराष्ट्र संगीत विद्यालयात' झाली. हे विद्यालय गावदेवी परिसरात होते व माझी बहीण मीरा व मावशी सुनंदा यांनी हार्मोनियमच्या क्लासमध्ये जायला सुरुवात केली. पहिला धडा अजून आठवतो. 'ध-सां-ध-प, गरेगप-गपधप-गरेसा'. त्यानंतर धाकटी बहीण रोहिणी महाराज बिंदादीन नृत्यालयामध्ये पंडित सुंदर प्रसाद यांच्या मार्गदर्शनाखाली कथ्थकचे धडे घेत असताना तिच्याबरोबर जात असे व या सर्वांचा फायदा मला या कलांचा रसिक होण्यासाठी नक्कीच झाला. मी मैफिलीतील एक सामान्य श्रोता एवढीच माझी कमाई. चांगला 'कानसेन' देखील काही होऊ शकलो नाही.

कुमारवयात होतो तेव्हाची एक गंमत. पंडित श्रीकृष्ण रातांजनकर यांच्या घरी एका संगीताच्या कार्यक्रमास गेलो होतो. खाजगी कार्यक्रम असल्यामुळे थोडेच श्रोते उपस्थित होते. सर्व बैठक सज्ज झाल्यावर गवय्यांना विनंती करण्यात आली. एक मुलगा वडिलांच्या मांडीवरून उठला व साथ देणाऱ्यांच्या मधोमध जाऊन बसला. ते होते आपले 'कुमार गंधर्व.'

'होरायझन' या ग्रंथाचे संपादन करत असताना मी बनारस-अलाहाबाद-लखनौ-कानपूर असा दौरा केला. लखनौमध्ये 'मॅरिस कॉलेज ऑफ म्युझिक' इथे एक आठवडा पं. रातंजनकर, चिदानंद नगरकर, के. जी. गिंडे, एस. सी. आर. भट, दिनकर कायकिणी यांच्या समवेत फार मजा आली. एक संध्याकाळ नृत्य सम्राट पं. शंभू महाराज यांच्या घरी जाण्याचा योग आला. ही संस्था जवळ जवळ गुरुकुल पद्धतीची होती असे म्हणावयास हरकत नाही. म्हणूनच भातखंडे यांच्याप्रमाणेच पंडित रातंजनकर स्मृतिसमारोह आज अगत्याने व थाटाने उभे राहू शकतात.

भातखंडे यांच्या ग्रंथांचे वितरण संगीत कार्यालय, हाथरस यांच्याकडे जाईपर्यंत सुखटणकर यांच्याकडे वितरणासाठी हक्क होते. तोपर्यंत आम्ही ते केले. रातंजनकर यांच्याही सर्व लेखनसंपदेचे प्रकाशन स्वतंत्रपणे पं. रातंजनकर फाऊंडेशनची स्थापना होईपर्यंत पॉप्युलरने केले. दोन वर्षे संगीतावरील प्रकाशनाचे प्रदर्शन अनेक ठिकाणी भरविले. ही आमची या क्षेत्रातली कमाई. संगीतावर प्रकाशित झालेले ग्रंथ मिळवण्याचे एक महत्त्वाचे ठिकाण उभे करण्यासाठी केलेले प्रयत्न मात्र सफल झाले नाही.

दुसरी एक गंमत पाहा! संगीतातील घराणी आपापले 'भेद' जपून असतात. अर्थात हल्ली ते मतभेद जरी कमी झाले तरी खऱ्या घराणेशाहीच्या परंपरेत बसणाऱ्या गायकांना आपल्या घराण्यांचा सार्थ अभिमान असतो. वामनराव

देशपांडे यांनी लिहिलेल्या 'घरंदाज गायकी' या पुस्तकात वेगवेगळ्या संगीत घराण्यांच्या गायकीची वैशिष्ट्ये सांगितली आहेत. त्या मैफिली गाण्याचे रसग्रहण करण्यासाठी ठीक. पण काही वर्षांपूर्वी तरी श्रोत्यांमध्येसुद्धा घराण्याचा अभिमान दिसत असे. भीमसेन जोशीच ऐकायचे, इतरांचे संगीत म्हणजे कचरा, वगैरे मते दिली जात. आता बराच बदल झाला आणि तो बरा आहे. कारण बहुतेक गवय्ये हे स्वत: नवनवीन शैली आत्मसात करत असतात; स्वतंत्र विचाराने राग आणि बंदिशी सादर करीत असतात. शिवाय अनेक मिश्र रागांत स्वत:च्या बंदिशींची भर घालत असतात.

आमचे एक मित्र यांनी तर आयुष्यात शेकडो मैफली ऐकल्या पण त्या सर्व कुमारगंधर्व यांच्या; इतर गायक काय गातात याच्याशी त्यांना कर्तव्य नव्हते.

रावबहादूर श्रीपाद सुब्बराव तालमकी हे माझे अनेक दृष्टीने गुरू. त्यांनी मला प्रत्यक्ष शिकवले नसले तरी मी त्यांच्याकडून खूपच शिकलो.

रावबहादूर मुंबई हायकोर्टचे रजिस्ट्रार होते. अभ्यासू वृत्ती, सहकार चळवळींचा सखोल अभ्यास व सामान्य माणसांच्या समस्यांची विलक्षण जाण हे त्यांच्या लोकविलक्षण व्यक्तिमत्त्वाचे महत्त्वाचे पैलू. त्यांनी सहकारी तत्त्वावर आधारलेल्या परदेशातील चळवळींची व संस्थांची माहिती मिळवून त्यांचा बारकाईने अभ्यास केला आणि मुंबईसारख्या शहरामध्ये त्याचा उपयोग कसा करता येईल यावर खूप लेखन केले. पण तेवढ्यावरच ते थांबले नाहीत तर, आपल्या विचारांना मूर्त स्वरूप दिले. त्यांनी 'सारस्वत को-ऑपरेटिव्ह हाऊसिंग सोसायटी' स्थापन केली. १९११ ते १९२५ या दरम्यान वेगवेगळ्या चारपाच ठिकाणी वसाहती उभ्या केल्या. जवळजवळ सातआठशे तरी कुटुंबांची राहायची सोय त्यांनी केली. आपल्याला आता खरेसुद्धा वाटणार नाही अशी अत्यंत अल्प अशी रक्कम भरून स्वत:च्या मालकीच्या जागा त्यांनी उपलब्ध करून दिल्या. त्या काळात ज्या जागेला चारपाच हजार रुपये भरावे लागले होते त्या जागेला आज कितीतरी पटीने रुपये मोजावे लागतात.

रावबहादुरांच्या प्रेरणेने आणि परिश्रमाने 'शामराव विठ्ठल क्रेडिट सोसायटी', 'कॅनरा सारस्वत असोसिएशन' या संस्था स्थापन झाल्या. हे प्रकल्प यशस्वी होतील यासाठी त्यांनी अथक पाठपुरावा केला. आपल्याबरोबर काम करण्यासाठी त्यांनी रामराव पडबिद्री, आत्माराम पडुकोण, शंकरराव हट्टंगडी यांसारख्या सहकाऱ्यांबरोबर अनेक मित्रमंडळी जमवली. त्यांच्यामध्ये आपल्यासारखीच कामात पूर्ण तन्मयता (Involvement) असणे, लोकांच्या अडीअडचणींना सदैव

मदतीचा हात देणे या वृत्ती रुजवल्या, जोपासल्या, तर He was not only a doer but also a great motivator. दुर्दैवाने, लोकोपयोगी अशी उद्दिष्टे डोळ्यांसमोर ठेवून निरपेक्षपणे काम करणारी रावबहादुरांसारखी माणसे आज विरळा.

रावबहादुरांनी सुरू केलेल्या 'क्रेडिट सोसायटी'ने प्रथमपासूनच छोटे उद्योजक व व्यावसायिक यांना आर्थिक सहाय्य देऊन प्रोत्साहित केले. गणपतरावांना 'पॉप्युलर'ची सुरुवात करणे या सोसायटीमुळेच शक्य झाले. खरे म्हटले तर गणपतरावांचे वय त्यावेळी होते फक्त सत्तावीस. परंतु, त्यांचा सात-आठ वर्षांचा अनुभव व व्यवसायात उभे राहाण्याची जिद्द, त्यासाठी कष्ट करण्याची तयारी या गोष्टी सोसायटीने लक्षात घेतल्या असणार.

क्रेडिट सोसायटीचा व्याप वाढता वाढता तिचे को-ऑपरेटिव्ह बँकेत रूपांतर झाले. इवल्याशा रोपाचे डेरेदार वृक्षात रूपांतर झाले. 'शामराव विठ्ठल को-ऑपरेटिव्ह बँक' ही सहकारी बँकांमधली भारतातील आजची एक अग्रगण्य बँक. आर्थिक साहाय्य देऊन व्यावसायिकांना उत्तेजन देण्याचे पूर्वीचे ब्रीद आजही ही बँक निष्ठेने चालवत आहे. या बँकेने 'पॉप्युलर बुक डेपो प्रिंटिंग डिव्हिजन' सुरू करताना आम्हांला मदत केली होती याचा उल्लेख आवर्जून करायला हवा.

बँकेच्या बोर्ड ऑफ डायरेक्टरचे सभासद म्हणून काम करण्याची संधी गणपतरावांना काही काळ आणि मला प्रदीर्घ - जवळजवळ वीस वर्षे - काळ लाभली. व्यापार व उद्योग, वित्तीय संस्था, सहकारक्षेत्रातील शासकीय अधिकारी या सर्वांचा जवळून अभ्यास करण्याची संधी मिळाली. काही वर्षे उपाध्यक्ष व अध्यक्ष या जबाबदारीच्या जागेवरही कार्य करता आले, हे माझे भाग्य!

'कॅनरा सारस्वत असोसिएशन' आणि एकंदर भटकळ परिवाराचे संबंध गेली साठेक वर्षे आहेत. या संस्थेमार्फत ज्या काही सामाजिक सुधारणा आपल्या अल्पमतीस, अल्पशक्तीस झेपतील त्यांकडे लक्ष देण्याची संधी आम्हांला मिळाली. विविध कलांना प्रोत्साहन, आंतरजातीय आदानप्रदान, व्यक्तिमत्त्व विकास अशा अनेक क्षेत्रांत आम्ही आणि आमचे सहकारी गेल्या अर्धशतकात काम करू शकलो.

रावबहादूर तालमकी आणि त्यांचे सहकारी यांसारख्या दिग्गजांकडून सच्च्या समाजकार्याचे धडे आम्हांला मिळाले, त्यांच्या प्रेरणेने आम्ही खारीचा वाटा उचलू शकलो.

बस्तीकर मावशी ही माझ्या आईची वर्गमैत्रीण. दोघीही मध्यमवर्गीय खोतांच्या घरातल्या. दोघींचा जन्म १९०३ चा. आईचे लग्न झाले १९१७ मध्ये आणि त्यानंतर दोन वर्षांनी तिची सख्खी मैत्रीण कृष्णाबाई खोत हिचा रामकृष्ण नरसोबा बस्तीकर यांच्याशी विवाह झाला. त्या वधूवरांमध्ये वीस वर्षांचे अंतर. अशी जोडपी, अर्थात त्या काळात बरीच असत. शिवाय, दोघांनाही लवकर जोडीदार करण्याची गरज होती. मावशींचे वय विवाहसमयी होते सोळा. म्हणजे त्या काळात घोडनवरीच. मामा होते बिजवर. घरात दोन मुलगे. मारुती अण्णा (वय वर्षे पाच) आणि शंकर अण्णा (वय वर्षे तीन). त्यांचा सांभाळ करायला मामांना गृहलक्ष्मी हवीच होती.

बस्तीकर मामा मूळचे गोकर्णचे. त्या क्षेत्रातील 'बस्ती' (जैन मंदिर) या परिसरात त्यांचे पूर्वज राहत होते म्हणून ते बस्तीकर.

मामा प्राथमिक शिक्षणानंतर मासिक रुपये बारा या पगारावर मामलेदारांच्या कार्यालयात नोकरीला लागले. बदल्यांमुळे अनेक गावांत ते फिरलेही असणार. पण नंतर बेळगावात आयकर खात्यात स्थिरावले. मुंबईत बदली होऊन आले १९३३ मध्ये. १९३८ मध्ये ते निवृत्त झाले. त्यांनी अर्ज केला असता तर त्यांना नोकरीत सहज एक्स्टेन्शन मिळू शकले असते. तसे अनेकांनी त्यांना सुचवलेही. पण त्यांनीच प्रथा, कायदा मोडण्यास स्पष्ट नकार दिला. तरीसुद्धा एका सहकाऱ्याने त्यांच्याविरुद्ध कारवाया केल्या. परंतु बस्तीकर मामांनी त्याच्याबद्दल तिळमात्रही राग मनात ठेवला नाही. उलट त्याच्या संकटकाळी मामांनी त्याला खूप मदत केली. त्यालाही पश्चात्ताप झाला. त्याने मामांचे पाय धरले, क्षमा याचना केली. निवृत्तीचा व नोकरी वाढवून न घेण्याचा निर्णय त्यांनी स्वतःच ती

विचारांनी घेतला होता, त्यात इतर कुणाला दोष का द्यायचा असे सांगून मामांनी त्याला आश्वस्त केले होते.

बघितल्याबरोबर कुणालाही धास्ती वाटावी अशी मामांची शरीरयष्टी. मल्लही दुबळा वाटावा अशी. सहा फूट उंची. कमावलेला देह. अनेक वर्षे १०८ सूर्य-नमस्कार नियमितपणे घातलेले. मीही व्यायामशाळेत जात असे व कित्येक व्यायामपटू पाहिलेले. पण मामा सूर्यनमस्कार घालायचे ते पाहून मलाही अचंबा वाटे.

ते मामा सतत काहीतरी पुटपुटत असत. त्यांचा तो धीरगंभीर आवाज (फारच कमी पट्टीवर असलेला) नंतर फक्त नानासाहेब फाटक आणि डॉ. श्रीराम लागू यांच्या तोंडून मी ऐकला. बहुतेक सर्व मराठी संतवाङ्मयाचे त्यांनी पठण-मनन केले होतेच. त्यातून उद्धृत केलेले सर्वच गुण त्यांनी आचरणात आणले होते. गोकर्ण क्षेत्रातील त्यांच्या वास्तव्यामुळे त्यांचे व्यक्तिमत्त्व ऋषितुल्य झाले असे मला वाटते. मृदू भाषण, सरळ वर्तन, कुटुंबातील सर्वांचा विकास सर्वंकष व सर्वार्थाने व्हावा याचा ध्यास, खाजगी व व्यावसायिक जीवनात कोणीही, त्यांचे स्पर्धकही बोट ठेवू शकणार नाहीत असे वर्तन, असे अनेक गुण मला त्यांच्यात दिसले. पण त्याहूनही महत्त्वाचे म्हणजे त्यांनी प्रथम मावशींना व नंतर आपल्या परिवाराला आपल्या संस्कृतीचे वरदान दिले. मावशी स्वत: वर्षातून एकदा घरीच साग्रसंगीत कीर्तन करत असत.

बस्तीकर कुटुंब मोठे. मामा, मावशी आणि नऊ मुले. पाच मुलगे, चार मुली. मुलांमधले दोन सावत्र. मारुती अण्णा (१९१४), शंकर अण्णा (१९१६) हे मामांच्या पहिल्या पत्नीचे. पण सावत्रपणाची भावना त्यांच्या मनात कधी रुजली नाही. इतरांनाही ती गोष्ट कधी जाणवली नाही. मावशींना सात मुले झाली. तारा (१९२०), शांता (१९२२), मधू (१९२५), पुरुषोत्तम (१९२८), मीरा (१९३०), मुक्ता (१९३२) आणि बाळ (१०३५). उत्पन्न तसे बेताचेच. मुलांचा सांभाळ-संगोपन करणे, त्यांना चांगले शिक्षण देणे या गोष्टी तेव्हाच्या स्वस्ताईच्या काळातसुद्धा तेवढ्या सोप्या नक्कीच नव्हत्या. मावशी प्रेमाने सांगत की मित्राच्या तीन मुलांचा मीही पालक आहे.

बस्तीकरांची सर्व मुले सुशिक्षित. शांता, मीरा या मुलीही शिक्षणात हुशार होत्या. दोन मुले वैद्यकीय शिक्षण घेतलेली. मधू व बाळ कॅनडात बऱ्यापैकी स्थिरावलेले. बाळ तर कॅनेडियन दूरसंचार निगमाचा उच्चपदस्थ. तारा एकटीच अविवाहित. तिने केलेल्या समाजकार्याची नोंद महाराष्ट्राने घेतली आहे. प्रथम

श्रद्धानंद महिलाश्रम व नंतर चर्नी रोडचे शासकीय महिला विद्यार्थी हॉस्टेल येथे सुपरिटेंन्डट. त्या नंतर तिनेच स्थापन केलेल्या 'कैलास ट्रस्ट'तर्फे औरंगाबाद परिसरातील महिलांसाठी निरनिराळे लघुउद्योग सुरू करून त्यांना दिलेले साहाय्य सर्वश्रुतच आहे.

शंकरअण्णा खूप अभ्यासू ग्रंथप्रेमी. अकौंऊंटन्सी, फायनान्स या त्यांच्या विषयांत तज्ज्ञ. विद्यार्थिदशेत व नंतरही तो मुंबईत असला तर रोज काही वेळ आमच्या दुकानात पुस्तकांच्या रॅक्सच्या चारपाच रांगांत कुठेतरी पुस्तके बघत उभा असे. विश्वविद्यालयीन शिक्षण संपल्यावर तो इंग्लंडला गेला. नेमके दुसरे महायुद्ध सुरू झाले. प्रवास वाहतूक अनियमित झाली. लंडनमध्ये बराच काळ रखडून तो मायदेशी परतला. त्याने एका इंग्रज मुलीशी लग्न केले.

मारुतीअण्णा मात्र अभ्यासात यथातथाच. मॅट्रिकला सातवेळा बसला. अखेर उत्तीर्ण झाला. एव्हाना त्याचा धाकटा भाऊ शंकरअण्णा बी. कॉम. होऊन नोकरीलाही लागला होता. मारुतीअण्णाच्या मॅट्रिकच्या यशाबद्दल मामामावशींनी खरोखरीच संस्मरणीय पार्टी आयोजित केली होती. उपस्थितांनाही आनंद झाला होता तो रॉबर्ट ब्रूससारखी मारुतीअण्णांची चिकाटी पाहून. शेवटी अथक प्रयत्न करून सफलता मिळवण्याचा हा आगळावेगळा आनंद! मारुतीअण्णा आयकर खात्यात चिकटला. त्या खात्यात त्या काळातही भ्रष्टाचार भरपूर होता. पण त्याची कारकीर्द त्याच्या वडिलांप्रमाणेच स्वच्छ होती. त्याच्या निवृत्तीनंतरही त्याचे आमच्या कुटुंबीयांशी संबंध होते.

पुरुषोत्तम हा दुर्दैवाने तरुणपणीच वायुदलात ट्रेनिंग उड्डाणात अपघाताने मृत्यू पावला. मुलाचे निधन बस्तीकर कुटुंबाने धीरोदात्त मनाने कसे सहन केले ते माझ्या संवेदनाशील वयात अनुभवले आहे. पुरुषोत्तमाचा आणि माझा रेक्स फोटो स्टुडिओत मुद्दाम काढलेला (बर्थ डे सुटामधील) फोटो बरीच वर्षे आमच्या दिवाणखान्यात टांगलेला होता. त्या छायाचित्राचे स्मरण होते तेव्हा आजही माझे मन गद्‌गदून येते.

उदारमतवाद हा एखाद्या मध्यमवर्गीय कुटुंबात कसा भिनू शकतो याचे बस्तीकर कुटुंब हे एक आदर्श उदाहरण. समाजास जितकी मदत देता येईल तितकी आपण द्यावी, हे सर्वांनी ब्रीद म्हणून स्वीकारलेले. कोणाचेही वाईट व्हावे हे मनातसुद्धा येऊ नये हे कटाक्षाने आचरणात यावे असे शिक्षण अल्पवयापासून उक्ती व कृतींमधून आईवडिलांकडून मिळालेले. यालाच आपण संस्कार, संस्कृती म्हणतो ना?

बस्तीकर कुटुंब हे शिवडावचे कैवल्यस्वामी यांचे अनुयायी. शिवाय हुबळी

येथील सिद्धारूढ स्वामी यांच्यावर बस्तीकर कुटुंबाची श्रद्धा होती. त्यांच्या विचारांचा व धर्मप्रसाराचा प्रभाव या कुटुंबांच्या सर्व व्यक्तींवर निश्चित पडला आहे. पण काही गोष्टींचा खास उल्लेख केला पाहिजे. त्यामुळे त्यांपैकी कोणीही आपल्या स्वत:च्या आचार-विचार-आचरणात काहीही स्वीकारले तरी दुसऱ्यांवर आपले विचार लादण्याचा प्रयत्न केला नाही. शिवाय पूजा-अर्चना यात काही वेळ व धर्मग्रंथांचे पठण यात वेळ जरी दिला तरी कर्मकांडांना महत्त्व बिलकूल दिलेले मी तरी पाहिले नाही.

बस्तीकर मामा हे देवभक्त होतेच; पण माझ्या दृष्टीसमोर तरी त्यांची प्रतिमा एक देवमाणूस म्हणूनच आहे. आणि अशा व्यक्तीला शेवटची बरीच वर्षे बिछान्याला खिळून राहावे लागले. का? खरेच का म्हणून?

सात्त्विक आहार, नियमित व्यायाम करूनसुद्धा काही वर्षे बिछान्यावर अर्धांगवायूने पडून राहावे लागले. दृष्टी क्षीण होणे, कमी ऐकू येणे हे वयोमानाने होत असते हेही आपण समजू शकतो, स्मरणशक्ती व बुद्धी तरतरीत असताना 'आडवे पडणे' म्हणजे यातनाच यातना.

एकदा निर्मला व मी त्यांच्याकडे गेलो असता मावशी मामांना ज्ञानेश्वरी वाचून सांगत होत्या. एक क्षण त्यांचे लक्ष विचलित झाले व एक-दोन शब्द वाचनातून निसटले. मामांनी चटकन तिला थांबवले, चूक लक्षात आणून दिली. आम्ही दोघेही अवाक झालो!

१९७१ मध्ये बस्तीकर मामांचे निधन झाले. आणि तरीही मावशीने धैर्याने १९९० पर्यंत आपला नियमित कार्यभार समर्थपणे सांभाळला. अर्थात एव्हाना सर्व मुले आपआपल्या क्षेत्रात स्थिरावली होती. मावशीने केव्हाही, कशाही बाबतीत व कोणाकडेही तक्रार केली असेल असे मला वाटत नाही. परंतु त्यांचेही बेळगावचे व नंतरचे मुंबईतील दिवस विनासायास नक्कीच नव्हते.

माझ्या आईचे वडील नरसिंहराव कुळकर्णी हे मधुमेहाचे रुग्ण. त्यांच्या पायाला ठेच लागली व जखम चिघळत गेली. शेवटी गँगरीनने संबंध पाय कुजला. बेळगावात त्या वेळी डॉ. मोने हे प्रसिद्ध शल्यविशारद होते. त्यांनी गुडघ्यापर्यंत पाय कापला. त्या वेळी माझे वय सात किंवा आठ असणार. सिव्हिल हॉस्पिटलमध्ये ऑपरेशन थिएटरच्या समोरच्या कक्षात बरेच तास मी, आई व आजी उभे होतो व सोबतीला धीर देण्यास होत्या बस्तीकर मावशी.

बस्तीकर मावशी व आईचे (बस्तीकर व भटकळ या दोन कुटुंबांचे) संबंध कसे होते याचा एक किस्सा आणि तोही २००४ मधला. कुसुम ही बस्तीकर मावशींची

सून. तिचे यजमान मधू यांचे गेल्याच वर्षी निधन झाले. तो खूप वर्षे कॅनडात नोकरी करत असे. मधून मधून आला तरच ओझरती भेट व्हायची. म्हणून कुसुमचा व आमचा परिचयपण तसा थोडाच. हे लेखन करताना काही मदत मिळेल का व बस्तीकरांची छायाचित्रे मिळतील का याची चौकशी करण्यासाठी मी कुसुमला फोन केला, ''मी सदानंद भटकळ' म्हणताच, ''कळलं, तुम्ही ह्यांचे मावसभाऊ ना?'' असा प्रतिसाद. मी म्हणालो, ''मी आतेभाऊ. नव्हे - सख्खा भाऊ बरं का!'' कुसुम व मी या अगोदर प्रत्यक्ष भेटलोही नसणार. पण तिने मला सांगितले की ''अहो, आमचे लग्न झाले तेव्हा सासूबाईंनी नात्यातील माणसांकडे मला नेले तेव्हा त्यांची बहीण म्हणजे तुमच्या मातोश्रींना भेटले होते की!'' तर असे असतात काही अनुबंध.

बस्तीकरांचे बेळगावचे घर कसे होते ते मला स्मरणात नाही. परंतु, मुंबईत भागीरथीबाई बिल्डिंगमध्ये त्यांचे घर, आताच्या भाषेत सांगावयाचे म्हणजे तीन बीएचकेचे प्रशस्त असे आहे. त्यातील एक खोली ही देवघर म्हणून वापरली होती. देवघराच्या दारात उभे असलो तरी मनाला विलक्षण उभारी मिळत असे. एका वेगळ्या वातावरणामध्ये आपण वावरत आहोत असे वाटे. मला असा अनुभव दुसऱ्या एका प्रसंगात आला. तो म्हणजे वारकरी दिंडीने जात असता-टाळ-मृदंगाच्या नादात व त्यांच्या धुंद अशा भजनात मग्न असताना. मुंबई-पुणे मोटरने प्रवास करताना अनेक वेळा असे वारकऱ्यांचे जथ्थे भेटतात. काही काळ थांबून मी त्याची ती तल्लीनता - नृत्य, संगीत व भावपूर्ण expression पाहतो. हे मला फार भावते. श्रीकृष्णाच्या विश्वरूपदर्शनापेक्षा हे 'विश्वरूप' मला जास्त अंतर्मुख करते व त्यांची 'श्रद्धा' व तिचे मोल याची जाण येते. त्याचप्रमाणे बस्तीकरांच्या देवघराचेही आहे. एक गोष्ट इथे नमूद केली पाहिजे, माझा 'श्रद्धेवर' विश्वास आहे. अगदी अंधश्रद्धा पुरस्कर्ता 'श्रद्धावान'च असतो. त्या देवघराच्या उंबरठ्यावर उभे असताना ज्या निष्ठेने व श्रद्धेने बस्तीकरांनी आपले आचरण, नि:स्पृह-निरागस प्रवृत्ती, स्वच्छ व प्रेमळ स्वभाव यांची जोपासना केली त्यांचे काही थेंब तरी आपण आत्मसात करावे असे नक्कीच वाटते.

देव या संकल्पनेबद्दल मी साशंक आहे हे खरे. या विषयावर बरेच लिहिण्यासारखेही आहे. पण तसे करण्याची कुवत अजून माझ्यात नाही याचीही मला जाणीव आहे. बरीच आस्तिक मित्रमंडळी मला नेहमीच बजावत असतात की तुलाही केव्हातरी तसा साक्षात्कार होईलच व देवाचे अस्तित्व तुला मान्य करावे लागेल. मला तरी तो क्षण येईल किंवा यावा असेही वाटत नाही. असो. या विषयात मी जास्त मल्लिनाथी करणे योग्य नव्हे.

माझ्या आईचा मनमिळाऊपणा, लोकांना मदत करण्याची तिची वृत्ती खरोखरीच वाखाणण्याजोगी. खरे तर समाजसेवाच होती ती. हल्ली समाजसेवा हा शब्द वारंवार वापरला जातो आणि त्याचा गवगवाही केला जातो. त्याचा व्यावसायिकतेशीही संबंध लावला जातो. अर्थात त्याला एक सामाजिक संदर्भ आहेच. पण यामागची भावना काय असते हे आपण समजावून घेतले पाहिजे. आईचे याबाबतीत कार्य हे निर्हेतुक तर होतेच, पण त्याचा कुठेही, कुणीही, कसाही बाऊ केलेला मला आठवत नाही. ते आपसूकच होत असे. एकंदरीत अशा कामात प्रेरणा कुठून मिळते, त्यात कुठले भाव किंवा भावना गुंतलेल्या असतात याची थोडीशी चर्चा करावयाची आहे. हे फार सोपे नाही. कारण कुठले शब्द किंवा कुठल्याही शब्दसमूहात हे भाव पकडू शकू का ह्याची मला शंका आहे. शब्दांचा खल करणे हा माझा छंदच आहे. शाळेत संस्कृत, महाविद्यालयात जर्मन या भाषांचा अभ्यास केल्यामुळे प्रत्येक भाषेतील शब्दांच्या विविध छटा व त्यांचा अर्थ व आशय, व्याप्ती हे शोधण्याचा मी सतत प्रयत्न करीत असतो. दुसऱ्या एका घटनेने मला ही दृष्टी जास्त प्रभावीपणे वापरण्याची प्रेरणा मिळालेली आहे. 'पॉप्युलर बुक डेपो'ने प्रकाशित केलेली 'मराठी भाषा व्यवसाय' ही खरे म्हणजे शाळेतील मुलांसाठी पूरक अभ्यासासाठी तयार केलेली, छोटीशी, चार भागांत लिहिलेली अभ्यासमालिका. या मालिकेला दुर्दैवाने शाळांमधून आणि शिक्षकांकडून मिळावा तितका प्रतिसाद मिळाला नाही. अजूनही त्यातील पहिला धडा माझ्या डोळ्यांसमोर उभा आहे तो असा : घर सुंदर आहे, फूल सुंदर आहे, गंध सुंदर आहे, माया सुंदर आहे वगैरे. या सर्व वाक्यांमध्ये 'सुंदर' हा शब्द वापरताना आपल्याला खरोखर काय म्हणावयाचे आहे. उदा. घर व्यवस्थित आहे,

फूल आकर्षक आहे, सुगंध सुवासिक आहे, माया देखणी आहे. असे क्रमाक्रमाने विद्यार्थ्यांना पटतील असे धडे या मालेमध्ये जी. एच. जांबोटकर या अनुभवी शिक्षकाने दिले होते.

आपण समाजसेवा किंवा मनमिळाऊपणा याच्या प्रेरणेबद्दल विचार करीत आहोत. यासंदर्भात आपल्या प्राचीन नाट्यशास्त्र किंवा साहित्यशास्त्रात नवरसांचे वर्णन केले आहे त्यात आपण तो बसवू शकू का? 'करुणा' हा भाव प्रथमदर्शनी सर्वांत जवळचा वाटतो. केशवसुतांचे 'एका मजुराचे गाणे' किंवा साने गुरुजींच्या सर्वच कथाकादंबऱ्यांत याचा प्रत्यय येतो. वामन शिवराम आपटे यांच्या संस्कृत इंग्रजी शब्दकोशात 'करुणा' या शब्दाचे अर्थ वेगवेगळे दिले आहेत ते असे. करुण — करुणा: tender, pathetic, pitiable, exciting pity. करुण-करुणा या शब्दाचा अर्थ देताना आपटे यांनी कवी कालिदासाच्या उक्तीचा वापर केला आहे. 'रघुवंश', 'उत्तररामचरित' यांचा उल्लेख आहे. 'उत्तररामचरित' हा तर माझा फार आवडता ग्रंथ. १९५४-५५ या काळात एक सबंध वर्ष व्यवहारातील कामाचा ताण कमी करण्यासाठी दर रविवारी 'उत्तररामचरिता'चे वाचन - निर्मला व मी करीत असू. या अभ्यासात आमचे शिक्षक होते, पॉप्युलरमधील कॅशिअर असलेले विनायक धारेश्वर. उत्तर कानडा (कर्नाटक) मधील होनावर या लहानशा गावात शिक्षक म्हणून त्यांनी अनेक वर्षे काम केले. तेथून निवृत्त झाल्यावर ते मुंबईत आले. कारण त्यांचे सर्वच नातेवाईक याच शहरात राहत होते. धारेश्वरमामा हे एक बुटकी वामनमूर्ती. कानात भिकबाळी (कोकणीमध्ये वंटी), स्वच्छ धोतर व सदरा हा पेहराव. त्यांची दिनचर्या अगदी शिस्तबद्ध. रविवारी सकाळी ते आमच्याकडे येत. नाश्ता अगदी माफक. दीड ते दोन तास ते प्रत्येक श्लोकाचे उत्कृष्ट विवेचन करीत असत. त्यांचे जेवण मोजकेच. भात आणि दूधपाणी. थोडीशी वामकुक्षी झाल्यानंतर पुन्हा एखादा तास परत ग्रंथाचे वाचन. असा आमचा कार्यक्रम असे.

संस्कृत भाषेची खुबी म्हणा किंवा खासियत म्हणा प्रत्येक शब्द, प्रत्येक चरण याला वेगवेगळे अभ्यासक आपल्या कुवतीप्रमाणे किंवा आपल्या दृष्टिकोनातून वेगवेगळे अर्थ देऊ शकतात. एखाद्या श्लोकासाठी काही वेळा एकेक-दीड-दीड तास त्यांनी आम्हांला अनेक उदाहरणांसह आणि इतर ग्रंथांच्या आधारे त्या भाषेचे सौंदर्य, समृद्धी यांची ओळख करून दिली. इंग्रजी भाषेबद्दलसुद्धा माझे महाविद्यालयातील प्राध्यापक आर. एन. वेलिंगकर किंवा जी. सी. बॅनर्जी हेही मिल्टन किंवा शेक्सपिअर यांच्या कविता शिकवीत असताना असाच अनुभव देत.

इंग्रजी भाषेत तरी नेसफिल्ड यांच्या ग्रामरच्या चौथ्या भागामध्ये आपले विचार मांडण्यासाठी कुठले शब्द आपण चपखलपणे वापरू शकू त्याचे अनेक नमुने आढळतात. त्या संदर्भात इंग्रजीतील Roget's Thesaurus याचा उल्लेख करणे आवश्यक वाटते. मराठीतही आता अनेक 'पर्यायी शब्दांचे कोश' उलपब्ध आहेत. परंतु या सर्व पुस्तकांची अडचण अशी की आपण लेखन करताना या सर्व ग्रंथांचा काही उपयोग होत नाही. माणसाच्या मनात अनेक भावनांची गर्दी एकाच वेळी तर असतेच. परंतु यांचा आवाका आणि व्याप्ती इतक्या प्रचंड प्रमाणात असते की, त्या सर्व वेगवेगळ्या पातळीवर शब्दांत पकडणे हे कुठल्याही लेखकाला एक आव्हानच असते.

आपण मूळ विषयाकडे वळू. करुण आणि करुणावरून एवढे लांबलचक विवेचन करता आले. मराठी भाषेत लहानपणापासून, शाळेतून शिक्षकांनी या तऱ्हेचा दृष्टिकोन घ्यावयास शिकविले पाहिजे. करुण-करुणा हे शब्द पटत नाहीत तर अनुकंपा हा शब्द आपण वापरू शकू का? तिथे पुन्हा आपटे शब्दकोशात compassion किंवा pity हेच इंग्रजी पर्यायी शब्द सुचवितात.

समानार्थी दुसरा शब्द 'भूतदया', 'भूत' या शब्दाला आपटे अनेक अर्थ सुचवितात. भूत = a being, world वगैरे नऊ अर्थ. त्यांचा एकमेकाला तसा संदर्भही लागत नाही. अर्थात भूत अनुकंपा = compassion for all being हा कदाचित आपल्याला जास्त भावतो.

संस्कृत ग्रंथांची आणखी एक गंमत नोंद करण्यासारखी आहे. प्राचीन संस्कृत ग्रंथ हे मूळ हस्तलिखित स्वरूपात असल्यामुळे त्यांच्या छापील संहिता यांत निरनिराळे शब्द मुद्रित होतात. म्हणून भांडारकर प्राच्यविद्या संस्थेस महाभारत 'सिद्ध' करताना अनेक वर्षे लागली. दामोदर धर्मानंद कोसंबी यांनी भर्तृहरी यांच्या शतकत्रयाच्या चारशे हस्तलिखितांवरून आपली आवृत्ती तयार केली. माझा स्वत:चा अनुभव फारच विलक्षण होता. श्रीपाद देसाई हे व्यवसायाने मुद्रणतज्ज्ञ. त्यांचा संस्कृतचा व्यासंग दांडगा, चार खंडांतील कोकणी शब्दकोश हीसुद्धा त्यांची एक महत्त्वाची कामगिरी. गोवा सरकारने त्यांचा साहित्यिक कार्यासाठी गौरव केला. त्यांच्या पुण्याच्या घरात त्यानी केलेल्या श्रीमद्‌भगवद्‌गीतेच्या आवृत्तीबद्दल बऱ्याच गप्पा आम्ही केल्या आहेत. डॉ. एस. राधाकृष्णन, गीता प्रेस, गोरखपूर, डॉ. ॲनी बेझंट, लोकमान्य टिळक अशा जवळ जवळ १५ ते २० ग्रंथांत असलेल्या संहितांचा अभ्यास करून त्यांतील कोणी कुठले शब्द वापरले

त्याची मोठी यादी त्यांनी तयार केली होती. आणि तिच्यामध्ये त्यांना प्रत्येक श्लोकाच्या संदर्भात कुठला शब्द योग्य आहे असे वाटले तो ठेवून एक गीतेची नवीन प्रत तयार केली होती. ते त्याला, मी गीतेचे रिडॅक्शन (redaction) केले आहे असे म्हणत. रिव्हिजन किंवा एडिटिंग नव्हे, असो.

मनमिळाऊपणा, समाजसेवा, अनुकंपा वगैरे शब्दांत आपण न अडकता एक सरळ सोपा मराठी शब्द वापरू शकतो आणि तोच माझ्या मते सर्वांत योग्य असा आहे : माणुसकी —

निर्मलाचे मामा नारायण मंकीकर हे भारत सरकारच्च्या श्रम मंत्रालयात मोठ्या हुद्द्यावर होते. त्यांची थोडीशी बचत झाली ती खर्चून एक छोटासा प्लॉट चेंबूरमध्ये विकत घेतला. जेव्हा निवृत्तीची वेळ जवळ आली तेव्हा त्यावर एक वास्तू उभी करावी म्हणून ते एकदा दिल्लीहून मुंबईला आले. आम्ही जागेवर गेलो तर तिथे सतरा छोट्या-मोठ्या झोपड्या होत्या. रस्त्यापासून सुरुवात केली तर मागील जागेच्या सीमेपर्यंत पंधरा-वीस फूट उंची वाढत होती, म्हणून ते दृश्य लोभस होते. सुमारे १९५०-५१ ची ही घटना. असा देखावा मी प्रथमच पाहत होतो. मंकीकर यांचे मुंबईत वारंवार येणे होत असे. तरीही झोपड्या उठवण्यासाठी वेळ द्यावा लागतो तितका नव्हता. हे काम त्यांनी माझ्याकडे सोपविले. आम्ही जागेवरच तेथील रहिवाशांशी संवाद साधत होतो. बैठका घेतल्या. त्या वेळी एक झोपडी बांधावयास कदाचित पन्नास-साठ रुपये लागत असत. त्यांनी आम्हांला तसा अंदाज दिला. आम्ही त्यांना पुनर्वसनासाठी पैसे दिले व त्यांनी तिथून जाण्याची तयारी दाखवली. दसऱ्यानंतर जातो, आता दिवाळी संपली, क्रिसमस-नववर्षाला नक्की असे एक पूर्ण वर्ष गेले. पण एकही झोपडी हलेना. एका झोपडीतील तगड्या इसमाने दीडशे रुपये मागितले व दोन दिवसांनी या म्हणजे तुम्हांला इथे कुणीही दिसणार नाही असे सांगितले. झाले काय! दीडशे रुपयांत त्या सर्व झोपडपट्टीवाल्यांनी मोठी संगीत मेजवानी केली व जल्लोष साजरा केला.

तेथील एका पुढाऱ्याच्या सल्ल्याने एक दलाल गाठला. पाचशे रुपयांत काम होईल. मला द्या: मी व्यवस्था करतो असे आश्वासन त्याने दिले. पुन्हा आमच्या हाती निराशाच. तसे आणखी एक वर्ष निसटले. मग निर्णय घेतला की ठोस काम करावयाचे. प्रथम रस्त्यावरील दर्शनी भागात भिंत उभी करावयाची. खोदकाम

सुरू केले. सकाळी आठ ते सायंकाळी उशिरापर्यंत मी तिथे थांबलो. ''आमच्या झोपड्यांना हात लावाल तर मुडदा पाडू!'' अशी धमकी. पोलिसांकडे थोडे बोललो होतो. भीती होती पण खात्रीही होती की ही एक मानसिक स्तरावरची लढाई आहे. केव्हातरी त्यांचे 'मनोधैर्य' खचणार. तसेच झाले. दुसऱ्या दिवशी आठ झोपड्या उठल्या. आम्ही त्यांना द्यावयाची रक्कम तयार ठेवली होती. आमचा भर झोपड्यांचे सामान बाहेर काढणे, जमीन उखडून ठेवणे यावर होता. तिसऱ्या दिवशी जवळजवळ इतर सर्व झोपड्या गेल्या. पण एक मोठी झोपडी राहिलीच होती. माहिती अशी होती की त्यावरच एका पुढाऱ्याचा आशीर्वाद होता. त्याची गाठ घेतली व त्याबरोबरच त्या झोपडीच्या मालकाला भेटलो. आम्ही प्रत्येकी ऐंशी-शंभर रुपये देत होतो. या मोठ्या झोपडीचा मालक खाटीक होता. त्याची झोपडी दीड मजल्याची. पुढारी व आम्ही बोलता बोलता त्या मालकाने आम्हांला सुनावलेही. तो पुढाऱ्याला सांगत होता, 'साहेब, दोन वर्षांपूर्वी अमुक अमुकाचा काटा काढला. आठवतो ना?'' आम्हांला धमकीवजा सूचना. त्या पुढाऱ्याने आम्हांला सांगितले की या सर्वांना वेगवेगळ्या खाजगी (रिकाम्या) जागेवर झोपड्या घालण्यास मदत त्यांनीच केली होती. आता दुसरी पर्यायी जागा देतो असे आश्वासन त्या पुढाऱ्याने झोपडी मालकास दिले. आमच्याकडून त्या झोपडीसाठी चारशे रुपये द्यावयास भाग पाडले. त्या वेळेला हे सर्व जमले. आता अशी परिस्थिती आली तर आम्ही केली तशी कारवाई करणे अशक्यच.

हे प्रकरण इथे संपले नाही. आम्ही लगेचच जमीन सपाट करण्यास सुरुवात केली. एक दिवस तिथे आम्हांला आधीच्या बैठकीत भेटलेला एक इसम त्या जागेवर बसलेला आढळला. तो ओळखीचा होता. दोन बायांचा दादला. अगोदर एक-दोन बैठकींत तोच आम्हांला मदत करत असे. त्याची झोपडी आता पाडली होती. त्याचे म्हणणे होते की, त्याच्या झोपडीत तो दोन संसार करत होता. झोपडी पाडली तेव्हा तो व त्याची पहिली बायको गावाबाहेर होती व झोपडी ही दुसऱ्या बायकोने पाडली. तिने त्याला पैसे दिले नव्हते. त्याच्या दुसऱ्या बायकोने सवतीला व त्याला धडा शिकवला होता. तो अर्थात दारुडा, आतासुद्धा चांगला तर्र्र झालेला. समजावण्याचे सगळे प्रयत्न असफल झाले. त्याची बडबड, शिव्या चालूच होत्या. मग पोलिसांची मदत घेणे हा एकच उपाय आमच्यासमोर होता. तर एका हवालदारांला गाठून तिथे जागेवर पाचारण केले. हवालदाराची व त्याची गुफ्तगू झाली. दहा मिनिटांनी हवालदार आम्हांला सांगू लागला, ''साहेब, तो निघून जाईल. पण तो बिचारा गरीब आहे. त्याला पंचवीस रुपये द्याल का?''

जास्त भानगडी नको म्हणून आम्ही त्या इसमाला पंचवीस रुपये दिले.

आणि आश्चर्य! त्याने हवालदारास सलाम केला. झिंगत झिंगत आम्हांलाही हसून नमस्कार केला... आणि आमच्या देखत त्या पंचवीस रुपयांतील एक दहाची नोट हवालदाराच्या हातात ठेवली. दोघेही चालते झाले व आम्ही एक सुटकेचा श्वास घेतला.

हा अनुभव सांगत असताना अजूनही अंगावर काटे उभे राहतात. तो भयानक तर होताच पण धोकादायकही होता. एका अर्थी दु:खदायकही होता. आज चेंबूरचा भाग हा रात्रंदिवस गजबजलेला असतो. एक्स्प्रेस हायवे झाल्यापासून तर रहदारी, वर्दळ खूपच वाढली आहे. पण आमची कथा घडली तेव्हा तेथील स्टेशन अ‍ॅव्हेन्यू रोडवर संध्याकाळी तर स्मशानशांतता असे. मामा मंकीकरांचे सहकारी जे. आर. ओवळेकर माझ्याबरोबर असत. पण झोपडपट्टीतील जवळजवळ ऐंशी-शंभर रहिवाशांशी सामना करणे नक्कीच सोपे नव्हते. मी अनेक कठीण प्रसंगांना तोंड दिले आहे, पण ते दिवस आठवले तर अजूनही अंगावर शहारे येतात हे खरे.

या घटनेचे इतर काही निष्कर्ष मी काढले आहेत. त्या वेळी राजकीय दृष्ट्या काँग्रेस एके काँग्रेस अशी परिस्थिती होती. इतर राजकीय पक्षांचा उदय व्हायचा होता. ते परिणामकारक कार्य करू शकत नव्हते. म्हणून आज झोपड्या पाडताना जो प्रचंड धुमाकूळ घातला जातो; तो नव्हता. दुसरी एक गोष्ट म्हणजे ही वसाहत खाजगी जागेवरच होती. भले ते अनेक वर्षे तिथे राहिले असावेत.

आमची रणनीती सूत्रबद्ध आणि पद्धतशीर आखलेली होती. संघर्ष टाळणे, शक्य तेवढी वाटाघाट. विभागीय काँग्रेसचे नेते (एक मराठी चेंबूरकर व दुसरे गुजराती रामजीभाई) व पोलीस यांची जरूर तेवढीच मदत आणि बारा ते पंधरा तास रस्त्यावर किंवा प्लॉटवर उभे राहणे व त्यांच्या हालचालींवर पाळत ठेवणे. म्हणूनच आम्हांला तीन दिवसांत लढाईवजा कारवाई केल्यावर यश प्राप्त झाले. एक वर्ष आम्ही तग धरून होतोच.

प्रशंसनीय अशा गोष्टींची नोंद करावी असे वाटते. या छोट्याश्या वसाहतीत वडार, खाटीक, दैनिक पगारावर रस्त्यावर, कारखान्यात काम करणारे मजूर अशी वेगवेगळ्या स्तरांवरची माणसे होती. त्यांत वेगवेगळ्या धर्माची हिंदू, मुस्लीम, बौद्ध, ख्रिश्चन माणसे होती. पण त्यांच्या जीवनाविषयी चौकशी करता (खरे म्हणजे सखोल अभ्यास करता आलाही असता.) असे दिसून आले की त्यांचे एकमेकांशी संबंध फारच सलोख्याचे होते. भांडणे झालीच तर ती नशेत असतानाच. दुसरी उल्लेखनीय बाब म्हणजे त्याच्या झोपड्यांतील व्यवस्था

वाखाणण्याजोगी होती. 'इन्टिरियर डेकोरेशन' नियतकालिकात प्रसिद्ध करण्याजोगी म्हणाना. हा माहोल गलिच्छ व अव्यवस्थित असतो असा समज दूर करणारा तो अनुभव होता. आम्ही अनेक वेळा त्या झोपड्यांतील पाहुणचार अनुभवला आणि आमच्या मनात जी काही धागधूक होती ती त्या तीन दिवसांत तर जास्तच होती. तरी आमच्याबरोबर त्यांची वागणूक गैर नव्हती. किरकोळ धमक्या सोडा. पण त्यांनी इतर मनस्ताप त्या दीड वर्षांत दिला नाही. आणि एकदा ठरेल त्याप्रमाणे तीन दिवसांत जमीन आमच्या पूर्णपणे ताब्यात मिळाली.

अपवाद फक्त तो वर सांगितलेला मजेदार प्रसंग. त्यातसुद्धा त्या गृहस्थाचे वागणे स्वाभाविकच नव्हते का? दहाची नोट हवालदाराला देण्याचा व्यावहारिक चोखपणा आणि स्वत:ला निव्वळ पंधरा रुपये मिळाले याचेही समाधान!

माझे वडील मुंबईला आले १९०७ मध्ये. (आम्हा भटकळांच्या मुंबईतील वास्तव्याला दोन वर्षांनी शंभर वर्षे पूर्ण होतील). आमच्याही आधी महाराष्ट्राबाहेरील लोक मुंबईत येऊन स्थायिक झालेच आहेत. आमच्या प्रमाणेच त्यांच्याही पुढल्या पिढ्या आजही मुंबापुरीस्थ असतील. या शतकभराच्या काळात मुंबईचा विस्तार, विकास कसा कसा होत गेला, सांप्रत तिचा माहोल काय आहे याबद्दल थोडे लिहू म्हणतो. यासाठी शतकापूर्वीची मुंबई आणि आत्ताची मुंबई अशी तुलना करावी लागेल. थोडीशी, विस्ताराने नव्हे. असे केल्याने मुंबईच्या वाढीमागील महत्त्वाच्या पैलूवरून खूपच बोध घेता येईल. किमानपक्षी आजकालची राजकारणी नेतेमंडळी व विचारवंत यांची वक्तव्ये, त्यांच्या घोषणा, योजना इत्यादींवर आपले स्वत:चे मत बनवण्यास नक्कीच उपयोग होईल असे वाटते.

सध्या बहुचर्चित आहे 'मी मुंबईकर' ही घोषणा. मला स्वत:ला 'मी मुंबईकर' आहे का, असा प्रश्न पडतोय कारण, तसा मी 'दक्षिण भारतीय'. ज्या संस्थेने वरील घोषणा केली आहे त्यांनी पन्नास वर्षांपूर्वी आपली सुरुवात ही 'दक्षिण भारतीय' यांच्या विरुद्ध मोहीम करूनच केली होती. एकंदरच 'उडिपी' लोकांवर त्यांचा रोष होता. त्यानंतर भूमिका बदलत गेली. उत्तर भारतीयांच्या विरोधी, बांगलादेशीयांच्या विरुद्ध वगैरे अनेक मोर्चे बांधले गेले. अजूनही हा विचारप्रवाह चालूच आहे; पण मुंबई खरी कुणाची? मुंबईकर कोण? आणि खास करून आजच्या जागतिकीकरण (ग्लोबलायझेशन)च्या संदर्भात विचार करावयाचा असेल तर या प्रश्नाचे महत्त्व व प्रयोजन काय?

बिनमहत्त्वाचे आणि सद्य:स्थितीचा विचार न करता उपस्थित केलेले मुद्दे, मला वाटते प्रथम क्रमांकाच्या प्रश्नांना बगल देतात. खास करून स्वातंत्र्योत्तर काळात व बहुप्रसव राजकीय पक्षांच्या भाऊगर्दीत समस्या सोडविणे कठीण होते आणि गुंतागुंत मात्र वाढत जाते.

मुंबईबद्दल सर्वज्ञात असलेल्या माहितीची आपण अगोदर नोंद करूया.

मुंबई बेट हे मोठा कुलाबा, धाकटा कुलाबा, माझगाव, परळ, वरळी, माहीम व मुंबई अशा सात बेटांचे एकत्रीकरण. प्राचीन समाज हा कोळी समाज. माझगाव म्हणजे मच्छ गाव, कुलाबा म्हणजे कोळघाट त्याचप्रमाणे माहीम, शीव, डोंगरी, मांडवी येथील कोळीवाडे याची साक्ष देतात. कोळी समाजाबरोबर आगरी, माडाची दारू काढणारे भंडारी लोक होते. त्यानंतर देशावरून, कोकणातून वगैरे माणसे येत गेली व वस्ती वाढत गेली. राजकीय दृष्ट्या महत्त्वाचे टप्पे म्हणजे पोर्तुगालच्या राजाने १६६१-६२ मध्ये इंग्लंडचा राजा दुसरा चार्लस याला लग्नात हे बेट आंदण दिले. 'ईस्ट इंडिया कंपनी'ला राजाने हे बेट भाड्याने दिले. सुरतला पर्यायी बंदर म्हणून मुंबईची वाढ होऊ लागली. त्या वेळी लोकसंख्या ६०,००० होती असा अंदाज आहे. १८७७ मध्ये इंग्लंडच्या राणीच्या साम्राज्याचा मुंबई हा एक भाग झाला. १८५०-१८६० च्या दरम्यान कापड निर्मिती करणाऱ्या गिरण्यांची स्थापना झाली व याच काळात बोहरा, भाटिया, बेने-इस्रायली, बनिया इत्यादी व्यापारी मुंबईत आले. १८५० पासून मुंबई हे शैक्षणिक केंद्र झाल्यावर उत्तर-दक्षिण भारतातून अनेक लोक येऊ लागले. कामगार वर्ग व मजूर वर्गही वाढला.

महत्त्वाचा मुद्दा असा की, मुंबई शहराची वाढ कोणी केली व कशी झाली याचा विचार करावयाचा झाला तर 'मराठी बाणा' वगैरे शब्द गैरलागू पडतात. उदाहरणार्थ, पारशी लोक जरी सुरत, बलसाड (गुजरात) या भागांतून मुंबईत आले; तरी त्यांचा मुंबई शहराच्या वाढीत फारच मोलाचा (आणि सिंहाचा वाटा) आहे हे आपण कबूल केले पाहिजे. १८ व १९ च्या दशकांत मुंबईच्या व्यापारउदिमांचा विस्तार झाला. या वाढीत सहभागी असलेल्यांपैकी दोनच जमाती अशा आहेत ज्या स्वातंत्र्योत्तर काळात कार्यरत नाहीत. एक अर्थातच ब्रिटिश (बहुतांश अँग्लो-इंडियन) व बेने-इस्रायली. आपण जगन्नाथ शंकरशेठ, भाऊ दाजी लाड यांचा 'मुंबईचे शिल्पकार' असा उल्लेख करतो तेव्हाच टाटा, वाडियांनंतर गोदरेज यांच्या कार्याची नोंदही घ्यावी लागेल. मुंबईच्या नगर-रचनेचा विचार करतानासुद्धा जमशेटजी टाटा यांनी केलेल्या (१९१३ मध्ये) सूचना फार महत्त्वाच्या आहेत. मुंबईचे क्षेत्रफळ वाढत गेले. पण त्याला मर्यादा ठेवाच. मग

आला बृहन्मुंबईचा प्रस्ताव. सालसेट हेही एक बेटच-वांद्रे ते वेसावे, चेंबूर ते मुलुंडपर्यंत बृहन्मुंबई झाली. वांद्रे, खार, सांताक्रूझ इत्यादी पश्चिम भागातील व कुर्ला, घाटकोपर व पूर्वेकडील उपनगरे ही सर्वच बृहन्मुंबईत समाविष्ट झाली. विसाव्या शतकात 'सॅटेलाइट' शहरांची निर्मिती, नवी मुंबईची स्थापना ही वाढ होतेच आहे आणि आता न्हावाशेवापर्यंत प्रचंड लांबीचा सागरी पूल झाला तर आणखीही अशी 'सॅटेलाइट' शहरे वसतील.

हे सर्व सविस्तर लिहिण्याचे कारण मुंबई शहरात इतर भागांतून लोक का येतात? एका दूरचित्रवाहिनीच्या कार्यक्रमात एका वास्तुशास्त्रज्ञाने सांगितले ते एकच कारण महत्त्वाचे आहे. गृहनिर्माण, पाणीपुरवठा या समस्या खऱ्या; पण मुंबईत आगमन थोड्या प्रमाणात शिक्षणासाठी होत असे, पण मूळ म्हणजे इथे असणारी रोजगाराची शक्यता. रोटी, कपडा व मकान हीच माणसाची गरज. त्यांत रोटी सर्वांत प्राथमिक गरज आहे. त्यानुसार मकान.

विसाव्या शतकाच्या पूर्वार्धात बऱ्याचशा मुंबईकरांचे वास्तव्य बव्हंशी चाळींत असे. चित्रापूर सारस्वत मंडळी दत्तात्रय, पन्नालाल, परमानंद, भालचंद्र या ग्रॅन्टरोड, ताडदेव वगैरे परिसरातील चाळींत राहत. चाळ ही एक संस्था होती. मीही चाळीतील मौजमजा व त्यातील अडचणी यांचा अनुभव घेतला आहे.

माझे एक प्राध्यापक मित्र डॉ. फ्रॅंक एस. कॉनलॉन यांनी चित्रापूर सारस्वत समाजाचा अभ्यास केला. त्यांच्या ग्रंथाचे नाव "A Caste in Changing World : Chitrapur Saraswat Brahmans (1700-1935)" त्यानंतर त्यांनी मुंबईतील चाळींवर संशोधन करावयाचे ठरविले होते. ते त्यांना जमले नाही. त्यांना एक कुतूहल होते - पहिली चाळ कोणी बांधली असावी? त्यांनी गिरगाव, वरळी येथील चाळींची पाहणी केली होती. त्यांना त्यांच्या रचनेबद्दल तीव्र नापसंती होती. ते म्हणत, पहिली चाळ बांधली त्या इसमाला सार्वजनिकरीत्या सुळावर चढविले पाहिजे. मला माहीत नसल्यामुळे मी त्याबद्दल सांगू शकलो नाही. नंतर शोधही घेतला नाही.

मराठी साहित्यात कथा, कादंबरी, नाटक यांत चाळ हा विषय भरपूर हाताळला आहे. खास करून त्यातील रहिवाशांचे सहजीवन. स्त्रियांनी एकत्र मिळून एप्रिल-मेमध्ये पापड-सांडगे-शेवया घालणे, लहान-मोठ्यांची नळ-संडास या कोपऱ्यातील भांडणे-भानगडी, सामुदायिक खेळ इत्यादी. टिळकांनी सुरू केलेल्या सार्वजनिक गणेशोत्सवात अनेक चाळींत कार्यक्रम जमवून आणण्याची चुरस असे. कॅरम, पत्ते अशा बैठ्या खेळांत आंतरचाळ स्पर्धाही काही काळ

योजिल्या गेल्या. या सर्व कार्यक्रमांत त्या काळी गाजत ते मेळे -- हल्ली ऑर्केस्ट्राचा जल्लोष असतो ना तसा. एक आठवण झाली ती त्या दिवसांत बाजारात नवीनच आलेले (व आता जास्त वापरात नसलेले) वाजवायचे संगीताचे वाद्य-बुलबुल तरंग!

चाळीचे वैशिष्ट्य कोणते? म्हणजे आपण कुठल्या वास्तूला चाळ म्हणणे हेही खरे म्हणजे निश्चित नाही. मला वाटते की राहण्यासाठी मर्यादित क्षेत्रफळ व प्रत्येक मजल्यावर स्वच्छताघराची सार्वजनिक स्वरूपाची व्यवस्था यास चाळ म्हणावे का? माझ्या मते चाळ ही एक संस्था होती. एक संस्कृती होती. एक विलक्षण पण खराखुरा विरोधाभास यात जाणवतो. माझे वडील गणपतराव मुंबईत आले तेव्हा एकेका खोलीत दोन-दोन कुटुंबेही राहत असत. प्रत्येक चाळीत लांबलचक गॅलऱ्या व बहुधा दोन जिन्यांच्या दोन्ही बाजूंमध्ये मोकळी चौकवजा जागा. क्वचित गॅलऱ्या पुढे व मागे अशा दोन्ही बाजूंस असत. या सर्व जागा खाजगी-सार्वजनिक म्हणून त्यांचा वापर कोळसे वा तत्सम सामान ठेवण्यासाठी केला जाई. विरोधाभास असे म्हणण्याचे कारण लहानशा जागेत राहत असताना 'खाजगी' असे जीवन जगणे कठीण असते म्हणून एक प्रकारचा न्यूनगंड-संकुचित मनोप्रवृत्ती, पण त्याचबरोबर एकमेकांच्या साहाय्याने बऱ्याच गोष्टी होत असल्यामुळे उदार मनाचे संचितही प्रत्ययास येई! आमचे सहकारी कृष्णा करवार नेहमी मला सांगत - 'सदानंद, तुला चाळकल्चर काय आहे हे कळणार नाही.' त्यांचा रोख मी वर उल्लेखिलेल्या संकुचित मनोवृत्तीच्या परिस्थितीशी होता. अर्थात तो मला मान्य नव्हताच. कारण संकुचित मन हे कुठल्याही वास्तूशी संबंधित नसतेच.

मी मानसशास्त्रज्ञ तर नाहीच, त्या शास्त्राचा फार अभ्यासही केलेला नाही. न्यूनगंडाने पछाडलेल्या व्यक्तींचे निरीक्षण केल्यावर काही आडाखे केले ते नमूद करतो. अर्थात व्यक्ती तितक्या प्रवृत्ती हे सर्वांत मूलभूत सत्य आहे. त्यामुळे इतरांबद्दल किंवा एकंदरच आपल्या मित्र-सवंगडी-समव्यवसायी यांच्याबद्दल मते देणे किंवा पूर्वग्रह ठरवणे हे धोकायदाकच. परंतु अशा न्यूनगंड असलेल्यांमध्ये दोन गुणविशेष माझ्या लक्षात आले आहेत. मानसशास्त्रामध्ये त्याला हुकुमशाही प्रवृत्तीचे असे म्हणतात असे वाचनात आले आहे. त्यांचा एक स्थायीभाव म्हणजे आपल्या वरिष्ठांसमोर नम्र, नतमस्तक व वाकून उभे राहणे व आपल्या हाताखालच्या माणसांबरोबर उर्मट वागणूक. याचाच एक पैलू म्हणजे आपल्या कार्यालयात आज्ञाधारक असलेल्या व्यक्ती ह्या वातावरणातील वैताग वगैरे घरी पोहोचल्यावर कुटुंबातील बायको-पोरांवर (काही निमित्त नसताना) आक्रमक

रितीने उणे-दुणे उकरून काढतात. दुसरे एक वैशिष्ट्य म्हणजे त्यांचा हेकेखोरपणा- स्वत:च्या कर्तृत्वावर त्यांचा भलताच गैरवाजवी विश्वास असतो. त्यांनी चुका केल्या तरी त्याची कबुली देणे त्यांना जड जातेच. शिवाय आपल्या गुणांची दखल इतर घेत नाहीत असे त्यांना सतत वाटत असते. 'Self-Pity' म्हणा ना! आपले कौतुक लोकांनी करत राहावे असे त्यांच्या मनात असते. स्वत:चे वाढदिवस साजरे व्हावेत असे त्यांना वाटते व म्हणून त्यांच्या वाढदिवशी मित्रांना विसर पडला तरी ते स्मरण करून देतात.

वरील अनुमान हे एक ॲमेच्युर निरीक्षकाचे एक टिपण आहे हे वाचकांनी लक्षात घ्यावे.

मुंबईत १९५८ मध्येसुद्धा ३६००० घरे आणि जवळ जवळ चार लक्ष बिऱ्हाडे होती. यांतील ६६.७० टक्के बिऱ्हाडे ही एका खोलीची होती. प्रत्येक बिऱ्हाडात (खोलीत) सरासरी पाच व्यक्ती असा अंदाज करता येईल. खोलीचे क्षेत्रफळ १० x १० असे धरल्यास माणशी वीस फूट जागा मिळत असे. मुंबई नगरपालिकेने सरासरी १५ स्क्वे. फूट जागा प्रमाण धरली होती. या संदर्भात तुलनात्मक आकडे पाहिल्यास इंग्लंडमध्ये (१९१८) माणशी १५२ स्क्वे. फूट जागा असावी असे प्रमाण, तर अमेरिकेत (१९४०) १५० स्क्वे. फूट जागा असावी असे प्रमाण ठरविण्यात आले होते.

आपल्या शहरातील लोकसंख्या वाढतच राहिली. १९०१ ते १९५२ या अर्धशतकात दर वर्षी ४ टक्के अशी ५० वर्षांत २०० टक्के वाढ झाली होती. त्यानंतर तर अफाट वाढ होत आहे. म्हणून चाळ अपुरी वाटू लागली आणि झोपडपट्ट्या वाढू लागल्या. आता झोपडपट्ट्यांचा उगम व वाढ यांचे संशोधन कोणीतरी केले पाहिजे. (अर्थात त्याचप्रमाणे उंच उंच अशा इमारतींचेही.) रोज वर्तमानपत्रांत, राजकारणी बाचाबाचीत याची चर्चा होत आहे; पण या समस्येचे उत्तर सापडत नाही.

हल्ली मी आमच्या ड्रेसिंगरूमच्या आरशासमोर क्वचित उभा राहतो. माझ्या पन्नास वर्षांहून अधिक विश्वासू केशकर्तनकाराने क्रूकटच कायम ठेवल्यामुळे केसाला भांग पाडणे, ते व्यवस्थित विंचरणे हा प्रश्नच उद्भवत नाही. पण आरशासमोर उभे राहण्याची मला भीती वाटते; कारण माझी सध्याची बेडौल शरीरयष्टी मला पाहवत नाही. ज्याला बांधेसूद शरीरयष्टी म्हणता येईल अशी शरीरयष्टी माझी केव्हाही नव्हती. पण गेल्या दहा वर्षांत अंग सुटले आहे ते अगदीच प्रमाणाबाहेर. मी याबद्दल विचार करायला लागतो तेव्हा माझ्याहून जास्त लठ्ठ व्यक्तींचे देह डोळ्यांसमोर येतात. असे अनेक रोजच दिसत असतात. सुमो-कुस्ती पहेलवान यांच्याकडे पाहिल्यावर थोडा दिलासा मिळतो; कारण स्वतःचे दुःख किंचित का होईना कमी होते. शिवाय, टीव्हीवरील कार्यक्रमांत असंख्य गलेलठ्ठ पात्रे तर मुद्दाम विनोद निर्माण करण्यासाठी घुसविलेली.

आन्नू तसे सडपातळ; आईचा मात्र (जुने फोटो बघताना जरी ते जाणवत नसले तरी) एकंदर स्थूलपणाकडे झुकलेला बांधा. १९४६ मध्ये माझ्यासाठी जीवनसाथी म्हणून निर्मलाची निवड झाली. तेव्हा मी एकदा तिला लिहिलेल्या पत्रात याचा उल्लेख केला होता. मला तिची 'पेहचान' होतीच. १९४२ च्या चळवळीत ती भूमिगत असतानाचे तिचे सहकारी, वर्तमानपत्रात आलेले वृत्त यांमुळे तिच्या कार्याची ओळख व तिचे मामा - नारायण मंकीकर यांनी थोडक्याच पण स्वच्छ शब्दांत तिचा करून दिलेला परिचय यांमुळे मला तिची माहिती होती. पण माझ्याबद्दल तिला काहीच माहिती असणे शक्य नव्हते. तरी दोन गोष्टींचा मी प्रामुख्याने उल्लेख केला होता. दृष्टिदोषामुळे लहान वयातच लागलेला चष्मा व स्थूलपणाकडे वाटचाल करणारी देहयष्टी.

हे सर्व प्रास्ताविक आहे ते माझे व्यायामविषयक अनुभव, वाचन-चिंतन-मनन यांबद्दल सांगावेसे वाटते त्यासाठी. या विषयाचा अभ्यास करावयाचा माझा छंदच आहे. वीसएक वर्षे झाली; मी ग्रंथविक्रीच्या व्यवसायातून निवृत्त झालो. पण त्यापूर्वी या विषयावरची अनेक भारतीय व इतर देशांतील प्रकाशने मी मागविली आणि या विषयावरील दोनशे-अडीचशे ग्रंथ माझ्याकडे जमा झाले होते. (अर्थात वेळोवेळी मी ते इतरांना दिल्यामुळे माझ्याकडे तशी पाच-सहा निवडक (मला हवी असलेली) पुस्तके आहेत.) या विषयाकडे वळण्यापूर्वी काही गोष्टींचा खुलासा करायला हवा. अत्याधुनिक उपकरणांनी सज्ज अशा नवीन जिम्सची मला फार माहिती नाही. अनुभव नाही. तरीही तळवलकरांकडे काही महिने मी जात असे. पण तिथेही हॅण्ड प्रेस, डिप्स वगैरे यांकडे माझ्या वयोमानामुळे जाऊ शकलो नाही. तसेच ॲरोबिक्स व तत्सम नवीन व्यायामप्रकारांबद्दलही फार अधिकारवाणीने बोलू शकत नाही. तरीही या विषयावर भाष्य करावेसे वाटते व ते वाचकांना उपयुक्त होईल असेही वाटते.

मला वाटते १९३० च्या दशकाच्या प्रारंभ काळातच पॉप्युलरचे मुख्य विक्री केंद्र लॅमिंग्टन रोडवर आले व जुन्या दुकानात माझे धाकटे मामा दिनकर कुलकर्णी हे व्यवस्था पाहू लागले. त्यांचे शिक्षण पुण्याच्या शेती महाविद्यालयात झाले व धारवाडजवळ चाळीस एक एकर जमीन सांभाळायची असे अगोदर योजिले होते, ते जमले नाही व माझे मामा मुंबईत आमच्या घरी राहू लागले. ते व मी काही काळ एकाच खोलीत राहत होतो. ते 'हेल्थ ॲन्ड स्ट्रेंग्थ लीग'चे सभासद होते. त्या संस्थेचे नियतकालिक त्यांचेकडे येत असे. पंचवीस वर्षे सभासद असल्यामुळे रौप्य बिल्ला त्यांनी मिळविलेला मला स्मरतो. तर त्यांच्या प्रोत्साहनाने मीही अगदी लहान वयातच समर्थ व्यायामशाळेमध्ये जाऊ लागलो. ही नाना चौकामध्ये होती. पारंपरिक दंडबैठका-मल्लखांब-कुस्ती वगैरेची सोय होती. माझ्यासारखी अनेक छोटी मुले मजेत व्यायाम करीत होती; पण शनिवार हा आमचा खास दिवस. त्या दिवशी गुरुजी व इतर ज्येष्ठ मुलांची मारुती उपासना जोरात चाले. आमचे लक्ष मोठ्या बेसूर आवाजात आरत्या म्हणणे व त्यानंतर मिळणारा प्रसाद — खोबरे व साखरफुटाणे — यांकडे असे. आमचे गुरुजी म्हणजे एक आदरणीय व्यक्तिमत्त्व. अगदी तालमीतले गुरुजी म्हणजे डोळ्यांसमोर येतात ना तसेच. उंच बांधा, पिळदार स्नायू, वीतभर शुभ्र दाढी, करडा-धारदार-खणखणीत आवाज; त्यांचे नाव आठवत नाही. पण मुंबईत या क्षेत्रातील बरेच लोक त्यांचा अधिकार मानत. या व्यायामशाळेतील एक प्रसिद्ध व्यक्ती म्हणजे श्री. मंत्री. त्यांचे शक्तीचे

प्रयोग हे त्या वेळी वर्तमानपत्रांत वारंवार प्रसिद्ध होत असत. त्यांची खासियत होती जड वाहन अंगावरून नेणे. ही व्यायामशाळा बंद झाली व मी गोखले एज्युकेशन सोसायटीच्या धगोठा शाळेच्या वर्गमित्रांबरोबर शास्त्री हॉलच्या व्यायामशाळेत जाऊ लागलो. इथे मात्र मला थोडातरी मल्लखांबावर व्यायाम करण्यास व लाल मातीच्या आखाड्यात उतरण्यासाठी वाव मिळाला. दोन्ही गोष्टी मला काही सोप्या नव्हत्या. पण मजा वाटत असे.

या 'पारंपरिक' व्यायामशाळेतून मी बढती घेतली ती सुंदरराव नायमपल्ली व नंदू खोटे यांच्या 'नॅशनल ॲथेलेटिक लीग'मध्ये. त्यांनी घडविलेले अनेक जण शरीरसौष्ठव स्पर्धेत भाग घेत व प्रशंसा मिळवीत. इथे 'वेटलिफ्टिंग', 'डंबेल्स' प्रकार वगैरे असत. सुंदरराव सर्वप्रथम आम्हांला जागेवरच धावणे (रनिंग ऑन द स्पॉट) दहा ते पंधरा मिनिटे करावयास सांगत. हे जरी इतर व्यायाम करण्यापूर्वी तयारी होण्याची प्रक्रिया होती तरी त्यांचे म्हणणे होते की, इतर काही व्यायाम काही कारणामुळे करता आले नाही तरी 'रनिंग ऑन द स्पॉट' रोज कराच. घरीसुद्धा. अर्थात, आज जॉगिंग करतात तशाच प्रकारचा हा सोपा व कुणालाही कुठेही करता येण्याजोगा व्यायाम. याचे महत्त्व मात्र जितके समजून घेतले पाहिजे तेवढे आपण समजून घेत नाही हे खरे. या लीगमध्ये माझ्याबरोबर माझे शाळा मित्र राजाराम बेरी (आता कोल्हापूरनिवासी प्रसिद्ध वास्तुविशारद) असत.

दिनकरमामांनी याच वेळेला काही सहकाऱ्यांबरोबर 'सरस्वती वॉलंटीअर कोअर'ची स्थापना केली. याचे कवायतीचे कार्यक्रम ग्रँटरोडच्या गिल्डर टँक मैदानात आठवड्यातून तीनदा असत. मी यातही भाग घेत असे. राष्ट्रीय स्वयंसेवक संघाच्या शास्त्री हॉलच्या शाखेतही जवळ जवळ एक वर्ष मी रुजू झालो होतो. अर्थात माझे उद्दिष्ट व्यायाम; पण तेथील बौद्धिकांना कंटाळून मी पळ काढला.

या सर्वांचा अनुभव घेत असताना बेंगळूरचे प्रसिद्ध व्यायामपटू के. व्ही. अय्यर यांच्या पोस्टल कोर्सची माहिती मला मिळाली. त्याची प्रत अजूनही माझ्याकडे आहे. त्यांनी उंची वाढवण्यासाठी काही व्यायाम सांगितले. पण शेवटी लिहिले की तरीही उंची वाढली नाही. तर उंच मुलीशी लग्न करा. म्हणजे कदाचित मुले तरी उंच होतील. त्यांचा यावरील अभ्यास खरोखरीच प्रशंसनीय आणि त्याची पद्धतही खूपच उपकारक पण...

नंतर मी कॉलेजमध्ये दाखल झालो व 'पॉप्युलर'मधील काही वरिष्ठ मंडळी कैवल्यधाममध्ये योगासने शिकण्यासाठी जात असत त्यांच्याबरोबर मीही तिथे सभासदत्व घेतले. आणि तब्बल पंचवीस ते तीस वर्षे माझा योगसाधनेशी संबंध आला.

आपले जग आता जाहिरातयुगात आहे व ते जास्तीत जास्त जाहिरातबाजीच्या विळख्यात अडकून राहणार आहे. व्यायामासंबंधी व्यवसाय हासुद्धा त्याला अपवाद नाही. हल्ली 'जिम' (आधुनिक व्यायामशाळा) हा एक किफायतशीर व्यवसाय झाला आहे असेही मी ऐकले आहे. प्रत्येक नवीन गृहनिर्माण योजनांच्या जाहिरातीत 'जिम'चा समावेश असलेला आढळतो.

योगाबद्दल विचार करावयाच्या अगोदर या आधुनिक व्यायाम प्रकारावर एक दृष्टिक्षेप घालावयास हवा. खरे म्हणजे व्यायाम आपण कशासाठी करतो? 'पेज थ्री'वरील उघडेबंब, बलवान स्नायूंचे प्रदर्शन करणारे सलमान खान किंवा संजय दत्त आपल्याला व्हायचे आहे का? किंवा प्रत्येक पुरुषाला बलभीम किंवा स्त्रीला अप्सरा बना, अशा जाहिरातींना बळी पडायचे आहे का? हल्ली या 'जिम'ची मासिक वर्गणी हीसुद्धा भरीव असते व सांप्रत 'नोवो रिच' (सांपत्तिक परिस्थिती सुधारलेली) पिढी यांना ती वर्गणी फार जाचक वाटत नाही. कारण 'जिम' संस्कृतीसुद्धा एक फॅशन होते आहे. आपल्या घरगड्याने पाच-दहा रुपयांची पगारवाढ मागितली तर कुरकुर करणारे 'जिम'ची भरमसाठ वर्गणी द्यावयास (व नंतर सायंकाळी शेकडो रुपये खर्च करून मजा लुटण्यास) कचरत नाहीत.

जरासे विषयांतर झाले आहे. असो.

माझ्या स्थूलपणाबद्दल (किंवा वजन जास्त असल्याबद्दल) घरातूनच बऱ्याच तक्रारी असत. अर्थात, या माझ्या स्वास्थ्याबद्दल काळजी असलेल्या व्यक्तींकडूनच. परंतु गेल्या दहा वर्षांत माझे युरोलॉजिस्ट डॉ. शरद बापट यांचाही माझ्यामागे दर वेळी धोषा असे, ''भटकळ, तुमचं वजन वाढलंय!'' मी दर दोन महिन्यांत एकदा त्यांच्याकडे तपासणी करावयास जातो — अजूनही, काही काळ

तरी आहारावर जबरदस्त नियंत्रण ठेवून वजन अल्प का होईना कमी झाले तरी त्यांचे म्हणणे बदलले नाही. वजनाचा काटा मात्र वस्तुस्थिती दाखवत असे. याला एक महत्त्वाचे कारण म्हणजे काही लोकांच्या शरीराचा बांधाच मुळी 'बेडौल' असतो. आनुवंशिक कारणामुळे असेल किंवा काही उकल न होणाऱ्या कारणांमुळे असेल. आपल्याला थोड्या गोष्टींचा प्रत्यक्ष अनुभव आहेच. एकाच कुटुंबातील दोन व्यक्ती त्या सख्ख्या भावंडांपैकी असल्या तरी त्याचा शारीरिक बांधा, उंची, स्थूलपणा किंवा कृश शरीर आणि मानसिक व्यक्तिमत्त्वसुद्धा अगदी भिन्न असते. एकाच प्रकारचा आहार घेत असले तरी एक व्यक्ती स्थूल, तर दुसरी अगदी सडपातळ! तांदूळ जास्त खाल्ल्याने माणूस स्थूल होतो असाही एक समज आहे. पण तामीळ माणसे (कोकणातीलही) यांच्या बाबतीतील प्रमाण आपल्याला वेगळीच माहिती देत असते.

माझ्या कॉलेजजीवनात चय-अपचय (Basic Metabolic Rate) याबद्दल वैद्यक मंडळींत बरीच चर्चा होत असे. आता या विषयाबद्दल कोणी फारसे बोलत नाही. परंतु या इतर असंख्य बाबींमुळे आपल्या शरीर व मनाची घडण होत असते. वैद्यकशास्त्रात इतर शाखेत जितके संशोधन झाले तितके आहारशास्त्रात झाले नाही असे मला वाटते. हल्ली तर प्रत्येक क्षेत्राचा व्यावसायिक दृष्टिकोनातूनच विचार होतो व संशोधन हे फक्त आपण निर्माण केलेल्या वस्तूच्या संदर्भातच होते असे दिसते. अर्थात वैद्यकशास्त्रासंबंधी नियतकालिकांतील लेख हे त्याला अपवाद म्हणून सांगता येतील. (इथेही औषधनिर्मिती करणाऱ्या संस्थांच्या संशोधन विभागाचा हस्तक्षेप असतोच असे दिसून आले आहे.) स्वतंत्र व महत्त्वाची संशोधनपर माहिती त्यांत उपलब्ध असते. अशी असंख्य नियतकालिके जगभर प्रसिद्ध होत आहेत. त्यांचा फायदा मात्र घेतला पाहिजे तितका घेतला जात नाही. अगदी तुरळक अशा संस्था व तितकेच डॉक्टर आपले ज्ञान अद्ययावत करीत असतात. फॅमिली डॉक्टरांची संख्या रोडावत आहे व वेगवेगळ्या विषयांत तज्ज्ञ होण्याकडे डॉक्टरांचा कल जास्त आहे. मग मागणी आणि पुरवठा यांत खूपच तफावत झाल्यामुळे डॉक्टरांना वैयक्तिक लक्ष देणे कठीण, दोन किंवा अधिक तज्ज्ञांची मदत घेण्याची गरज, आणि त्यात आता भर पडली आहे ते निरनिराळ्या तपासण्या करण्यासाठी असलेल्या उपकरणांची.

आपण व्यायाम या विषयाचे विचार मांडत होतो. माझ्या जीवनात आठ ते दहा वर्षे 'आखाडा' व्यायाम व त्यानंतर दीर्घकाळ योग याकडे मी लक्ष दिले. गेली दहा वर्षे सोडल्यास इतर वेळ 'मॉर्निंग वॉक' माझे एक मित्र हे गेली पन्नास

वर्षे नियमित सकाळी (ऊन पावसाला न जुमानता) साडेपाच ते सातपर्यंत फिरावयास जातात. त्यांचे वय आता त्र्याण्णव आहे व प्रकृती ठणठणीत. नियमितपणे व शास्त्रशुद्ध 'फिरणे' हाही एक उपयुक्त व काही आर्थिक खर्च नसणारा करावयाचा व्यायाम! शतपावलीचे महत्त्व सर्वांना माहीत आहेच.

इतर खेळही आहेत. मी बैठ्या खेळांबद्दल म्हणत नाही. पण 'मैदानी' असे वर्णन करता येईल असे अनेक खेळ आपल्या तंदुरुस्तीसाठी उपयोगी पडतात. बालपणी आपण हुतुतू, लगोरी, आट्यापाट्या, आबादुबी, खो-खो खेळलोच की! शाळा-कॉलेजात मग सोय असेल तसे क्रिकेट, हॉकी, फुटबॉल, टेनिस वगैरे. या अशा खेळांत फुटबॉलव्यतिरिक्त सर्व खेळांमध्ये भाग घ्यावयाचा मी प्रयत्न केला. पण अल्पकाळातच हे आपल्याला जमणार नाही असे लक्षात आले. युटीसीमध्ये मला दृष्टिदोषामुळे प्रवेश मिळाला नाही. आमच्या कॉलेजमध्ये पी. टी. चा एक क्लास घेत. शिक्षक होते श्री. गुर्टू (शोभा गुर्टूचे यजमान). पण शिक्षक व आम्ही विद्यार्थिगण या दोघांनीही त्याला महत्त्व दिले नाही हे खरे.

मी हे लिहीत आहे तेव्हा माझ्या जीवनातील त्र्याऐंशी पावसाळे मी पाहिलेले असतील. गेल्या काही वर्षांत १९९४ मध्ये पुरस्थ ग्रंथीच्या (Prostrate) कर्करोगामुळे केलेल्या शस्त्रक्रियेमुळे मी त्रस्त आहे व बराचसा खंगलो आहे. कर्की पेशींचे निमूर्लन करण्यास योजिलेल्या उपयांमुळे तर अनेक नवीन समस्या निर्माण झाल्या. परंतु माझी गेली १०-१५ वर्षे ही खूपच सर्जनशील कार्यात मी घालविली याचा मला अभिमान आहे. 'संक्षिप्त मराठी वाङ्मयकोशा'च्या तीन खंडांची निर्मिती ही याच काळातील. माझे आप्तेष्ट, मित्रमंडळी हे माझ्या कामाच्या उत्साहाची खूपच प्रशंसा करतात. अजूनही खूप काही करावे असे वाटते. त्या दिशेने पावलेही टाकतो. अर्थात भ्रमण करण्याची ऊर्मी असली तरी त्यात मात्र मला माघार घ्यावी लागली आहे. तरीही दोन महिन्यांपूर्वी श्रीलंकेची सफर झाली व तिथे पुन्हा जावयाच्या योजना आहेत. ज्या संस्थांमध्ये मी काम करीत होतो त्या सर्वांनी मी दिलेले राजीनामे स्वीकारले नाहीत.

या सर्वांचे श्रेय अर्थात मी व्यायामाच्या साहाय्याने शारीरिक स्वास्थ्य राखण्याच्या सातत्याने केलेल्या प्रयत्नांनाच आहे.

स्वामी कुवलयानंद हे माझे योगसाधनेचे गुरू. हे विधान बरेचसे फसवे आहे. मी 'योगसाधने'कडे द्यावे तसे लक्ष दिले नाही. आणि स्वामीजींनी प्रत्यक्ष मला काही शिकवले नाही. मी योगिक व्यायाम करत राहिलो व त्याचे चांगले परिणाम आजही माझ्या त्र्याऐंशीव्या वर्षीही मला जाणवत आहेत. गुरू म्हणजे मार्गदर्शक व एखाद्या तत्त्वाविषयी किंवा पद्धतीबद्दल मार्गदर्शन करणारे हे गुरू, या दृष्टिकोणातून कुवलयानंदजी माझे योग विषयाचे गुरूच होते.

योगाबद्दल स्वत: स्वामीजी म्हणतात, ''मानवासाठी योगाने एक परिपूर्ण संदेश दिला आहे. योग माणसाच्या शरीराची काळजी घेतो, मानवी मनाला योग्य दिशा दाखवू शकतो आणि योगामुळे आध्यात्मिक उंचीही माणूस मिळवू शकतो.'' शरीर व मन या दोन्हीबद्दल मला खात्रीने सांगता येईल परंतु त्यातही मनावरील नियंत्रणाबद्दलही एखाद्या वेळी दाट शंका येतात. कारण सध्या खूपच लोकप्रिय असलेली विपश्यना हाही माझ्या मते योगिक सिद्धीचा एक प्रकार आहे. माझ्या मित्रमंडळींत अनेकजण सातत्याने विपश्यना करीत असतात. श्रीयुत गोएंका यांनी या क्षेत्रांत प्रचंड कार्य केले आहे आणि त्याचा प्रचार जगभर करण्यात ते यशस्वी झाले आहेत. बऱ्याच व्यक्तींना त्याचा तात्पुरता फायदा झालेला जाणवतो. परंतु त्यामुळे संपूर्ण मनोवृत्ती बदलावी अशी मात्र परिस्थिती दिसत नाही. माझ्या एका जवळच्या मित्राने आजपावेतो तेरा वेळा इगतपुरीच्या कार्यक्रमात सहभाग घेतला आहे. ते इतरांनाही विपश्यनेचे धडे देतात; रोज काही वेळ गुंतलेले असतात पण त्यांच्या मूळ तापट स्वभावाकडे झुकलेल्या सवयी फार कमी झाल्या असे मला तरी वाटत नाही.

विपश्यनेच्या इगतपुरी येथे झालेल्या अगदी पहिल्या कार्यक्रमात भाग घेतला तो आमचे चार्टर्ड अकौंटट माधवराव चितळे यांनी. आम्ही एकमेकांना रोजच भेटत असू. इगतपुरीहून परत आल्यावर त्यांनी मला एक विलक्षण अनुभव सांगितला होता. तिसऱ्या किंवा चौथ्या दिवशी साधना करीत असताना आपल्या पाठीच्या मणक्यातून निघून मेंदूपर्यंत एक विजेची सणक गेली असे त्यांना वाटले. कुंडलिनी योग वगैरेसारखा अनुभव हा एक भास होता असे मला वाटते. तरीही कुठलीही योगिक कृती ही थोडीतरी लाभदायक असतेच यात संशय नाही. असो.

स्वामी कुवलयानंद यांचा जन्म ३० ऑगस्ट १८८३ चा व निधन १८ एप्रिल १९६६ रोजी झाले. त्यांचे मूळ नाव जगन्नाथ गणेश गुणे. योगविद्येत त्यांनी केलेल्या लक्षणीय कार्यामुळे ते प्रसिद्ध झाले. त्यांनी १९४४ मध्ये लोणावळा येथे स्थापन केलेल्या कैवल्यधाम येथे केलेले अगोदरचे कर्तृत्वही उल्लेखनीय आहे. लहानपणापासून शारीरिक शिक्षणाची गोडी असल्यामुळे बडोद्याच्या माणिकराव यांच्याकडून शिक्षण घेतले. त्याचप्रमाणे लोकमान्य टिळकांच्या स्वराज्य चळवळीत सक्रिय भाग घेतला होताच. काही वर्ष बडोदे व अंमळनेर येथे अध्यापनाचा व्यवसाय केला. 'सक्रिय शिक्षण प्रसारक मंडळ' यासाठी स्वतंत्र महाविद्यालयात प्राचार्य म्हणून काम केले. या विद्यालयाची स्थापनाही त्यांनीच केली होती. १९२४ नंतर मात्र त्यांनी योगविद्येचा प्रसार आणि शास्त्रोक्त रितीने योगिक व्यायामाचा अभ्यास, पुरस्कार व शिक्षण यांस वाहून घेतले. स्वामीजींच्या संस्थेत एम. बी. बी. एस. तज्ज्ञाकडून दरमहा तपासणी झाल्यावर दर व्यक्तीचे शारीरिक बदल यांची नोंदणी केली जाई. फक्त व्यायाम करण्यासाठी येणारे व काही व्याधींसाठी उपचार व्हावे म्हणून येणारे अशी वर्गवारी होती. पण प्रत्येकाची माहिती सविस्तर नोंदणी होई. फरक एवढाच की 'योगमीमांसा' या नियतकालिकातून रुग्णावर केलेल्या प्रयोगांची नोंद पाश्चात्त्य वैद्यकीय नियतकालिकांत होते तशीच होत असे. विशेषत: सायनस, दमा, रक्तदाब, हृदयरोग अशा रोगांचे निवारण करण्यास योग निश्चितच उपयुक्त होऊ शकतो असे त्या प्रयोगांतून दिसून येते. म्हणूनच अनेक हृदयरोग तज्ज्ञ योग, व्यायाम (प्राणायाम वगैरे) सुचवत असत.

स्वामी कुवलयानंद यांचे योगविद्येचे गुरू माधवदास महाराज. त्यांच्याबरोबर शिष्यवर्गात समकालीन योगेंद्र यांनीही योगविद्येचा प्रसार खूपच केला. त्यांची संस्था योग इन्स्टिट्यूट ही सांताक्रूझ येथे आहे. दोघांनीही विद्या प्रसारासाठी म्हणून उत्तम ग्रंथ लिहिले. ग्रंथविक्रेता या नात्याने माझा दोघांशीही जवळचा संबंध

आला. स्वामी कुवलयानंदाच्या दोन्ही उत्कृष्ट ग्रंथांची एक आवृत्ती (१९६२) आम्ही प्रकाशित केली. ते ग्रंथ म्हणजे 'योगिक आसनाज्' आणि 'प्राणायाम'. काही कारणामुळे पुढे त्यांचे प्रकाशन त्यांच्या ट्रस्टने आपल्याकडे परत घेतले. पण काही चित्रे व किरकोळ बदलांशिवाय आम्ही प्रकाशित केलेल्या आवृत्तीचे ते अनुकरण होते. 'प्राणायाम' या ग्रंथाच्या प्रस्तावनेत स्वामीजी लिहितात : "The present handbook of Pranayama owes its publication to Messrs Popular Prakashan of Bombay. They have spared no pains to make it as attractive, instructive and helpful as possible. This firm of publishers has already put in the market our handbook of Asanas. Our best thanks are due to them for having undertaken to publish our writings simply for the love of our ancient culture interpreted in the light of modern science and thought."

आमच्या आवृत्तीवरून पुढे या पुस्तकाची आवृत्ती जपानमध्येही प्रसिद्ध झाली.

माधवदास महाराज हे खरोखरीच उत्तम गुरू असावेत. कारण दोन्ही शिष्यांमध्ये त्यांनी या विषयात शास्त्रीय दृष्टिकोणातून बघण्याची वृत्ती निर्माण केली. स्वामी कुवलयानंदांनी 'योगमीमांसा' काही काळ प्रकाशित होत असलेल्या नियतकालिकात आपल्या प्रयोगाची सविस्तर माहिती उपलब्ध करून दिली आहे. तर योगेंद्र यांनी आपल्या ग्रंथांमध्ये विविध व्यक्तींसाठी त्यांच्या तब्येतीनुसार व गरजेनुसार काळजी घेऊन करावयाचे व्यायाम यासाठी बरेच ग्रंथ लिहिले. दोघांनी भारत व भारताबाहेर योग विद्येचा प्रसार केला. योगेंद्र यांनी ऑस्ट्रेलियात तर स्वामीजींनी पश्चिमेकडील देशामध्ये; खास करून अमेरिकेत!

माणसाचे स्वभाव हे अगम्य असतात आणि तसेच मूळ वृत्तीला आवर घालणे हेही कठीण असते. याचा प्रत्यक्ष अनुभव स्वामी कुवलयानंद आणि योगेंद्र या दोन व्यक्तींच्या बाबतीत आला. प्रथम एका ऐकीव बातमीचा व नंतर माझा अनुभव उद्धृत करतो.

सन १९२३-२४ मध्ये हे दोघे गुरुबंधू मुंबईत आले तेव्हा आपल्या कार्यासाठी जागा शोधण्यासाठी झटत होते. दोघांनाही लोणावळा व चर्नीरोडवरील समुद्रकिनाऱ्यावरची जागा पसंत पडल्या. कदाचित काही काळ स्वामीजी व योगेंद्र जागेचा शोध एकत्र करत होते का असा संशय येतो. पण त्या काळात बाळासाहेब खेर यांनी स्वामीजींना मदत केल्यामुळे दोन्ही मोक्याच्या जागा स्वामीजींच्या वाट्याला आल्या व योगेंद्रजींना सांताक्रूझवर संतुष्ट व्हावे लागले.

चर्नीरोडच्या जागेत व्यायामासाठी मी जात असे. तसेच सांताक्रूझलाही मी वारंवार गेलो आहे. अशाच एका सांताक्रूझच्या वारीत मला सांगण्यात आले, 'अहो! तुम्हांला सांगावंसं वाटतं. चर्नीरोडला एक संस्था आहे. तिथं हल्लीच एक घटना झाली. शीर्षासन करता करता एका व्यक्तीचा मृत्यू झाला. आम्ही पाहा, या तिरप्या फळीचा वापर करून शीर्षासन शिकवतो.' त्यांना, मी चर्नीरोड संस्थेचा सभासद आहे हे ठाऊक नव्हते; शिवाय अशी घटना केव्हाही झालेली नव्हती. असो.

तसेच स्वामींबद्दलचा माझा एक अनुभव - त्यांचे एक सहकारी डॉ. संजीव ल. विणेकर यांना १९५९ मध्ये एका अमेरिकन विद्यापीठाने आमंत्रण दिले. तिथे त्यांना अध्यापन व संशोधन करावयाचे होते. डॉ. विणेकर हे खरे म्हणजे स्वामीजींच्या मुलासारखेच. त्यांचे वैद्यकीय शिक्षण हे स्वामीजींच्या प्रोत्साहनानेच

पूर्ण झाले. कैवल्यधाममध्ये स्वामीजींच्या खालोखाल त्यांचीच प्रतिष्ठा व जागा होती. पासपोर्टसाठी अर्ज करताना डॉक्टरांना अर्जावर व्यवसाय कुठला हे लिहावयाचे होते. त्यांनी अर्थातच स्वामीजींचा सल्ला घेतला. ''साहाय्यक संशोधक (रिसर्च असिस्टंट) असे लिहीना!'' ते खरे म्हणजे सहसंचालकाचे (डेप्युटी डायरेक्टर) काम करत होते. डॉ. विणेकर फारच दुखावले गेले. अमेरिकेहून परतल्यावर त्यांच्या अनुभवाचा फायदा इतरही संस्थांना भरपूर झाला. कैवल्यधामचा आजीव सभासद हे नाते मात्र पूर्वीसारखे राहू शकले नाही. (माझी स्मृती दगा देत नसेल तर) मला वाटते ते त्यानंतर थोड्याच वर्षात एका अपघातात मरण पावले. स्वामीजींकडून अशी वागणूक ही अपेक्षित नव्हतीच; पण कदाचित हाही एक ऋणानुबंधाचा... 'योगा'चा भाग म्हणता येईल. कारण त्यांच्या लेखनात नेहमी संस्थेत काम यशस्वी होण्यासाठी आपले सहकारीच कारणीभूत आहेत अशी त्यांची धारणा होती.

स्वामीजींचे निधन झाले तेव्हा ते ८३ वर्षांचे होते. ते निरामय जीवन जगले. योगेंद्र यांचीही तीच जीवनगाथा. या सर्वांचे मूळ म्हणजे योगसाधना. आतापर्यंत व्यायाम प्रकाराबद्दल आपण बरीच चिकित्सा केली; पण योगामुळे जो आपल्याला फायदा होऊ शकतो तो कुठल्याही इतर पद्धतीत होऊ शकत नाही असे मी स्वानुभवाने सांगू शकतो.

याचे कारणही सरळ आहे. योग-विद्या-आसने व क्रिया या मानवी शरीराचा प्रत्येक अवयव तसेच जीवनावश्यक System यांचा पुरेपूर व समग्र अभ्यास करून आखलेली पद्धती असतात. याचा विचार करण्यापूर्वी वरील दोन थोर व्यक्तींबद्दल कौतुकास्पद सांगण्याच्या गोष्टी आहेत. त्यांनी योगसाधनेला आध्यात्मिक पातळीवरून वैज्ञानिक बैठकीत बसविले. दुसरे म्हणजे आपल्या संस्थेतर्फे अनेक शिक्षक तयार केले. डॉ. संजीव विणेकर, डॉ. तिवारी, निंबाळकर, जयदेव, विजयदेव ही व इतर मंडळी यांनी या क्षेत्रात खूपच यश मिळविले.

या सर्वांच्या प्रयत्नांमुळे केवळ आध्यात्मिक स्तरावर असलेली योगविद्या ही आमच्या दैनंदिन जीवनास उपयुक्त अशी एक व्यायाम पद्धती झाली हे खरोखरच फार बरे झाले.

स्वानुभवाने मी सांगू शकतो की योगासने व क्रिया ही व्यायाम पद्धतीची सर्वोत्कृष्ट अशी पद्धत आहे. याचे कारण समजून घ्यावयास सोपे आहे. योग याने आपल्या शरीराची प्रत्येक क्रिया (तंत्र) व अवयव यांचा सखोल अभ्यास करून दोन गोष्टी साध्य केल्या आहेत. शरीरविज्ञानशास्त्राप्रमाणे आपले शरीर हे असंख्य

पेशींनी तयार झालेले यंत्र आहे. त्याला जगू देण्यास अनेक अवयव, स्नायू, मूत्रपिंड, हाडे, पिंड (ग्लॅण्डस्) मेंदू वगैरे व त्याचप्रमाणे तंत्रे (सिस्टिम्स) किंवा व्यवस्था म्हणूया, पचनतंत्र, श्वसनतंत्र, अभिसरणतंत्र (नर्व्हस् सिस्टिम) इत्यादी रुजू आहेत. या पेशींची पोषक म्हणूया व ऱ्हासदोष असतो याला चय (ॲमेबोलिझम) व अपचय (मेटेबोलिझम) असे म्हणतात. चय/अपचय यांचे संतुलन मनुष्यास निरोगी ठेवू शकते. म्हणजेच आपण अगोदर उल्लेख केलेले मेटेबॉलिझम. योग आसने ही या प्रत्येक गोष्टीचा शास्त्रशुद्ध विचार करून आखलेली व्यायामाची आसने आहेत. त्याशिवाय आणखी एक महत्त्वाचे कार्य म्हणजे नेती-धौती वगैरे क्रियांमुळे आपल्या शरीरातील विषारी पदार्थांचे उच्चाटन व वातावरणातील जंतूंपासून रोगप्रतिकारक शक्ती निर्माण करतात.

एक मजेदार किस्सा सांगावयाचा राहिला. स्वामी कुवलयानंद यांच्या अमृत महोत्सवासाठी समारंभ आयोजिला होता. प्रमुख पाहुणे होते सर सी. पी. रामस्वामी अय्यर. आपल्या भाषणात त्यांनी स्वत:च्या तब्येतीबद्दल सांगितले, आणि ती ठणठणीत असण्याचे श्रेय त्यांनी योग-साधनेला दिले. ते आपल्या घरी मद्रासला परतले व काही दिवसांतच त्यांच्या निधनाची बातमी कळली. योग, अर्थात अमरत्व देऊ शकत नाही. अमरत्व साध्य करण्याच्या शास्त्राचा अजून तरी कोणी शोध लावला नाही. परशुराम, मारुती, व्यासमुनी इत्यादी चिरंजीव सर्व पुराणांतच आहेत व असू द्या. आमचे एक मित्र मात्र यावर इतका विश्वास ठेवतात की शास्त्रांत सांगितल्याप्रमाणे कोणी अनाहूत अतिथी मध्यान्ही आला तर तो व्यासमुनींचा आत्मा आला आहे असे समजून त्याला जेवण वाढतात. असो, तेवढेच पुण्य पदरी!

आणखी एक महत्त्वाची गोष्ट सांगावयाची. योग हा शब्द पारमार्थिक आध्यात्मिक जीवनाशी जोडला गेला होता. योग म्हणजे नियमन, नियमन म्हणजे दैनंदिन व्यवहार यावर ताबा. आहार, आचार वगैरे हे स्वामीजींपेक्षाही डॉ. विणेकर यांनी आम्हांला पटवून दिले यांतच तथ्य आहे. योगामुळे आत्म्याची (soul) काळजी घेतली जाते हे सत्य असेल का? याबद्दल मला शंका आहेत.

या विषयात रस असलेल्यांनी 'योगनियमा'चे अंक वाचावेत ते शक्य नसल्यास कमीतकमी स्वामी कुवलयानंदजींच्या 'प्राणायाम' या ग्रंथाचे प्रकरण "Physiological and Spiritual Values of Pranayama' हे जरूर वाचावे.

गिरगावातील एक गजबजलेला रस्ता! नवरात्रातील एक संध्याकाळ! रंगीबेरंगी कपड्यांनी सजलेले स्त्री-पुरुष. वातावरण नुसते उत्साहाने फुललेले, आणि नेहमी वस्त्रप्रावरणासाठी खरेदीला जाणारी मंडळी आज आवर्जून पंढरीच्या विठोबाच्या दर्शनासाठी जावे अशा मोठ्या संख्येने येत होती. चक्क रांगेत उभे राहून प्रसादाची वाट पाहत होती. जून-जुलैमध्ये क्रमिक पुस्तकांसाठी पालक नाक मुठीत धरून पुस्तकविक्रेत्यांना शरण जातात—पण एकदा का ते दोन महिने सरले की ढुंकून-सुद्धा न पाहणाऱ्या पुस्तकांच्या दुकानाकडे ही गर्दी कशी काय म्हणून अचंबा व्यक्त करीत होते सर्वजण. ही गर्दी होती पुस्तक-पंढरीला. लेखकाला भेटायला, त्याची सही घेण्यासाठी. त्याला आपले लिखाण दाखवायला ही मंडळी जमली होती. आतापर्यंत नटीला पाहायला, क्रिकेटरची सही घ्यायला, मंत्र्यांचे दर्शन घेण्यासाठी गर्दी ही नेहमीच असते. प्रथमच लेखकांसाठी ही गर्दी येत होती. आणि त्याचे संपूर्ण श्रेय होते, बॉम्बे बुक डेपोचे पांडुरंग कुमठा यांना. पुस्तक पंढरी, बालसाहित्यजत्रा, साहित्य दिंडी इत्यादी नवीन नवीन उपक्रम करून बॉम्बे बुक डेपो आज इतक्या नावारूपाला आला आहे आणि 'मराठी साहित्याचे माहेरघर' हे सार्थ संबोधन आपल्या कर्तृत्वाने प्राप्त झालेले असे हे महाराष्ट्रातील एकमेव स्थळ आहे. त्यांनीच मराठी रसिकांच्या ग्रंथप्रेमाला एक नवीन वळण लावले आहे.

श्री. देऊळकर यांनी १९२३ साली विशेष निवास येथे एक छोटेसे दुकान सुरू केले. पुढे १९३१ मध्ये श्री. देसाई यांनी त्यांच्याकडून ते घेतले. त्या वेळी सुप्रसिद्ध लेखक गं. दे. खानोलकर हे देसाई यांच्याबरोबर काम करीत होते. श्री. कृ. रा. सामंत हे त्यांचे सहकारी भागीदार होते. त्याच वेळी ते आताच्या जागेत आले. क्रमिक पुस्तकांबरोबरच, इंग्रजी पुस्तके ते ठेवीत असत व एक वाचनालयही त्यांनी

चालविले होते. काही अपरिहार्य कारणात्सव त्यांनी हे दुकान विकण्याचे ठरविले आणि पॉप्युलरचे संस्थापक ग. रा. भटकळ यांनी समव्यावसायिकांबद्दलच्या आस्थेने ते दुकान विकत घेतले. १ एप्रिल १९४८ पासून भटकळ यांच्या प्रोत्साहनाने त्यांचे जामात पांडुरंग कुमठा यांनी 'बॉम्बे बुक डेपो'ची सूत्रे हातात घेऊन नव्या दमाने सुरुवात केली. गेली पंचवीस वर्षे त्यांनी चिकाटीने, धाडसी आणि योजनाबद्ध अशा उपक्रमांनी मराठी साहित्याची प्रकाशक-ग्रंथपाल यांची, त्याचप्रमाणे वाचक व लेखक यांची अव्याहत सेवा केली आहे व 'ग्रंथ हेच आपले गुरू' हे ब्रीदवाक्य समोर ठेवून कुमठांनी महाराष्ट्रातच नव्हे तर बृहन्महाराष्ट्रीय वाचकांमध्ये एक अद्वितीय स्थान मिळविले आहे.

कुमठा हे मूळचे बेळगावचे. ते १९४५ साली इंग्रजी व कानडी विषयात एम. ए. परीक्षा उत्तीर्ण झाले. फक्त दीड वर्ष पॉप्युलर बुक डेपोत उमेदवारी करून वयाच्या अवघ्या पंचविसाव्या वर्षी त्यांनी 'बॉम्बे बुक डेपो'ची संपूर्ण जबाबदारी घेतली.

त्या वेळी कुमठांच्या पुढे अनेक अडचणी होत्या. प्रथमतः त्यांचा मराठी पुस्तकांशी निकट संबंध येत होता. बालपण व शिक्षण दोन्ही कर्नाटकात झालेले त्यामुळे मराठीचे ज्ञान अपुरे. दुसरी अडचण अधिकच प्रकर्षाने जाणविणारी होती. अगोदरच्या मातब्बर चालकांनी कमावलेले यश कायम टिकवणे व त्यांनीच वेळप्रसंगी गमावलेल्या संधीमुळे निर्माण झालेल्या समस्या सोडवणे, या समस्या त्यांच्यापुढे होत्या. भरीस युद्धोत्तर काळात तीव्र झालेली धंद्यातील चुरस आणि अप्रस्तुत व अनावश्यक असे हेवेदावे अशा बिकट परिस्थितीला खंबीरपणे तोंड देणेही त्यांना भाग पडले, परंतु मराठी भाषेवर प्रभुत्व मिळवून, प्रामाणिकपणे धंदा करून, सर्वांशी उत्तम संबंध ठेवून, बॉम्बे बुक डेपोस त्यांनी आजच्या उज्ज्वलावस्थेस आणलेले पाहिल्यावर त्यांचे कौतुक करावे तितके थोडेच आहे.

पुस्तकविक्रेते अनेक असतात, परंतु कुमठांचे त्यांतील स्थान वेगळेच आहे. गेल्या पंचवीस वर्षांत दुकानातील काही कायमची गिऱ्हाइके, अथवा पत्रोत्तराने दृढ झालेली अशी अनेक गिऱ्हाइके आहेत. जगाच्या कानाकोपऱ्यात असूनही मराठी साहित्यसेवक कुमठांना निव्वळ पुस्तक विक्रेते न मानता साहित्यक्षेत्रातील एक कार्यक्षम, दक्ष, खात्रीलायक सल्लागार मानतात. आणि कुमठाशेठही वैयक्तिक आवडी-निवडी लक्षात घेऊन मार्गदर्शन करण्यात धन्यता मानतात. मराठी प्रकाशक आपल्या पुस्तकांसाठी बॉम्बे डेपोचे साहाय्य घेत आले आहेत आणि त्यामुळेच ह्या कार्यात आज ही संस्था अग्रस्थानी आहे. वाचकांची आवड

जाणण्यात त्यांचे ज्ञान इतके अचूक आहे की १९५२ पासून पॉप्युलरला मराठी प्रकाशन विभाग सुरू करण्यास त्यामुळेच प्रोत्साहन मिळाले.

हळूहळू मराठी पुस्तकांचे माहेरघर म्हणून बॉम्बे बुक डेपो ओळखला जाऊ लागला. बाहेरगावाहून येणारा साहित्यप्रेमी नवी मराठी पुस्तके पाहण्यास बॉम्बे बुक डेपोत आवर्जून खेप टाकू लागला. परंतु कुमठा यांनी एक नवीन प्रयोग (धारिष्ट्य) करावयाचा ठरवला. ग्रंथप्रेमी जनतेस एक वेगळेच वळण लावण्यासाठी म्हणून त्यांनी त्याच दुकानात मुक्त-द्वार दिले ते 'बालसाहित्यजत्रा' ह्या प्रदर्शनात. २० एप्रिल १९६४ रोजी पहिली बालसाहित्यजत्रा भरविली गेली. उद्देश होता - विविध प्रकारचे विपुल बालवाङ्मय एकत्र आणून पालक व विद्यार्थिवर्गापुढे ठेवायचे व त्यांनीच पुस्तके पाहून त्यांतून निवड करावयाची. पुस्तके विषयांनुसार आणि वयोगटांनुसार मांडली जात असल्याने आपल्या आवडीची पुस्तके अचूक निवडण्याची संधी बालवाचकांना मिळू लागली. श्रीमती दुर्गा भागवत यांनी त्याबद्दल पहिल्याच वर्षी म्हटले, 'बालसाहित्य जत्रा ही कल्पना मला फार आवडली. लेखक, प्रकाशक, विक्रेते, बालवाचक, पालक व शिक्षक या साऱ्यांना एकत्र आणून महाराष्ट्राच्या भावी वाङ्मयअभिरुचीचा व ज्ञानार्जनाच्या इच्छेचा विकास करण्याचे हे उत्तम साधन आहे. लवकरच ही जत्रा अभिनव ज्ञानयात्रा ठरेल अशी माझी खात्री आहे.' वार्षिक परीक्षेनंतर व रिझल्टच्या अगोदर भरणारी ही जत्रा आता इतकी लोकप्रिय झाली आहे की गेल्या नऊ वर्षांत बॉम्बे बुक डेपोने अठ्ठावीस जत्रा भरविल्या आहेत. मुंबईची उपनगरे, पुणे, अहमदनगर, नागपूर इत्यादी ठिकाणीसुद्धा त्या यशस्वी ठरल्या आहेच. ह्याच दृष्टीने मुलांचे लेखक राजा मंगळवेढेकर यांनी जत्रेबद्दल असे म्हटले : ''बालसाहित्य जत्रेने गेल्या पंचवीस जत्रांतून मराठी बाल जगतात एक आगळेवेगळे स्थान निर्माण केलेले आहे. मुलांना पुस्तके दाखविणे व काही विकत घेऊन देणे ही सवय जत्रेने लावली आहे. सुट्टी आली की मुलामुलींचे लक्ष जत्रेकडे लागते, ही पंचवीस जत्रांतील कमाईदेखील थोडी नव्हे.''

ह्याच प्रदर्शनांच्या कल्पनेतून पुढे ''बालसाहित्य जत्रा'' हे मासिक सुरू झाले. शिक्षक, पालकांना मुलांसाठी प्रसिद्ध होणाऱ्या पुस्तकांची माहिती विषयवार व गटवार देणे हे ह्या मासिकाचे मुख्य उद्देश होते व त्यातून त्यांना पुस्तके 'खरेदी करण्यास मार्गदर्शन करणे' हा त्याचा मुख्य हेतू होता. मुलांच्या जत्रेतूनच मोठ्यांसाठी का एखादे प्रदर्शन भरवू नये, ह्या कल्पनेतूनच 'पुस्तक पंढरी'चा जन्म झाला. 'पुस्तक-पंढरी' अर्थात 'स्वाक्षरी सप्ताह' हा १० मे १९६९ रोजी आचार्य

अत्रे ह्यांच्या आशीर्वादाने सुरू झाला. येथे वाचकांस पुस्तके तर उपलब्ध असतातच पण साहित्यिकाचे दर्शन घेण्यास, त्याला भेटण्यास वाचक नेहमीच उत्सुक असतो. मान्यवर लेखकास आपले लिखाण दाखविण्याची इच्छा त्यास नेहमीच असते. पुस्तक पंढरीतून अनेक लेखकांस भेटण्याची संधी साहित्यप्रेमी मंडळींस मिळाली. आचार्य अत्रे, पु. ल. देशपांडे, गंगाधर गाडगीळ, ज्योत्स्ना देवधर, शिरीष पै, दुर्गाबाई भागवत, मृणालिनी देसाई, सर्वांना घेऊन 'पुस्तक पंढरी' पावन झाली आहे. साहित्यप्रेमी लोकांपर्यंत पुस्तके पोहोचणे हा उद्देश सफल झाला आहे.

प्रकाशकांच्या सहकार्याने 'ग्रंथप्रसार केंद्र' हे १९६५ साली सुरू झाले. हेतू होता अर्थात महाराष्ट्रातील खेडोपाडी पुस्तके उपलब्ध करणे. प्रत्येक प्रकाशकास स्वतंत्रपणे हा प्रयत्न करणे आर्थिकदृष्ट्या परवडत नाही. म्हणूनच ख्यातनाम प्रकाशक एकत्र येऊन त्यांनी महाराष्ट्रात एकंदर शंभर प्रदर्शने भरविली. ही कल्पना प्रत्यक्षात आणणे, आलेल्या ऑर्डरीप्रमाणे पुस्तके पोहोचवणे ही जबाबदारी बॉम्बे बुक डेपोने उत्तमरीत्या पार पाडून ज्ञानप्रसारास हातभार लावला.

पुस्तके आकर्षक रीत्या लोकांपुढे आली की त्यांना घ्यावीशी वाटतीलच, ह्याच विश्वासाने, 'साहित्य-दिंडी' हा उपक्रम गेल्या वर्षी सुरू झाला. विविध धार्मिक पुस्तके एकत्र आणून त्या विषयातील तज्ज्ञ मंडळी ह्या दिंडीत आली. चातुर्मासाच्या सुरुवातीस संतवाङ्मय व धार्मिक प्रदर्शन भरविण्यात आले. प्रा. न. र. फाटक यांनी या साहित्यदिंडीचे उद्घाटन केले व सर्वश्री गोपीनाथ तळवलकर, डॉ. वाळिंबे, डॉ. प्र. न. जोशी ह्या जाणकारांनी स्वाक्षरी दिली. रा. शं. वाळिंबे यांना हा उपक्रम इतका आवडला की त्यांनी त्याबद्दल म्हटले - 'व्यवहाराच्या जोडीला एक फार मोठे समाजकार्य आपण करीत आहात.'

आज ह्या संस्थेस पंचवीस वर्षे होत आहेत. त्यानिमित्ताने तीन रौप्यमहोत्सवी योजना त्यांच्यासमोर आहेत. बाहेरगावी साहित्यप्रेमी पुस्तकांपासून वंचित असतो. इच्छा असूनसुद्धा त्याला चांगली पुस्तके मिळत नाहीत. गावातील दाणेवाला जी चार पुस्तके ठेवील तीच तो पाहू शकतो. आणि त्याच हेतूने दोन रौप्यमहोत्सवी योजना आज बॉम्बे बुक डेपोसमोर आहेत. महाराष्ट्रात शंभर ठिकाणी प्रदर्शने भरविणे. लहानलहान गावांतूनही प्रदर्शने भरविण्याचा मान बॉम्बे बुक डेपोला मिळावा अशी इच्छा आहे. दुसरी, 'बॉम्बे बुक क्लब' ही आहे. महिना दहा रुपये वर्षभर देऊन वर्षाअखेरीस रुपये १६०/- चा फायदा मिळू शकणारी ही योजना आहे. प्रत्येक सभासदास पुस्तकांची माहिती 'पुस्तकपंढरी' ह्या नव्या मासिकातून

मिळेल. आणि त्यामुळेच त्यास निवड करणे सोपे जाईल. बुक क्लबमधील पुस्तके माननीय तज्ज्ञांकडून निवडली जातील. ह्यास उत्तम प्रतिसाद मिळावा हीच इच्छा.

१९५० सालापासून मराठीतील प्रकाशित साहित्याची वार्षिक-सूची त्यांनी छापण्यास सुरुवात केली व संदर्भासाठी वाचनालये व साहित्यप्रेमी लोक त्याचा फायदा घेऊ लागले. आजतागायत ही वार्षिक-सूची फक्त बॉम्बे बुक डेपोच काढीत आली आहे. 'बृहद् ग्रंथ सूची' ह्या मराठीत उपलब्ध असलेल्या सर्व पुस्तकांची सूची करण्याचे कार्य ह्या वर्षी सुरू होत आहे. त्याचप्रमाणे महाराष्ट्रातील ग्रंथ प्रसारासंबंधी संशोधनपर अहवाल प्रसिद्ध होणार आहे. बॉम्बे बुक डेपोला आज पंचवीस वर्षे होत आहेत. आता ते ज्या नावारूपाला आले आहे, त्यामागे कुमठा ह्यांचे परिश्रम आहेत; प्रकाशकांचे, वाचकांचे सहकार्य आहे. हेच कायम राहून ह्या संस्थेस अधिकाधिक ऊर्जितावस्था लाभो हीच इच्छा!

वाय. जी. के... हो, तेच ते वाय. जी. कृष्णमूर्ती. ते एक वल्ली होते. माझ्याकडे असलेल्या मराठी शब्दकोशात. 'वल्ली' या शब्दाचे दोन अर्थ दिले आहेत - १. साधू, २. वेडापीर. वायजी एकंदरीत सडाफटींग होते. एक दोन वर्षे तरी आम्ही वारंवार भेटत असू. पॉप्युलरमध्ये साहित्य, ग्रंथलेखन, राजकारण, तरुणांच्या समस्या इत्यादी विषयांवर तासन्‌तास आमच्या चर्चा होत असत. वायजींचे अनेक ठिकाणचे लेख मी वाचत असे. ते व्याख्याने देत तेथे मी उपस्थित असे. आपल्याकडे एक समज आहे की लेखक आपल्या लेखनसंपदेवर उपजीविका करू शकत नाही. माझ्या आयुष्यात भारतातील अशा अनेक लेखकांशी माझा संबंध आला आहे ज्यांनी लेखन हेच आपले उपजीविकेचे साधन केले. त्यांतील वायजी हे एक. योग असा की दुसरे एक माझे मित्र ज्यांनी लेखनावर उपजीवविका केली असे लेखक म्हणजे डीजी ऊर्फ डी. जी. तेंडुलकर. हेही एक सडाफटींग गृहस्थ. व्यक्ती तितक्या प्रकृती या न्यायाप्रमाणे दोघांच्या कार्यपद्धती वेगळ्या. या दोघांकडून मी बरेच काही शिकलो. अर्थात ग्रंथनिर्मिती व ग्रंथप्रसार या संदर्भात.

वायजींचे आम्ही तीन ग्रंथ प्रकाशित केले. त्याशिवाय 'एम. विश्वेश्वरय्या' (चरित्र) या त्यांच्या ग्रंथाचे वितरणही आम्ही केले. जे ग्रंथ आम्ही प्रकाशित केले त्यांसाठी येणारा खर्च प्रकाशक या नात्याने आम्ही करावयाचा होता. तरीही निर्मितीत वायजी जास्त लक्ष घालत. उत्कृष्ट कागद, उपलब्ध टाइपातील ग्रंथाच्या स्वरूपास व मजकुरास साजेसा टाईप निवडणे, बांधणी व सर्वांत महत्त्वाचे मुखपृष्ठ याबाबतीत प्रचलित प्रथेमध्ये त्यांनी आमूलाग्र बदल केला. 'नेहरू — दि मॅन ॲन्ड हिज आयडियाज' या क्राऊन साईजमधील ग्रंथाचे मुखपृष्ठ ख्यातनाम पोर्ट्रेट पेंटर व्ही. आर. राव यांनी रंगविले. सध्या मी राहतो त्या घरातच ते राहत. तेथेच

त्यांचा स्टुडिओ होता. माझ्या संग्रही अजूनही असलेल्या एका नक्षीदार खुर्चीवर पंडितजींनी सिटींग दिली होती. वायजींच्या त्यानंतरच्या 'इंडिपेन्डंड इंडिया अॅन्ड वर्ल्ड ऑर्डर' या ग्रंथाच्या मुखपृष्ठावर त्या काळातले दुसरे एक प्रसिद्ध पोर्ट्रेट पेंटर एंजला त्रिन्दाद यांचे फारच अर्थपूर्ण असे महात्माजींचे चित्र वापरले होते. बापूंचे मानवतावादी विचार व करुणाप्रधान कृतिशीलता यांचे प्रतिबिंब जणू या चित्रातून कलाकाराने चित्रित केले होते. शेकडो ग्रंथांच्या मुखपृष्ठांमधून जर सर्वांत प्रभावी अशी कलाकृती निवडायची असेल तर याचीच निवड मी करीन. लेखनाच्या दृष्टीने वायजींचा आम्ही प्रकाशित केलेला तिसरा व शेवटचा ग्रंथ 'गांधीयन ईरा इन वर्ल्ड पॉलिटिक्स'. या ग्रंथाचा मात्र मजेदार इतिहास आहे. नेहमीप्रमाणे आमच्याकडून आगाऊ रक्कम (रॉयल्टी व थोडासा निर्मितिखर्च) घेऊन बरेच महिने वायजी गायब झाले. त्यांचे पॉप्युलरमध्ये येणे थांबले. शिवाय इतर प्रकारे संपर्कही त्यांनी केला नाही. काही आठवडे उलटले व आम्ही जागे झालो. चौकशी करणे सुद्धा सोपे नव्हते. तरीही आमच्याकडे जो वायजींचा पत्ता होता तिथे एका माणसाला पाठविला. त्याने बातमी आणली ती धक्कादायकच होती. ''कृष्णमूर्ती इथे नाहीत. ते कुठे गेले हे माहीत नाही. पण ऐकीव माहिती अशी की त्यांनी आत्महत्या केली.'' अधिक चौकशी केली तेव्हा वरील ग्रंथाचे हस्तलिखित त्यांनी दुसऱ्या एका आमच्या महितीतील पण प्रकाशनाशी संबंध नसलेल्या एका सुहृदाकडे प्रकाशनार्थ दिले होते व काही रक्कम त्यांच्याकडूनही आगाऊ घेतली होती. आमच्याकडील नेहमीच्या मुद्रकाकडे बरीच अक्षरजुळणी झाली होती. पुन्हा एकदा प्रसिद्ध चित्रकार टाइम्सचे प्र. ग. सिरूर यांचे गांधी-नेहरू हे चित्र या ग्रंथाचे मुखपृष्ठ म्हणून घ्यावे असे आधीच ठरले होते. एकदाचे पुस्तक प्रसिद्ध झाले. काही दिवसांनी कलकत्त्याच्या एका दैनिकात याच पुस्तकाचे परीक्षण प्रसिद्ध झाले. म्हणजे वायजी आता उत्तरेस धुमाकूळ घालत असावेत. प्रकाशक होते पाटण्याचे. या प्रकाशकाचा राजकारणी श्रेष्ठींशी संबंध होता. त्यांच्याकडे अशीच दोन-चार हस्तलिखिते देऊन वायजी तेथूनही पसार झाले. कारण प्रकाशकही त्यांच्याबद्दल फार माहिती देऊ शकले नाहीत. ती आम्हांला नंतर मिळाली तीही 'पुनर्जीवित' वायजींच्याच तोंडून.

१९५४-५५ चे साल. मी काही कारणानिमित्त दिल्लीला गेलो होतो. वर्तमानपत्रात स्थानिक कार्यक्रमांत डॉ. राजेंद्र प्रसाद यांच्यावर वायजींचे व्याख्यान अशी बातमी वाचली. वायजींना मी भेटू इच्छितो असे राजेंद्रबाबूंच्या कार्यालयात कळविले. हे व्याख्यान त्यांच्या राष्ट्रपतिपदाच्या फेरनिवडीसाठी जो प्रचार चालला

होता त्याचाच एक भाग होता. वायजींची भेट होईल याची खात्री नव्हती. पण मी राहत होतो तो पत्ता तसा पंडित नेहरूंच्या निवासस्थानाच्या नजीक व त्यामुळे डावलण्यासारखा नव्हता. मी निर्मलाचे मामा एन. एस. मंकीकर यांच्याकडे राहत असे. तीन मूर्ती मार्गावर म्हणून असेल, पण वायजी भेटले. मध्यंतरी राजेंद्रबाबूंमुळे बिहार प्रकाशकांची मदत, नेपाळमध्ये तेथील राजेशाहीतील ओळख, नेपाळ नरेशाचे चरित्रलेखन आणि आता भारतरत्न राजेंद्रबाबूंसाठी प्रचार असे बरेच उद्योग त्यांच्यामागे होते. दोघांनीही गेल्या पाच-सहा वर्षांच्या घटनांबद्दल मौनच राखले. त्यानंतर मात्र वायजींची व माझी गाठ पडली नाही; पण वर उल्लेख केल्या प्रमाणे अनेक उपद्व्याप त्यांनी केले असणार. थोरा-मोठ्यांशी सतत संबंध येत असल्यामुळे काही वर्षांनंतर वर्तमानपत्रात त्यांच्या दिल्लीतच झालेल्या निधनाची (आता खरी) बातमी वाचली व माझ्या स्मृतिपटलावर सतत या जगातून वायजी बाद झाले.

एक मात्र खरे की, आमच्या प्रकाशनांत बहुरंगी मुखपृष्ठांची सुरुवात त्यांच्या ग्रंथमालिकेमुळे झाली असे म्हणावयास हरकत नाही. भारतीय प्रकाशनांतही या अगोदरची मुखपृष्ठे पाहिली तरी ती अत्यंत साधीसुधी असत. बहुरंगी मुखपृष्ठे आणि सुबक ग्रंथरचनांचे महत्त्व याच काळात ओळखले गेले. त्याचप्रमाणे विश्वविख्यात चित्रकारांच्या संदर्भातही एक लक्षणीय प्रगती आमच्या प्रकाशनसंस्थेने केली. के. के. हेब्बर, मिरो, एम. एफ. हुसेन अशा आंतरराष्ट्रीय कीर्तीच्या चित्रकारांच्या कलाकृती मुखपृष्ठ म्हणून पॉप्युलरने सादर केल्या आहेत. पण त्याची सुरुवात ही गेल्या शतकाच्या चौथ्या दशकात झाली आहे हे लक्षात घेऊ या.

वायजींच्या लेखनशैलीचा माझ्यावर परिणाम झाला आणि त्यातून बाहेर पडण्यासाठी मला खूपच मेहनत घ्यावी लागली. लेखन भारदस्त झाले पाहिजे, ते वाचकांना समजले पाहिजे असे नाही, अशी त्यांची कदाचित कल्पना असावी म्हणून जे सोप्या भाषेत सांगता येईल ते जास्त गूढ करावयाचे. 'रॉजेट्स थिसॉरस'चा वापर भरपूर करावयाचा. वायजींचे 'एम. विश्वेश्वरय्या' हे चरित्र व 'नेहरू — दि मॅन ॲन्ड हिज आयडियाज' सोडल्यास दुसरे दोन ग्रंथ असे होते की वाचकांवर केवळ शैलीचा प्रभाव पडत असे, मजकूर फार विचार करण्यास प्रवृत्त करेल असा नव्हता.

एक छोटेसे उदाहरण देता येईल 'होरायझन' ही एक Anthology होती. पण त्यासाठी आम्ही सहसा कोणी वापरला नाही असा 'Analecta' हा शब्द वापरला.

माझ्या 'The Future of the Indian Youth' यातही तोच प्रभाव दिसून येतो. पण त्याला इलाज नव्हता. माझ्या 'Nirmal and other poems' या काव्यसंग्रहात मला अशी कसरत करावी लागली नाही आणि नंतर व्यवसायाच्या संबंधात, निबंध, संपादकीय लिहिताना माझ्या लेखनशैलीत सहजच बदल होत गेले.

हे पुराण बरेच लांबले. पण मी व्यवसायात पूर्णपणे गुंतण्यापूर्वीचा हा काळ होता. पॉप्युलरची प्रतिमा शालेय / विद्यालयीन पाठ्यपुस्तके आणि तत्सम पुस्तकांचे प्रकाशक अशी होती. अर्थात, इतर महत्त्वाच्या विषयांवरची आमची प्रकाशने होती. परंतु वाय. जी. कृष्णमूर्तींच्या वर उल्लेखिलेल्या ग्रंथांच्या प्रकाशनामुळे आमचे क्षेत्र व्यापक झाले. राजकारण, अर्थशास्त्र, समाजशास्त्र वगैरे विषयांवरील प्रकाशने आम्ही करू शकू, हा विश्वास निर्माण झाला.

राजा राव हे आंतरराष्ट्रीय कीर्तीचे लेखक व थोर विचारवंत, त्यांचे निधन झाले ही बातमी वर्तमानपत्रांत वाचली आणि मी पुन्हा १९४२-४४ च्या दरम्यान 'होरायझन'चे संपादन करत होतो त्या काळात पोहोचलो. या ग्रंथात राजा राव यांची एक गोष्ट मी प्रकाशित केली होती. त्यांना याचसाठी बऱ्याच वेळा भेटलो होतो. अर्थात फक्त याच कामासाठी असे नव्हे. राजा राव यांना 'साहित्यिक गप्पां'साठी भेटणे हाही आमच्यासारख्या तरुणांचा छंद होता. त्यांच्याबद्दल खूपच माहिती सर्वांनी प्रसिद्ध केली आहे. पण त्यात एका घटनेचा उल्लेख झालेला नाही. मुंबईत रेम्पार्ट रोवरील चेतना या संस्थेशी त्यांचा संबंध होता. कदाचित ते उपाहारगृह व तेथील ग्रंथविक्रीकेंद्र ही त्यांची कल्पना असावी. मला नक्की सांगता येणार नाही. पण त्यांच्या परदेशगमनानंतर ह्या चेतनाचे स्वरूप जरा बदलले असले व त्याची शाहाकारी उपाहारगृह म्हणून जास्त प्रसिद्धी असली तरी त्या अगोदर साहित्यिकांचा एक अड्डा म्हणून त्याची ख्याती होती.

राजा राव (१९०९), मुल्कराज आनंद (१९०५) व आर के. नारायण (१९०६) हे तिघे स्वातंत्र्यपूर्व काळातील समवयस्क. हे तिघेही इंग्रजीत लिहिणारे दिग्गज साहित्यिक. त्याचप्रमाणे भवानी भट्टाचार्य (१९०६) यांनी इंग्रजीत बरेच लेखन केले. माझा येनकेन प्रकारे या चौघांशीही परिचय झाला. त्यात सर्वांत कमी सहवास राजा राव यांचाच. पण त्यांच्या व्यक्तिमत्त्वाने मी प्रचंड भारावून गेलो. राजा रावचे प्रकाशक ऑक्सफर्ड युनिव्हर्सिटी प्रेस. 'कंठपुरा'ची पहिली आवृत्ती १९३० साली प्रसिद्ध झाली. 'होरायझन'मध्ये छापलेली गोष्ट १९३९ च्या 'द काऊ अॅन्ड दी बेरिकेडस्' या कथासंग्रहातील. ऑक्सफर्डमधील सर्व अधिकारी-मॅनेजर आर. ई. रॉबिन्स, शोरूम इनचार्ज एस. आर. निरोडी व इतर सर्व

पॉप्युलरचे मित्र. त्यांच्याकडून चिठ्ठी घेऊन मी राजा राव यांना प्रथम भेटलो ते त्यांच्या घरी. वाळकेश्वर येथे राज्यपालांच्या बंगल्याजवळ एका चाळीवजा घरात. पहिल्या मजल्यावरील बाल्कनीत चटईवर बसलेले राजा राव उठले. चटकन त्यांनी माझे स्वागत केले व चहा वगैरे झाल्यावर गोष्ट छापण्याची परवानगी दिलीच पण अर्धा तास गप्पाही झाल्या. नंतर त्यांचा चेतनाशी संबंध आहे हे मला आमचे मित्र, पॉप्युलर प्रेसचे बी.जी. गंडभीर यांच्याकडून कळले. चेतनाने तत्त्वज्ञानावर अनेक ग्रंथ प्रकाशित केले. त्याशिवाय भारतीय तत्त्वज्ञान व धर्मग्रंथ यांची एक सूची प्रथम चेतनानेच प्रकाशित केली. सुधाकर दीक्षित हे चेतनाचे एकमेव मालक आहेत अशी माझी समजूत अजूनही आहे. पण राजा राव यांचाही बराच काळ चेतनाच्या या कार्यात सहभाग होता हे नक्की. मी राजा राव यांना भेटावयास गंडभीर यांचेबरोबर किंवा स्वतंत्रपणे गेलो होतो.

चेतनामध्ये तेव्हा ग्रंथविक्रीसाठी जागा भरपूर होती. ती नंतर कमी होत गेली आणि आता ती नाममात्रच राहिली आहे. एका योगायोगाबद्दल सांगितले पाहिजे. माझी व्यवसायावर पकड जमल्यावर अनेक ठिकाणी पॉप्युलरच्या शाखा काढणे हा माझ्या कार्यक्रमाचा भाग झाला. त्याचाच एक भाग म्हणून फोर्ट (मुंबई दक्षिण) मध्ये शाखा असावी असेही मनात होते. अनेक जागांची चौकशी व पाहणी केली. त्याच वेळेला चेतनाच्या दीक्षितांच्याही, ग्रंथविक्रीची जबाबदारी दुसऱ्यावर सोपवावी असे मनात आले. पाच वर्षांच्या करारावर लीज देण्यास ते तयार झाले. पॉप्युलरचे व्यवस्थापन. तोटा झाला तर तो पॉप्युलरचा. नफ्यात मात्र भागीदारी वगैरे. चार-सहा बैठका झाल्या आणि अखेर एका महत्त्वाच्या मुद्द्यावर बोलणी फिसकटली. पाच वर्षांनंतर करार संपवायचा असे ठरले, तर या पाच वर्षांत जे गुडविल, त्याच्या श्रेयाचा वाटा पॉप्युलरला देण्यास दीक्षित तयार होईनात. फोर्टमध्ये शाखा काढण्याचे माझे स्वप्न अपुरे राहिले. नंतर त्या दिशेने मी प्रयत्नदेखील केले नाहीत.

आपण पुन्हा राजा राव व त्यांच्या साहित्याकडे वळू. स्वातंत्र्यपूर्व व स्वातंत्र्योत्तर दशकाचा विचार करताना बरेच प्रश्न मनात येतात. राजा राव व तत्कालीन साहित्यिक हे महात्मा गांधींच्या राजकीय, सामाजिक व सांस्कृतिक विचारसरणीच्या प्रभावाने भारलेले होते हे निश्चित. पण हे फक्त इंग्रजीतच लिहीत, हे का? मुल्कराज आनंद यांचे तरुणपणी बरेचसे वास्तव्य इंग्लंडमध्ये झाले. तरीही त्यांनी आपल्या आयुष्याचा नंतरचा काळ भारतातच व्यतीत केला. देशभर अनेक राज्यांशी व शहरांशी संपर्क ठेवला. माझी मुल्कराजशी अनेक कारणांमुळे जवळीक

होती. म्हणून त्याच्याबद्दल विस्ताराने नंतर लिहीन. आता मला जे कोडे उलगडत नाही ते म्हणजे इंग्रजी लिहिणाऱ्या या सर्जनशील लेखकांची मातृभाषेबद्दलची अनास्था. राजा राव व आर. के. नारायण हे कर्नाटकाच्या संस्कृतीत वाढलेले. राजा रावांना संस्कृतही चांगले ज्ञात होते. पण फ्रेंच व इंग्रजी यांची ओढ का? 'कंठपुरा' ही एक प्रभावी कांदबरी. हिमावती नदीच्या काठावर असलेले कंठपुरा हे एक छोटेसे खेडे व गांधीवादी मूर्ती यांच्या पुढाकाराने या खेड्यातील सामाजिक जीवनात झालेली उत्क्रांती ही गांधींच्या असहकारितेच्या चळवळीचा संदर्भ घेऊन एका आजीबाईंनी सांगितलेली गोष्ट. राजा राव यांची ग्रंथसंपदा मोजकी, गाजलेली 'कंठपुरा' साहित्य अकादेमी पारितोषिकपात्र, धी सरपन्ट ॲन्ड धी रोप', 'धी कॅट ॲन्ड शेक्सपिअर', 'धी चेस मास्टर ॲन्ड हिज मुव्हज' याचे तीन खंड, दोन कथासंग्रह. पण त्यांच्या लेखनास समीक्षकांची दाद मिळाली. ई. एम. फोर्स्टर यांनी तर कंठपुराला 'The finest novel to come from India in recent years.' असे गौरवले. त्यांनी स्वत:च आपल्या प्रस्तावनेत म्हटल्याप्रमाणे त्यांची भाषाशैली व कथापद्धती पाहून या दोन्ही प्रतीकात्मक होत्या. कारण आपले विचार हे पक्के भारतीय असले तरी ते व्यक्त करण्यासाठी वापरतो ती परकीय भाषा. म्हणूनच 'कंठपुरा'त भाषेचा वापर करताना जाणूनबुजून व्याकरणाला फाटा दिला आहे व काहीसे 'अशुद्ध' लेखन.

त्याचप्रमाणे मला जाणवते ते भारतीय साहित्यातील त्या काळातील साहित्यातील एक दुसरे वैशिष्ट्य. अर्थात, इतर भाषेचे माझे ज्ञान तसे तुटपुंजेच आहे आणि म्हणून हा विचार मांडणे हे एक धाडसच. पण इंग्रजीत लिहिणाऱ्या लेखकांच्या मानाने इतर भाषांतील साहित्यात स्वातंत्र्यपूर्व व खास करून (१९२० ते १९४७) या चळवळीचे चित्र प्रभावीपणे उमटलेले दिसत नाही. वैचारिक साहित्य खूप आहे. शिवाय स्थानिक सामाजिक समस्यांचे चित्रण जरूर आहे. उदाहरणार्थ ब्राह्मो समाज, प्रार्थना समाज अशा किंवा समाजाच्या काही उपेक्षित घटकांचे चित्रण. परंतु सबंध देशातील राजकीय व सामाजिक उत्क्रांतीचे प्रतिबिंब क्वचितच सापडते. त्या मानाने स्वातंत्र्योत्तर अशा साहित्याची फार मोठी लाट नसली तरी काही तरंग सापडतील.

'पॉप्युलर'च्या जबाबदाऱ्या उचलण्याची तयारी करत असताना मला ज्या व्यक्तींचे मार्गदर्शन मिळाले त्यांत अग्रक्रम द्यावा लागतो असे माझे गुरुजी डॉ. गोविंद सखाराम घुर्ये. १९४३ ते ४५ ही दोन वर्षे स्कूल ऑफ इकोनॉमिक्स आणि सोशिओलॉजी (मुंबई विद्यापीठ) इथे मी अर्थशास्त्र आणि समाजशास्त्र या दोन विषयांचे अध्ययन करत होतो. परीक्षेच्या आठ विषयांत चार अर्थशास्त्राचे व चार समाजशास्त्राचे यासाठी आठवड्यातून आठच तासांना हजर राहावे लागत असे. आमचे सर्व प्राध्यापक हे दिग्गज व आपापल्या विषयांत आंतरराष्ट्रीय स्तरावर कीर्ती मिळवलेले होते - काही नावे सांगायची तर प्रा. सी. एन वकील (हे स्कूलचे त्या वेळी प्रमुख होते), प्रा. जे. जे. अंजारिया, डॉ. पंढरीनाथ प्रभू, डॉ. के. एम. कपाडिया. या सर्व तज्ज्ञांनी साहित्य निर्माण केले आणि त्यांपैकी बरेचसे पॉप्युलरने प्रकाशितही केले आहे.

डॉ. घुर्ये यांचे स्थान पॉप्युलरच्या दृष्टीने आणि माझ्या दृष्टीनेही अधिक वेगळे होते. याचे प्रमुख कारण म्हणजे यांचे सर्व लिखाण प्रकाशनासाठी आमच्याकडे येत असे. त्यांची एकंदर ग्रंथसंपदा १०,००० पृष्ठांत सामावलेली आहे. छोटे मोठे ३२ ग्रंथ हे त्यांच्या नावावर आढळतील. या साहित्यातील २५ महत्त्वाची पुस्तके पॉप्युलरने प्रकाशित केली आहेत. अगदी सुरुवातीच्या काळात एकदोन वर्षे सोडली तर प्रकाशनाच्या निमित्ताने मीच त्यांना भेटत असे. माझे आणि त्यांचे संबंध प्रकाशक, लेखक एवढ्या पुरतेच राहिले नाहीत किंवा, विद्यार्थी प्राध्यापक हेही नाते आम्ही दोघेही विसरलो होतो. रामदासने प्रकाशनाची संपूर्ण जबाबदारी घेतल्यानंतरही डॉ. घुर्ये हे माझेच लेखक म्हणून ओळखले जात - जवळ जवळ ३५ ते ४० वर्षांचे हे संबंध निकटचे व सौहार्दाचेही होते.

त्यांचे अनेक स्वभावगुण पाहून मी भारावून गेलो. त्यांच्या अनेक गुणांचे अनुकरण करण्याचा मी प्रयत्न केला. अर्थात त्यांचे सर्वच गुण अनुकरणीय होते असे मी म्हणणार नाही. डॉ. घुर्ये याच्या तिरकस स्वभावाबद्दल लिहिणे अप्रस्तुत होणार नाही. आपल्या प्रदीर्घ नव्वद वर्षांच्या आयुष्यात घुर्ये यांनी आपल्या काही सहकाऱ्यांना दुखावले. तरीही त्यांचे हितशत्रूसुद्धा मान्य करतील की प्रा. घुर्ये ही एक असामान्य व्यक्ती होती.

असामान्य आणि अद्वितीय होती. त्यांच्या तिरकस स्वभावाबद्दल मी एक वेगळाच निष्कर्ष काढला आहे. डॉ. घुर्ये यांच्या अभ्यासाचा विषय माणूस व मानवनिर्मित समाज. या दोन्ही गोष्टींबद्दल त्यांनी स्वत:च्या मनात काही आदर्श पक्के केले होते. ते आदर्श आपल्या आचरणात आणणेसुद्धा किती कठीण होते याची जाणीव त्यांना सतावत होती. विश्वासू सन्मित्र यांच्याकडून त्यांच्या काही अपेक्षा होत्या; त्या पुऱ्या होत नाहीत याची खंतही होती. खरे म्हटले तर प्रत्येकाच्या आयुष्यात असे निराशेचे प्रसंग येत असतात. सर्व प्रकारच्या अडचणींना तोंड द्यावे लागते. हे आपण करू शकत नाही याची जाणीव त्यांना होती. परंतु, स्वत:च्या उन्नतीसाठी आर्थिकदृष्ट्या प्रगती करण्यासाठी खर्ची घालण्यासाठी जी ताकद लागते ती त्यांच्याकडे नव्हती. आर्थिक संपदा वाढत जावी ही हाव त्यांच्या मनात चुकूनही आली नाही. वाचन, चिंतन आणि मनन, अध्ययन आणि अध्यापन याच वर्तुळात त्यांनी आपले संबंध जीवन रेटले. ह्याची काहीतरी घुसमट त्यांच्या मनामध्ये असणारच आणि त्यांच्या तिरकसपणाचे मूळ आपल्याला तिथे सापडू शकेल. अर्थात हा निष्कर्ष माझा आहे. त्यासाठी बराच पुरावा डॉ. एस. देवीदास पिल्ले यांच्या 'Indian Sociology through Ghurye - A Dictionary' या ग्रंथात सापडतो.

माझे वडील गणपतराव यांच्याबद्दल घुर्येंना आदर व प्रेम होते. वयाने त्यांच्यापेक्षा तीन वर्षांनी मोठे. मी विद्यार्थी असताना माझे वडील काहीवेळा प्रकाशनाच्या संदर्भात त्यांना भेटावयास विद्यापीठातील त्यांच्या चेंबरमध्ये जात. तेव्हा तेव्हा प्रत्येक वेळी घरून त्यांच्या पत्नी सजूबाई यांनी तयार केलेले मूगडाळीचे लाडू किंवा वड्या ते आग्रहाने आम्हांला देत असत. अनेक वर्षे त्यांच्या वाढदिवसाला काही विद्यार्थी आणि सन्मित्र भेटत असू. तो दिवस त्यांचा अतिशय आनंदाचा व सुखाचा. स्वत: घुर्ये यांचे खाणे-पिणे मर्यादित, कारण त्यांना अर्धेअधिक आयुष्य पोटाच्या आजारामुळे खाद्यसवयीत बंधन पाळण्याची गरज पडली. परंतु जमलेल्या मंडळींना त्या दिवशी ती मेजवानीच. अगदी एखाद्या

दिवशी हाय टी असली तरीसुद्धा खाद्यपदार्थ हे स्वादिष्ट आणि पौष्टिक असायचेच. अशा वेळी घुर्येंचा सहसा दिसणारा उग्र चेहेरा हा फुललेला असे आणि ते स्मितहास्य आणि मोजक्या शब्दांत झालेले संवाद हे अविस्मरणीय.

डॉ. घुर्ये यांच्या अभ्यासाचे प्रमुख क्षेत्र हे Indian-Sociology.त्यांना M.A. च्या परीक्षेत १९१८ साली कुलपती सुवर्णपदक मिळाले. ज्या ज्या विषयांत घुर्येंनी संचार केला त्या त्या विषयाला त्यांनी स्वत: निर्मित केलेल्या साहित्याने समृद्ध केलेच; शिवाय त्या विषयांच्या व एकूण समाजशास्त्राच्या कक्षा त्यांनी रुंदावल्या. उल्लेख करावयाचा तर Urban Sociology, Sociology of Religion, Sociology of Literature and Social Justice, Political Sociology यांचा उल्लेख करता येईल. घुर्ये यांचे कार्य व कर्तृत्व यांचे मूल्यमापन करणे कठीण नसले तरीही त्यांनी हाताळलेले विषय, त्या संबंधातील समस्या, त्यांवरील भाष्य व भाकिते यांचा आढावा घेणे मात्र सोपे नाही. त्यांनी स्वत: विपुल लेखन तर केलेच त्याविषयी एक महत्त्वाचे कार्य त्यांनी केले ते म्हणजे ८० वर्षांत इतक्या मोठ्या संख्येने विद्यार्थ्यांना मार्गदर्शन करणारे कदाचित हे एकमेव असू शकतील. १९५९ नंतर त्यांना विद्यापीठ एमेरिटस प्रोफेसर म्हणून नेमले.

डॉ. घुर्ये यांची एकंदर साहित्यसंपदा लक्षात घेतली तर आपल्याला आढळून येईल की, १९५९ पर्यंत त्यांनी आपले लक्ष अध्यापनावर केंद्रित केले होते. आणि निवृत्तीनंतरच त्यांनी स्वत:च्या लेखनावर जोर दिला. ही एक निश्चित अनुकरणीय, उल्लेखनीय अशी बाब आहे. विद्यापीठात त्यांचे तास हे विद्यार्थ्यांना पूर्णत: खिळवून ठेवणारे असत. पहिल्या वर्षाच्या विद्यार्थ्यांना ते एक वर्ष ॲन्थ्रोपोलॉजी आणि दुसऱ्या वर्षी सोशिओलॉजी शिकवत असत. हे दोन्ही विषय तसे रुक्षच पण त्यांचे तास नेहमी श्रवणीय होत. त्यांची विषयावरील पकड आणि त्यांनी केलेली प्रत्येक व्याख्यानाची पूर्वतयारी (home work) — वर्गातील लेक्चर असो किंवा इतर ठिकाणी द्यावयाचे भाषण असो, ते संपूर्ण पूर्वतयारीनेच केलेले असे, उल्लेखनीय असे. खास करून वेळेचे भान ठेवून ते सभेत उभे राहत. माझ्या आठवणीप्रमाणे वर्गामध्ये मात्र ते बसूनच लेक्चर देत. त्या दिवशी ठरलेल्या विषयाची संपूर्ण माहिती नियोजित वेळेत संपत असे. विद्यार्थ्यांना नोट्स काढण्यास वेळ मिळेल याचीही जाण ते राखत. कितीही कठीण विषय असला तरी तो सुलभ रीत्या विद्यार्थ्यांपर्यंत पोहोचवणे हे कौशल्य त्यांच्याकडे होते; त्यामुळे आम्हा विद्यार्थ्यांना शंका विचारायची फार गरज वाटली नाही.

निवृत्तीनंतर मात्र त्यांनी लेखनाचा सपाटाच लावला. त्यांनी एका ग्रंथात

स्वामी रामदास यांची उक्ती अवतरणवजा उद्धृत केली आहे: त्याप्रमाणे अक्षरश: दररोज बराच वेळ ते आपल्या अभ्यासिकेत लेखनात गुंतलेले असत. म्हणूनच १९६० नंतर त्यांची ग्रंथसंपदा वाढत गेली. या काळात १८ नवीन ग्रंथ तयार झाले. नवीन विषय, विषय जुने असले तरी दृष्टिकोन नवा. याच काळात देशातील निरनिराळ्या समस्यांचे विश्लेषण इतिहासातील दाखले आणि दस्तऐवज व तत्कालीन घटनांचा आधार घेऊन तयार केलेले 'Social Tensions in India', 'India Recreates Democracy', 'Whither India' आणि 'Burning caldron of North - East India' हे अभ्यासनीय आहेत.

मला पटलेले आणि बहुदा सर्वांना मान्य होईल असे मूलभूत सत्य घुर्ये यांनी आपल्या उदंड लेखनात विशद केले आहे. सर्वांत महत्त्वाचे म्हणजे संस्कृतीचा पाया ज्या पाच मूल्यांवर आधारित असला पाहिजे त्या मूल्यांचे त्यांनी केलेले प्रतिपादन. धार्मिक जागरूकता किंवा सजगता (Religious Consciousness), न्याय (Justice), सदसद्विवेक बुद्धी (Conscience), ज्ञानसाधना (Free Pursuit of Knowledge), सहिष्णुता (Tolerance) या प्रत्येक घटकावर स्वतंत्र ग्रंथ लिहिण्याचा त्यांचा मानस होता. त्यात 'धार्मिक सजगता' यावर त्यांनी ऐतिहासिक दाखले देत लिहिलेला 'Religious Consciousness' हा त्यांचा अप्रतिम ग्रंथ आहे. दुसऱ्या आणि तिसऱ्या घटकांविषयी Justice and Conscience याबद्दल विचार करताना त्यांनी नवीनच मार्ग शोधला आणि शेक्सपिअरच्या साहित्यातील उदाहरणे देत न्याय व सदसद्विवेक बुद्धी यांचे विश्लेषण केले. काही ग्रंथांत इतर घटकांची दखल घेतली असली तरी ते विस्तृतपणे लिहिण्याचे त्यांचे राहूनच गेले.

घुर्ये यांची वामन मूर्ती, कुरळे केस, रुक्ष चेहरा आणि त्यांच्या सडेतोड संभाषण करण्याच्या सवयीमुळे ते फारच गंभीर प्रवृत्तीचे असावेत अशी शंका येई. पण हे खरे नाही. विद्यार्थ्यांमध्ये किंवा विचारवंतांच्या सान्निध्यात ते नेहमी रमत. त्यांच्या स्वभावात एक मिस्कील विनोदबुद्धीही होती. आम्हा विद्यार्थ्यांना दिलेल्या लेक्चरमध्ये याचा अनुभव मला मिळाला आहे. याची थोडीशी झलक : नामवंत अर्थशास्त्रज्ञ डॉ. व्ही. के. आर. व्ही. राव हे घुर्यांचे एक हितचिंतक. त्यांच्या एका भेटीत रावांनी घुर्यांना विनंती केली. 'तुम्ही एवढं उदंड लेखन करता की तशी क्षमता मलाही मिळो असा आशीर्वाद द्या!'' घुर्यांचा प्रतिसाद : ''माझा आशीर्वाद तर आहेच. पण लक्षात राहू द्या, लेखन मात्र तूच करावयाचं आहे बरं!'' असो.

घुर्ये हे एक आंतरराष्ट्रीय कीर्तीचे समाजशास्त्रज्ञ होते. या विषयाला भारतामध्ये स्वतंत्र आणि महत्त्वाचे स्थान देण्यामध्ये अग्रस्थानी होते. गेल्या शतकाच्या मध्यावर अनेक विद्यापीठांत - उत्तरेत नेपाळ ते दक्षिणेत कर्नाटकपर्यंत - समाजशास्त्र विभागाचे प्रमुख हे त्यांचे विद्यार्थीच होते.

धर्मानंद कोसंबी (१८७७ ते १९४७) आणि त्यांचे सुपुत्र दामोदर धर्मानंद कोसंबी (१९०८ ते १९६८) दोघेही प्रकांड पंडित. दोघांनाही त्यांच्या कर्तृत्वामुळे जागतिक कीर्ती मिळाली. प्रत्यक्ष किंवा अप्रत्यक्ष रितीने माझा या दोघांशीही संबंध आला. यामुळे माझे अनुभवविश्व आणि विचारविश्व दोन्ही समृद्ध झाले. प्रथम आपण थोरल्या कोसंबींबद्दल विचार करू, धर्मानंदांना मी पाहिले नाही. माझा या नावाशी संबंध आला तो 'आचार्य धर्मानंद कोसंबी स्मारक ट्रस्ट' यामुळे. धर्मानंदांनी आपली शेवटची काही वर्षे महात्मा गांधींच्या आश्रमात घालवली. काही दिवस साबरमती येथे आणि त्यानंतर जीवनयात्रा संपवली ती सेवाग्राम येथे. वर उल्लेख केलेला ट्रस्ट हा महात्मा गांधींच्या सूचनेवरूनच स्थापन करण्यात आला. धर्मानंदांच्या निधनानंतर लगेचच एका प्रार्थनासभेत त्यांनी असा ट्रस्ट व्हावा असे सूचित केले आणि कमलनयन बजाज यांनी दिलेल्या देणगीतून हा ट्रस्ट उभा राहिला. आचार्य काकासाहेब कालेलकर हे प्रथमपासून या ट्रस्टचे विश्वस्त आणि काकासाहेबांच्या आग्रहावरूनच मी त्या ट्रस्टचा सभासद झालो आणि बजाज व काकासाहेबांच्यानंतर या ट्रस्टची धुरा मलाच सांभाळावी लागली.

अर्थात, या ट्रस्टने फार मोठे काही कार्य केले असे नाही. याचे मुख्य कारण म्हणजे ट्रस्टचा उद्देश हा फार संकुचित होता. भारतातून श्रीलंकेत जाऊन बौद्ध धर्म व पाली भाषा शिकण्यास तयार असलेल्या अभ्यासकांना शिष्यवृत्ती देणे हा मुख्य उद्देश होता. भाषेचे अध्ययन या बाबतीत स्वातंत्र्योत्तर काळात खूपच बदल झाले. स्वातंत्र्यापूर्वी संस्कृत, पर्शियन, उर्दू, पाली, अर्धमागधी या सर्व भाषांना फार नसला तरी सेकंड लँग्वेजचा दर्जा असे. मी शाळेत असताना आमच्या शाळेचे एक शिक्षक दातार (त्यांचे पहिले नाव आठवत नाही) यांचे पाली ग्रामर पॉप्युलरने

प्रसिद्ध केल्याचे आठवते. यानंतर मात्र काही वर्षांतच वर उल्लेख केलेल्या सर्व भाषांचे महत्त्व कमी झाले. प्रारंभी एखादा भारतीय विद्यार्थी श्रीलंकेस जायला तयार होत असे. नंतर त्यांची संख्याही आणि एकंदर पाली शिकणाऱ्यांची संख्या इतकी कमी झाली की ट्रस्टला काही कामच राहिले नाही. तरीही काही वर्षे या उद्दिष्टांना थोडीशी मुरड घालून आम्ही कॉलेजच्या पहिल्या दुसऱ्या वर्षी पाली शिकणाऱ्या विद्यार्थ्यांना शिष्यवृत्त्या देत असू. मात्र नंतर तेही थांबले.

असे जरी असले तरी धर्मानंदांचे जीवन व जीवितकार्य यांबद्दल मात्र फारच थोड्या लोकांना माहिती आहे, ही एक दुर्दैवाची बाब होय. खरे म्हणजे शालेय पुस्तकांतसुद्धा त्यांची माहिती यावी असे प्रेरणादायी जीवन ते जगले. त्याची थोडीशी माहिती देण्याचा मोह मी आवरू शकत नाही.

धर्मानंद मूळचे गोव्याचे. चिखली या छोट्याशा खेडेगावात जन्मले. बालपणातच खेडेगावातील मुलांना कुमारवयात आल्यावर जी कामे करावी लागतात - शेतीची किरकोळ कामे, गुरांना सांभाळणे वगैरे ती त्यांच्याही वाट्याला आली. शालेय शिक्षण घेण्याचा प्रश्नच नव्हता. कारण अशा खेड्यात शाळाच नव्हती. लग्न झाले ते चौदा वर्षांचे असताना व तेही त्यांच्या मनाविरुद्ध. वाचनाची खूप आवड. असेच एकदा भगवान बुद्ध यांचे छोटेसे चरित्र वाचल्यानंतर त्यांच्या मनात भगवान बुद्धांबद्दल जास्त जाणून घेण्याची इच्छा निर्माण झाली. या वयात असतानाच बौद्ध ज्ञानाची आस इतकी जबरदस्त होती की त्यासाठी काही करावयास ते तयार होते. मूळ स्वभाव भटकंतीचा - कोल्हापूर, कोकण, कोचीन इथे ते गेलेच, पण लग्नानंतरही आणि एका मुलीचा जन्म झाल्यानंतरही त्यांनी खेड्यातून पलायनच केले. उद्देश एकच - संस्कृत अणि पालीचा अभ्यास आणि बौद्ध धर्माचे अध्ययन आणि पुढील पंधरा वर्षांत त्यांनी या विषयांवर प्रभुत्व मिळवले. त्यामुळे त्यांना हार्वर्ड विद्यापीठ, लेनिनग्राड येथील शिक्षण संस्था, कलकत्ता विद्यापीठ, फर्ग्युसन कॉलेज, पुणे अशा जागतिक कीर्तीच्या शिक्षण संस्थांमध्ये अध्यापन करण्याची संधी मिळाली. शिवाय बडोदे संस्थानानेसुद्धा त्यांना सन्मानाने काम करता यावे म्हणून काही काळ शिष्यवृत्ती देण्याची व्यवस्था केली. हे सर्व करीत असताना अपार कष्ट केले. स्वत:च्या कुटुंबाच्या स्वार्थाचा बिलकूल विचार केला नाही. काही काळ त्यांनी रीतसर बौद्ध धर्माचे भिक्षुत्व पत्करले आणि पंधरा एक वर्षांनतर गृहस्थाश्रमाकडे वळले आणि आपली कौटुंबिक जबाबदारी स्वीकारली. त्यांना तीन मुली व एक मुलगा. या बहुतेकांचे उच्च शिक्षण अमेरिकेत झाले - ही त्यांची पुण्याईच. आपण एक लक्षात घेऊ या

की प्रवासाच्या सोयी आता आहेत तितक्या नसताना या महापुरुषाने उत्तरेत नेपाळ व दक्षिणेत श्रीलंका हे प्रवास अनेकदा फक्त ज्ञानार्जनासाठी केले. अनेकांनी चांगल्या पगाराचे आकर्षण देऊन त्यांच्या आवडत्या विषयावर काम करण्यास त्यांना प्रवृत्त केले. यांतील अनेकांना त्यांनी अव्हेरले, कारण त्यांच्या अपरिग्रहाच्या तत्त्वात ते बसत नव्हते. मला वाटते की, अनेक वेळा त्यांनी त्यांना मिळत असलेल्या मानधनातही कपात करून घेतली. हे अगदी अपूर्वच!

जिज्ञासेपोटी बौद्ध धर्माबरोबरच पाली भाषेचा पाठपुरावा करणारे धर्मानंद यांच्या एकंदर कर्तृत्वाची माहिती सर्वांना व्हावी यासाठी 'आचार्य धर्मानंद कोसंबी स्मारक ट्रस्ट' यांच्यासाठी ग्रंथ लिहावा अशी विनंती धर्मानंदाची नात इंद्रायणी सावकार यांना मी केली. त्या ग्रंथाचे नाव 'बाळा बापू'. इंग्रजीतही A Man from the Sun या नावाने तो प्रसिद्ध झाला आहे. स्वत: आचार्य धर्मानंदानी लिहिलेले निवेदन व खुलासा असे स्वरूप असलेल्या आत्मचरित्रपर छोट्याशा पुस्तिका प्रसिद्ध झाल्या आहेत. आणि त्यांवर आधारित 'धर्मानंद' या नावाने एक चरित्र ग्रंथ लिहिला आहे. स्वत: आचार्यांच्या नावावर सतरा ग्रंथ प्रकाशित आहेत. त्यांतील काही ग्रंथांच्या आवृत्त्याही निघाल्या आहेत.

एक बाब सांगावयाची राहिलीच. आचार्य धर्मानंदांचा जीवनप्रवास हा बौद्ध धर्म, पाली भाषा एवढाच नसून जैन धर्माच्या तत्त्वज्ञानाचा अभ्यासही त्यांनी केला आहेच. जागतिक स्तरावर अनेक भाषातज्ज्ञ, तत्त्वज्ञानी व्यक्ती आणि राजकारणी यांचासुद्धा परिचय झाला. पं. जवाहरलाल नेहरू यांच्या एका लेखामुळे रशियातील समाजवादी सरकार व त्यांचे कार्य यांकडेही त्यांचे लक्ष गेले. त्यामुळे लेनिनग्राडची वारी त्यांनी केली आणि अखेरच्या पर्वात ते गांधींच्या विचारसरणीने प्रभावित झाल्यामुळे देशकार्य करावयास प्रवृत्त झाले. शिरोड्याच्या मिठाच्या सत्याग्रहात ते सहभागी होते. पण राजकारण हा त्यांचा प्रांत नव्हता.

आपले इहलोकीचे कार्य संपले असे आपल्या मनाला पटवून त्यांनी अन्नाचा त्याग केला आणि आपले जीवन संपविले.

जिज्ञासा, जिद्द, एखाद्या विषयाची उत्सुकता, इच्छा शक्ती या गुणांचा मिलाफ असलेले हे एक अजब आणि अद्वितीय व्यक्तिमत्त्व होते.

दामोदर धर्मानंद कोसंबी ऊर्फ डीडी कोसंबी यांच्या कर्तृत्वाचे मोजमाप करताना 'बाप से बेटा सवाई' हा शब्दप्रयोग वापरण्यात येतो. मात्र मला हे अत्यंत अयोग्य आहे असे वाटते. आचार्य धर्मानंद यांना काहीही औपचारिक शिक्षण नसताना पंधरा एक वर्षांत पांडित्याचे शिखर गाठता आले. तर डीडींना हार्वर्ड विद्यापीठासारख्या आंतरराष्ट्रीय कीर्तीच्या शिक्षणसंस्थेत अध्ययन करता आले. शिवाय आचार्य धर्मानंदांची पुण्याई आणि जागतिक स्तरावर असलेला दबदबा या दोन्ही गोष्टी पाठीशी होत्याच ना! तर त्या दोघांची तुलना करणे हे दोघांवर अन्यायकारक आहे. आणि खरे म्हणजे अशी तुलना करण्याची आवश्यकताही नाही. असो.

माझी प्रथम भेट डीडींशी झाली त्या वेळी माझे वय सोळा-सतरा वर्षांचे होते. बालपणापासून घराबाहेर भटकंती करणे हे मला प्रिय. बालपणात मुंबईतल्या मुंबईत काका, आत्या व इतर नातेवाइकांकडे राहण्यासाठी मी जात असे. या गोष्टीला आईने प्रोत्साहनच दिले. वडिलांच्या संमतीचा प्रश्नच येत नव्हता. कारण त्या काळात त्यांना व्यवसाय एके व्यवसाय एवढेच माहीत. चोवीस तास, सात दिवस, असे वर्षानुवर्षे कष्ट केल्यामुळे पॉप्युलर स्थिरावले. त्यांना कौटुंबिक बाबींकडे लक्ष देण्यास त्यामुळे फुरसतच नसे. नंतर हायस्कूलमध्ये असताना मुंबई बाहेर साकोरी, महाबळेश्वर, सज्जनगड अशा अनेक ठिकाणी मी गेल्याचे आठवते. असेच एकदा पुण्याला गेलो असताना माझी डीडींशी पहिली भेट झाली. डीडींचे वाचन अफाट. त्यांचा अभ्यासाचा विषय गणित असला तरी छंद खूप. हार्वर्डमध्ये असताना त्यांनी लॅटिन व ग्रीक भाषाचा अभ्यास केला होता. भारतात परत आल्यावर प्राचीन भारतीय संस्कृती, उत्खनन, प्राचीन नाणी, आपल्या भारतातील

वेगवेगळ्या लोकांचे जीवन अशा अनेक विषयांत त्यांना रस होता. या सर्व विषयांवरील नवीन नवीन साहित्य जसजसे उपलब्ध होत असे ते सर्व पॉप्युलर बुक डेपोतून ते विकत घेत. त्या काळात बहुतेक सर्व साहित्य आठवड्यातून एकदा इंग्लंडहून येत असे आणि त्यांत रस असलेल्या विषयांची पुस्तके आम्ही आमच्या रसिक ग्राहकांसाठी राखून ठेवत असू. मी पुण्याला जायचे ठरविले तेव्हा वडिलांनी माझ्याकडे एक बंडल डीडींसाठी दिले. मला वाटते, त्या वेळेला भांडारकर इन्स्टिट्यूट रोड येथे डीडी राहत होते. त्यांना भेटायचे म्हणजे अगदी सकाळच्या प्रहरी असे बजावून सांगितले. मी त्यांच्या बंगल्यावर पोहोचलो तेव्हा ते आपली सकाळची रपेट करण्यास नुकतेच गेले होते. आणि तेही त्यांच्या घराजवळ असलेल्या टेकडीवर. मी त्या दिशेने निघालो. खरे सांगायचे म्हणजे अशी टेकडी चढण्याची माझी पहिलीच वेळ आणि म्हणून डीडी ज्या वेगाने टेकडी चढत होते त्या वेगाने जाणे कठीण होते. शेवटी आमची गाठ पडली. नवीन पुस्तक मिळण्याचा आनंद त्यांना झाला होता. या छोट्याश्या भेटीतच माझ्यावर त्यांच्या भारदस्त व्यक्तिमत्त्वाची छाप पडली.

यानंतर चारपाच वर्षांत मी पॉप्युलरमध्ये रुजू झालो. माझी जागा काऊंटरजवळच जिथून अशा महत्त्वाच्या ग्राहकांची सेवा करणे सोपे जात असे, तिथे होती. डीडींच्या भाषाप्रभुत्वाबद्दल त्या वेळी मला जास्त जाणीव झाली. त्या वेळेला डीडी भारतीय विद्याभवनसाठी सुभाषितांचे संपादन करत होते. शिवाय हार्वर्ड विद्यापीठासाठी काही पुस्तकाचे संपादन. पॉप्युलरमध्ये अनेक रसिक, वाचक, संशोधक नियमितपणे येत असत. त्यांत सेंट झेवियर्स कॉलेजमध्ये अध्यापन करणारे युरोपियन प्राध्यापक यांच्याशी जर्मन, इटालियन भाषेत संवाद होत असे. डीडींना किती भाषा येतात याबद्दल मला नेहमीच कुतूहल वाटत असे.

आठवड्यातून एकदा तरी त्यांची फेरी आमच्याकडे होत असे. एखादे वेळी कोकणी किंवा बहुदा मराठीतच आम्ही बोलत असू. या वारंवार होणाऱ्या भेटीमुळे त्यांच्याबद्दल वाटणारा आदर वाढतच गेला. तसा त्यांचाही माझ्यावर, माझी पत्नी निर्मला (तिनेही व्यवसायाच्या थोड्या जबाबदाऱ्या अंगावर घेतल्या होत्या.) हिच्यावर लोभ. आमच्या घरी दोन-तीनदा पाहुणचार घ्यायला आले होते.

ते आपल्या विषयावर आणि त्यांनी केलेल्या संशोधनावर अनेक आंतरराष्ट्रीय नियतकालिकांत लेख लिहीत. त्यांच्या संशोधनाचा एक भाग भारताच्या पश्चिम किनाऱ्यापासून मध्यभागी पठारावर जाण्यासाठी पूर्वी वापरलेले मार्ग यांचा शोध घेणे असा होता. मुंबई, वसई, ठाणे इथून जुन्नर इथे जाण्यासाठी मेळघाट व

माळशेज घाट वापरले जात. आपल्याला माहीत असलेला कर्जतचा बोरघाट नंतर तयार झाला. आताही पूर्वी वापरत असलेले घाट वापरू शकू, अशी त्यांची भूमिका होती. एकदा त्यांनी टूम काढली. मला म्हणाले, 'येतोस का माझ्याबरोबर?' डीडी, मी, निर्मला आम्ही तिघे गाडीने कल्याणमार्गे त्या मेळघाटाच्या पायथ्याशी गेलो. त्यानंतर काही मैल पायपीट. या सर्व प्रवासात त्यांनी अनेक गोष्टींबद्दल माहिती दिली व त्यांच्या संशोधन कार्याची थोडीशी चुणूक मला दिली. त्यांचे मुख्य प्रमेय होते ते म्हणजे आपण इतिहासाचा अभ्यास करताना जो दृष्टिकोन घेतो तो चुकीचा आहे. आपण फक्त राजे व राजवटी आणि त्यांनी केलेले कार्य यांचीच नोंद घेतो. परंतु जनता, रयत, सामान्य लोक तसेच त्या त्या काळात अनेक तंत्रज्ञान अवगत असलेल्या व्यक्ती यांच्या दृष्टीने इतिहासाची मांडणी केली पाहिजे. त्यांच्या ह्या विचारांचे आणि संशोधनाचे फलित म्हणजे 'Introduction to the Study of Indian History' हा ग्रंथ होय. या ग्रंथाच्या प्रकाशनानंतर डीडींचे विचार व प्रमेय सर्वसामान्य झाली आहेत. या पुस्तकाचा भारतातील अनेक भाषांत अनुवाद झाला आहे.

या प्रकाशनाचा करार करताना त्यांनी त्यांच्या विनंतीनुसार भारताबाहेरील विक्रीचे हक्क स्वत:कडेच राहावेत अशी विनंती केली. पॉप्युलरमध्ये सुद्धा पुस्तकांची जागतिक बाजारपेठ गाठण्याची क्षमता फारच कमी होती. म्हणून आम्ही ही विनंती मान्य केली. किरकोळ बदल करून हाच प्रबंध 'The Culture and Civilization of Ancient India' या नावाने लंडनमध्ये प्रकाशित केला. आम्ही प्रकाशित केलेल्या पुस्तकाच्या अनेक आवृत्त्या आम्हांला प्रसिद्ध कराव्या लागल्या आणि या पुस्तकामुळे प्रकाशक ही पॉप्युलरची प्रतिमा निश्चित उज्ज्वल झाली.

आचार्य हे संबोधन कुठल्या व्यक्तीबद्दल वापरावयाचे याबद्दल माझ्या मनात प्रश्नचिन्ह आहे. प्र. न. जोशी यांच्या शब्दकोशात 'आचार्य' या शब्दाचे तीन-चार अर्थ दिले आहेत. तसेच डॉ. शं. गो. तुळपुळे व ॲन फेल्डहाऊस यांच्या A Dictionary of Old Marathi यांत फक्त 'गुरू' असा अर्थ नोंदविलेला आहे. खरे म्हटले तर शाळेतील शिक्षक, कॉलेजमधील प्रोफेसर्स हेही एकप्रकारे गुरूच आहेत, परंतु माझ्या स्वत:च्या आकलनाप्रमाणे हे शब्दार्थ फार संकुचित असे वाटतात. माझ्या मते यापेक्षा वर उल्लेख केलेल्या डॉ. तुळपुळेंच्या ग्रंथातील 'आचार्य' शब्दाबद्दलचे स्पष्टीकरण मला अधिक अर्थपूर्ण वाटते. आचार्यपण किंवा आचार्यत्व हे दोन शब्द ज्यांना स्वार्थाची पर्वा नसते, संपत्ती मिळवण्याची इच्छा नसते आणि आपले ठरविलेले ध्येय आहे त्यासाठी झपाटून कार्य करण्याची उर्मी असते, त्यांच्यासाठी योग्य ठरतात. या दृष्टिकोनातून पाहिले तर विनोबा भावे यांचे उदाहरण देता येईल. धर्मानंद कोसंबी यांनी आचार्यपण हे व्रत म्हणून स्वीकारले, आचार्यत्व अंगीकारले. खरे म्हणजे आपल्या समाजात सर्वांगीण प्रगती व्हावी यासाठी झटणाऱ्यांना आपण आचार्य म्हणू शकतो. जसे धर्मानंदजी यांना आचार्य हे संबोधन चपखल लागू पडते, तशीच दुसरी एक व्यक्ती ज्यांच्याशी माझी जवळीक निर्माण झाली असे आचार्य काकासाहेब कालेलकर!

मी प्रथम काकासाहेबांना केव्हा भेटलो ते मला आता आठवत नाही. त्यांचा जन्म आणि बालपण हे सर्व गोव्याच्या परिसरात असल्यामुळे बा. भ. बोरकर आणि मंगेश पाडगावकर यांच्याकडून त्यांच्याबद्दल बरेच ऐकले होते. परंतु प्रत्यक्ष भेट ही १९५३-५४ च्या दरम्यान झाली असावी. पॉप्युलर ही शैक्षणिक क्षेत्रात प्रकाशने करणारी संस्था असल्यामुळे पॉप्युलरची कीर्ती दिवसेंदिवस वाढत होती.

या कीर्तीमध्ये भर घालणारी एक घटना म्हणजे उत्कृष्ट प्रकाशनाबद्दल भारत सरकारने जाहीर केलेल्या पुरस्कारांत 'A Journey to Toyland' या ग्रंथाला पुरस्कार लाभला. त्यामुळे भारतातील अनेक व्यक्ती, संस्था एक उत्कृष्ट प्रकाशन म्हणून पॉप्युलरकडे पाहू लागल्या. मला वाटते त्याच वेळेला काकासाहेबांनी रवींद्रनाथ टागोरांच्या साहित्याचा केलेला मराठी अनुवाद आणि निरूपण केलेले हस्तलिखित आमच्याकडे सुपूर्द केले. माझ्या आठवणीप्रमाणे 'नैवेद्य' हे त्याचे पहिले पुस्तक असावे.

काकासाहेबांच्या सुदैवाने त्यांना प्रदीर्घ आयुष्य लाभले. त्यांचा जन्म १८८५ चा व निधन १९८१ ला झाले. १९५३-५४ च्या परिचयानंतर म्हणजे जवळजवळ पंचवीस वर्षे माझे त्यांच्याशी निकटचे संबंध राहिले.

माधव प्रसाद यांनी लिहिलेले काकासाहेबांचे चरित्र 'A Gandhian Patriarch' १९६४ साली प्रकाशनार्थ आमच्याकडे आले. एव्हाना पॉप्युलरने अनेक चरित्रग्रंथ प्रकाशित केले होते. त्यांतील उल्लेखनीय म्हणजे 'Jawaharlal Nehru : A Pictorial Album.' त्यानंतर लालबहादूर शास्त्री, इंदिरा गांधी, व्ही. व्ही. गिरी, अब्दुल गफार खान अशी अनेक चरित्रे आम्ही प्रकाशित केली. माधो प्रसाद यांच्या चरित्रातील काकासाहेबांच्या पूर्वायुष्यातील घटनासुद्धा लक्षात घेण्यासारख्या आहेत. फर्ग्युसन कॉलेजमध्ये शिक्षण घेत असताना काकासाहेब क्रांतिकारी गटात होते. त्यावेळचे त्यांचे सहाध्यायी आचार्य जे. बी. कृपलानी होते. कॉलेज शिक्षण संपल्यानंतर देशसेवा करण्याची इच्छा असल्यामुळे, बेळगाव येथील 'राष्ट्रमत' वृत्तपत्रात संपादक म्हणून त्यांनी काम केले. गंगानाथ विद्यालय ऑफ बडोदे ही संस्था बडोदे संस्थानाचे सयाजीराव गायकवाड यांच्या अनेक समाजसुधारणेच्या योजनेतील एक शिक्षणसंस्था. या संस्थेतही त्यांनी काही काळ काम केले. हे विद्यालय बंद झाल्यावर काकासाहेबांनी दोन वर्षे हिमालयात भ्रमण केले आणि त्या अनुभवाचे पुस्तक म्हणजे 'हिमालयाचा प्रवास'. बडोद्यातच वास्तव्य असल्यामुळे त्यांनी बरेचसे ग्रंथ गुजरातीतून लिहिले. हिमालयातील त्यांचा प्रवास संपल्यानंतर रवींद्रनाथ टागोरांबरोबर काही काळ त्यांनी शांतिनिकेतन येथे कार्य केले. तिथेच रवींद्रनाथ, महात्मा गांधी या दोघांची भेट काकासाहेबांबराबर झाली. हा एक योगायोग म्हणायचा. महात्मा गांधीजी काकासाहेबांच्या व्यक्तिमत्त्वाने आकर्षित झाले. लंडन येथील गांधीजींचे सहाध्यायी के. जी. देशपांडे यांना त्यांनी विनंती केली आणि काकासाहेबांना साबरमती येथे येऊन कार्य करण्यासाठी बोलाविले. त्यानंतर काकासाहेब गांधीजींच्या प्रभावात

सतत राहिले. परंतु गांधीजींच्या अनेक इतर सहकाऱ्यांप्रमाणेच जेव्हा जेव्हा त्यांना न पटणाऱ्या गोष्टी होत तेव्हा त्यांनी नापसंती दर्शवली. काकासाहेब कालेलकर हे महात्मा गांधी यांच्या पहिल्या फळीचे शिलेदार होते. महात्माजी आफ्रिकेहून परतले आणि गुरू गोपाळ कृष्ण गोखले यांच्या आदेशामुळे देशभर फिरले. त्यांनी स्वातंत्र्यलढ्यासाठी स्वयंसेवक जमवण्यासाठी सुरुवात केली. साबरमती आश्रम हे सेवाकेंद्र. पहिल्या फेरीतले काकासाहेबांबरोबर होते विनोबा भावे, किणीलाल मश्रुवाला. महादेवभाई देसाई आणि वल्लभभाई पटेल हे नंतर सहभागी झाले.

आपल्याला काकासाहेबांच्या कार्याचे मूल्यमापन करावयाचे आहे. पण त्या अगोदर महात्माजींबद्दल थोडेसे लिहिण्याचा मोह मी आवरू शकत नाही. महात्माजी खरोखरच एक विलक्षण व्यक्ती होती. कोणीही त्यांना संपूर्ण समजून घेणे कठीणच. पण मला भावलेले त्यांचे गुण व ज्यांचा माझ्यावर खरोखर प्रभाव पडला त्यांपैकी काही मी इथे नमूद करतो.

मी गांधीवादी आहे का? असेन कदाचित. मला वाटते की, तसा सच्चा गांधीवादी कोणी असू शकत नाही. महात्माजींची मूळ तत्त्वे होती सत्य आणि अहिंसा. त्यांच्या मनात असलेले त्याबद्दलचे निकष, त्यांचे अनुकरण माझ्यासारखा करू शकेल का? मी हिंसेच्या विरुद्ध नक्कीच आहे. मी आयुष्यात केव्हाही एक चापट मारलेली मला आठवत नाही. रस्त्यात कुठे मारामारीच नव्हे तर नुसती बोंबाबोंब झाली तर मी तिथपासून दूर जायचा प्रयत्न करतो. वाणीनेही हिंसा होऊ शकते. राग, मोह, मत्सर वगैरे षड्रिपूंमुळेही हिंसेकडे कोणीही वळू शकतो. ही मानसिकता समाधानकारक रीत्या शक्य झालेली नाही. तसेच माझ्या मते स्वत: महात्माजींनीही चुका केल्या आणि त्यांची त्यांनी कबुलीसुद्धा दिली. अगदी जाहीर रीत्या. त्यालाच त्यांनी 'हिमालयन ब्लंडर्स' असे म्हटले आणि एक, महात्माजींनी विचार केला नाही असा विषय आपल्याला सापडणे कठीण. सर्वांवर त्यांचे सखोल चिंतन, मनन चालूच असे. म्हणून त्यांच्या माझ्यासारख्या चाहत्यांना काही तपशील पसंत पडतीलच असे नव्हते. तरुणपणी खरे काही काळ तरी आम्हांला सुभाषबाबूंची धडाडी (व विचार) प्रभावी वाटे. पण मला तरी लवकर अहिंसेचे तत्त्व पटले व हिंसेने आपण काहीच हितकारक मिळवू शकत नाही याची खात्री झाली.

आणखी दोन गोष्टी. महात्माजींना एक अजब दृष्टी होती. 'चौरीचौरा' हे एक उदाहरण देता येईल. त्यांनी स्वातंत्र्य आंदोलन चौरीचौरामध्ये पोलिसांवर हल्ला झाल्यानंतर थांबवले. पंडितजी आपल्या आत्मचरित्रात उल्लेख करतात की,

बहुतेकांना हे पसंत पडले नाही. पण शेवटी तोच निर्णय योग्य होता. कारण हिंसा फोफावली तर त्याचे काय परिणाम झाले असते हे फक्त महात्माजीच ओळखू शकले. ते खऱ्या अर्थाने दुसऱ्यांच्या मतांचा आदर करत. याची अनेक उदाहरणे देता येतील. गोरा (१९०२-१९७५) हे दक्षिणेकडील एक बुद्धिवादी विचारवंत. पुणे विद्यापीठाच्या 'परामर्श' ह्या नियतकालिकात 'गोरा-गांधीजीं'चे 'नास्तिक सहकारी' या शीर्षकाचे एक टिपण आहे. त्यातील एक (संक्षेपित) उतारा. गांधी-गोरा यांच्या संवादाची सुरुवात आनंददायी नव्हती. गोरांनी गांधींना प्रांजळपणे विचारले, 'माझा नास्तिकवाद माणसाला आत्मनिर्भर करू पाहतो. मी अहिंसक मार्गांनी आर्थिक, सामाजिक समता प्रस्थापित करू पाहतो. बापू, मी सांगा कुठे चुकलो?'

'माझी आस्तिकता योग्य, असे नाही आणि आपली नास्तिकता अयोग्य, असेही म्हणता येणार नाही. आपण दोघेही सत्यान्वेषी आहोत. आपल्या विचारांत वरकरणी साम्य दिसत असले तरी आपण माझ्याहून कितीतरी मोठे आहात.'

एका समीक्षकाच्या म्हणण्याप्रमाणे महात्माजींचे तीन वारसदार. आध्यात्मिक क्षेत्रात विनोबाजी, राजकीय क्षेत्रात पंडित नेहरू आणि सांस्कृतिक क्षेत्रात काकासाहेब कालेलकर. हे मात्र खरे की, जवळ जवळ दोन दशके काकासाहेबांनी गांधीजींना साथ दिली व त्यांच्या निधनानंतरही आपली उरलेली वर्षे भाषा, शिक्षण व भारतीय संस्कृतीच्या सेवेत घालवली. त्यांचा खास विषय भाषा. हिंदी, हिंदुस्थानी राष्ट्रभाषा असे कुठलेही संबोधन दिले तरी सर्व राष्ट्राला बांधून ठेवण्यास एक राष्ट्रभाषा असावी यासाठी ते सतत झटले. स्वातंत्र्यापूर्वीदेखील त्यांनी हिंदीचा प्रचार हिरिरीने केला. दक्षिणेतील लोकांनीच मद्रास (चेन्नई)मध्ये हिंदी प्रचार सभेचे काम जोरात केले. स्वातंत्र्यानंतर काही काळ त्यांनी हिंदीला विरोध केला. आज भारतातील अनेक भागांत प्रांतिक भाषेचा अभिमान म्हणजे राष्ट्रभाषेचा विरोध असे समीकरण काही गट करतात. हे राष्ट्राला हानिकारक आहे. ह्या क्षेत्रात काकासाहेबांनी केलेला राष्ट्रभाषेचा पुरस्कार व त्यांचे योगदान मोलाचेच आहे. अर्थात भारतातील चित्रपटसृष्टीचे याबाबतीत अप्रत्यक्षपणे झालेले कार्य विसरता येत नाही. राष्ट्रीय शाळा आणि कॉलेजे कार्यरत होती, तेव्हा काकासाहेबांनी तयार केलेली पाठ्यपुस्तके बहुमोल आहेत.

काकासाहेब बहुभाषिक. त्यांनी विपुल लेखन केले. त्यांनी अनेक भाषांत भाषांतरे केली. ललित लेख असो, वैचारिक विषय किंवा त्यांचे अनेक विषयांवरील चिंतन (उदा. माझा परमसखा) असो, त्यांमधून समाजाचे प्रबोधन

करण्याचे काम हिरिरीने, सातत्याने व सरळ सोप्या व रसाळ भाषेत केले. त्यांचे कविवर्य रवीन्द्रनाथ टागोर यांच्या कवितेवर केलेले निरूपण (रवींद्र मनन, रवींद्र वीणा, रवींद्र झंकार आणि नैवेद्य) हे अप्रतिम आहे. त्याहून महत्त्वाचे म्हणजे त्यांचे भ्रमण. देशातील कानाकोपरा त्यांच्या परिचयाचा होता. उत्तरेत नेपाळ ते दक्षिणेत श्रीलंकेपर्यंत. हिमालयात तर एक-दोन वर्षे त्यांनी भ्रमंती केली. हिमालयाचा एक महत्त्वाचा नकाशा त्यांच्या मार्गदर्शनाखाली तयार झाला, छापला गेला. कदाचित त्याची एक प्रत माझ्याकडे अजूनही सापडेल. त्यांच्या भाषणातून, चर्चेतून ते साहित्य व कला यांवर बोलत असत. तसेच महात्माजींचे विधायक कार्य हे त्यांनी लोकांपुढे विस्ताराने मांडले. त्या कल्पनांचा प्रसार केला हे माझ्या दृष्टीने फार महत्त्वाचे. त्याचप्रमाणे बॅकवर्ड क्लास कमिशनने तयार केलेले रिपोर्ट व त्या कमिशनने केलेल्या शिफारशी आजही इतक्या वर्षांनंतर विचारात घ्याव्यात अशा आहेत.

महात्माजी किंवा काकासाहेब या दोघांनीही विपुल साहित्य आपल्यासाठी ठेवले आहे. ते प्रेरणादायी आहे आणि त्याचा विचार करणे हे आपले कर्तव्य आहे.

माझे दोन मजेदार अनुभव. सरोजबेन नानावटी या काकासाहेबांना मुली समान. त्या सतत त्यांच्यासोबत असत. मुंबईत काकासाहेबांचा मुक्काम मलबार हिलवरील नानावटी कुटुंबाच्या निवासस्थानी असे. थोडीशी फुरसद असली तर ते मला बोलावून घेत. त्यांची भेट म्हणजे एक पर्वणीच. अशा भेटींना नेहमीच कारण हवे असे नाही. अशा एका भेटीत त्यांनी मला पहिला प्रश्न केला. 'घाईत आहात की थोडीशी सवड आहे?' त्यांना पंधरा मिनिटांची विश्रांती घ्यावयाची होती. माझ्या संमतीने ते लगेच निद्रिस्त झाले. गंमत ही की गजर लावल्याप्रमाणे ते बरोबर पंधरा मिनिटांनी उठले व 'चला, आत या!' म्हणाले. असेच दुसऱ्या भेटीत. एव्हाना त्यांची श्रवणशक्ती वयोमानाने कमी झाली होती. त्यांनी एक स्वत:च त्यावर उपाय योजला होता. एक पुठ्ठ्याचा चांगला दोन अडीच फुटी कोन केला होता. ते 'सांगत, तुम्ही यात बोला! मला त्यामुळे व्यवस्थित ऐकू येते.' त्याचे एक टोक त्यांच्या कानात. अशा प्रकारे अखेरपर्यंत त्यांनी आपले काम चालू ठेवले, सर्व किरकोळ व्याधींवर मात करून.

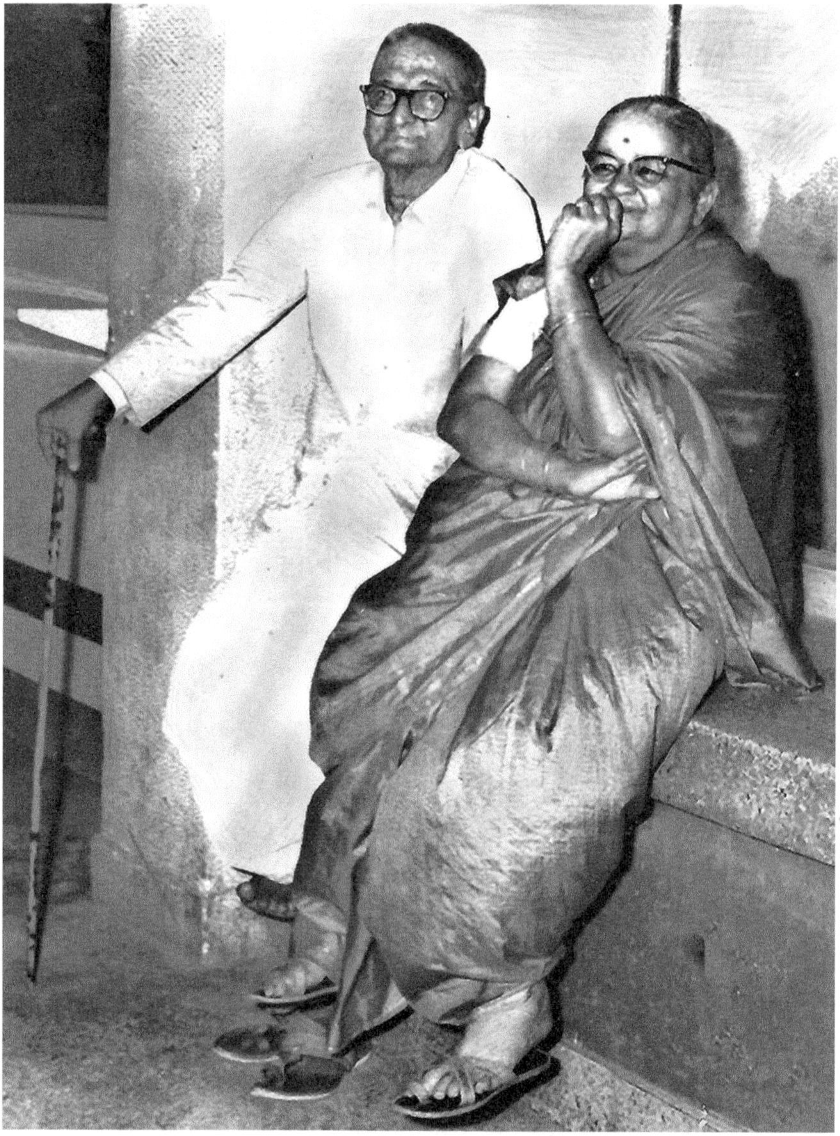

आन्नू आणि आई : गणेश रामराव भटकळ व रत्नाबाई (सुमित्राबाई)

भटकळ भावंडे (१९४६)
मीरा, रामदास, सदानंद, खाली बसलेले : सुरेश आणि रोहिणी

भटकळ भावंडे (२०००) : सुरेश, सदानंद, मीरा, रोहिणी, रामदास

दुसरी पिढी
सुरेश, लैला, रामदास, रोहिणी, कृष्णानंद कल्याणपूर, सदानंद,
शकुल, निर्मला, (बसलेले) पांडुरंग कुमठा, मीरा

काका-काकी
मंगेशराव-रत्नाबाई

सौमित्र आणि शुभा
१९४९ ते १९७३ या काळातील पॉप्युलर बुक डेपोचे आधारस्तंभ

सदानंद
लॅबर्नम रोड, गांवदेवी, १९२९

बी. ए.नंतर कॉन्व्होकेशन, १९४३

विवाह, दि.१५ मार्च १९४७

सदानंद-निर्मला, १९४८

सदानंद-निर्मला लग्नाचा ग्रूप (१९४७)
बसलेले डावीकडून : मीरा व पांडुरंग कुमठा, सुरेश, गणपतराव, सुमित्राबाई, रामदास, सदानंद व निर्मला
उभे असलेले डावीकडून : रोहिणी, सौमित्र व सुमती

रामदास-लैला लग्नाचा ग्रूप (१९५८)
उभे असलेले(डावीकडून) : देवीदास राव, पांडुरंग कुमठा, रोहिणी, कृष्णानंद कल्याणपूर, रेश्मा (कडेवर असलेली), सुरेश, सदानंद, निर्मला, रामदास, सौमित्र
खुर्चीवर बसलेले(डावीकडून) : सुमती (मांडीवर इंदिरा), मीरा, ललिताआत्या, गणपतराव, सुमित्राबाई, काकी, लैला, शुभा
खाली बसलेले (डावीकडून) : कांचन, मोहन, भारती

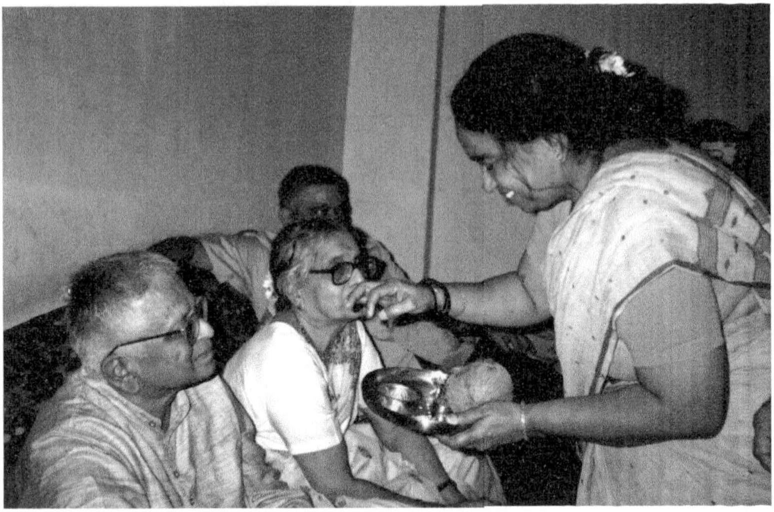

निर्मला भटकळ यांची पंच्याहत्तरी, १९९९
रोहिणी ओवाळताना

अमृतमहोत्सवाच्या आनंदात सहभागी

सदानंद मित्रपरिवार
उभे असलेले : डॉ. रमेश कुलकर्णी आणि सदानंद
बसलेले : केशव खंबदकोण, सदानंद बैंदूर,
मनोहर इडगुंजी आणि नारायण कुलकर्णी

भास्करमामा हळदीपूर आणि सदानंद

पॉप्युलर बुक डेपो

नाना चौक, १९२४

लॅमिंग्टन रोड, १९४५

पॉप्युलर बुक डेपोचा परिवार

गणपतरावांच्या साठीनिमित्त, १९५६

गणपतरावांच्या सत्तरीनिमित्त, १९६६

ताडदेव, मुंबई येथील पॉप्युलर प्रकाशनाच्या कार्यालयाचे उद्घाटन, १९६२
डावीकडून रामदास, गणपतराव, डॉ. ए.व्ही. बालीगा आणि व्ही.के. कृष्ण मेनन

शीळ फाट्यावरील मुद्रणालयाच्या जागेचे भूमिपूजन, १९७०

डॉ. सर्वपल्ली राधाकृष्णन यांच्या हस्ते उत्कृष्ट सचित्र पुस्तकनिर्मितीचा पुरस्कार स्वीकारताना ग.रा. भटकळ , १९५६

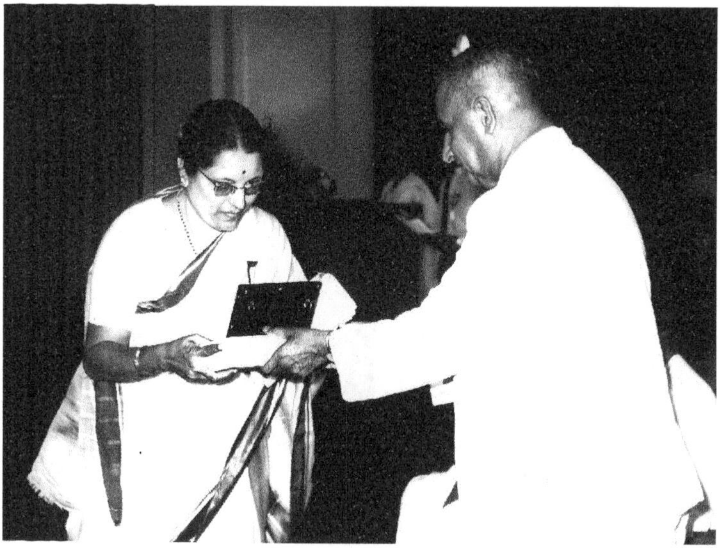

निर्मलाबाई सी.डी. देशमुख यांच्याकडून मानचिन्ह स्वीकारताना

मराठी वाङ्मयातील दोन आधारस्तंभ : सुप्रसिद्ध लेखक पु.ल.देशपांडे आणि
ज्यांनी पॉप्युलरला सदैव खंबीर पाठिंबा दिला असे
पांडुरंग कुमठा व मीरा कुमठा, १९५६

निस्सीम इझिकेल, विंदा करंदीकर, उमाशंकर जोशी आणि सदानंद
विंदा करंदीकर यांच्या इंग्रजी पुस्तकाचा प्रकाशनसोहळा

'संक्षिप्त मराठी वाङ्मयकोशा'ची पहिली प्रत कविवर्य कुसुमाग्रज यांना देण्यात आली.
त्या वेळी जया दडकर, कृष्णा करवार, कुसुमाग्रज, निर्मला, सदानंद,
अंधृटकर पितापुत्र, १९९७

निर्मला-सदानंदसोबत दुर्गाबाई भागवत
व्यवसायाची पन्नाशी, डिसेंबर, १९९४

सदानंद भटकळ, डेव्हिड अब्राहम, न्या.छागला,
होमी तल्यारखान, प्रा. त्र्यं. कृ. टोपे

'फेडरेशन ऑफ पब्लिशर्स अॅण्ड बुकसेलर्स असोसिएशन्स इन इंडिया'च्या
वार्षिक सभेत पंडित जवाहरलाल नेहरू यांचे स्वागत करताना
पीटर जयसिंघे आणि सदानंद

सर स्टॅन्ले अन्विन या श्रेष्ठ इंग्रज प्रकाशकासोबत.
बसलेले (डावीकडून) : सर स्टॅन्ले यांचा पुतण्या फिलीप, अलाइड पब्लिशर्सचे प्रेम माणकताला, सर स्टॅन्ले अन्विन, गणपतराव आणि शिवराम निरोडी
उभे (डावीकडून) : प्रभाकर भटकळ, शांताराम शिरूर, पांडुरंग कुमठा, रामदास आणि सदानंद

आंतरराष्ट्रीय परिषदेत सभेत सदानंद आणि गॉर्डन ग्रॅहम

सदानंद, प्रेमचंद माणकताला, डी.आर.मंकीकर आणि डॉ. रफीक झकेरिया

एम.पी.चितळे, एम.एल.दांतवाला, व्ही.के.आर.व्ही राव आणि सदानंद भटकळ
ग.रा. भटकळ स्मृती व्याख्यानमाला, १९७९

' फेडरेशन ऑफ पब्लिशर्स अ‍ॅण्ड बुकसेलर्स असोसिएशन्स इन इंडिया'ची दुसरी वार्षिक सभा, नवी दिल्ली, दि.७ डिसेंबर १९५५
मध्यभागी कार्यवाह सदानंद आणि अध्यक्ष पीटर जयसिंघे

हॉर्वर्ड इंटरनॅशनल सेमिनार, केंब्रिज, १९५९

हॉर्वर्ड इन्टरनॅशनल सेमिनार, टोकियो, १९६०

फ्रॅन्कफुर्ट बुक फेअर, १९५५
भारतीय पुस्तकांची प्रथमच आंतरष्ट्रीय प्रदर्शनात मांडणी

फ्रॅन्कफुर्ट बुक फेअरमधील विशेष अतिथी जपानी प्रकाशक आणि
बुक फेअरचे डायरेक्टर सिगफ्रेड टॅाबर्ट यांच्यासोबत सदानंद

जेरुसलेम येथील पुस्तकप्रदर्शनात गोपाळराव पोहेकर,
बेन गुरियन आणि सदानंद

जेरुसलेम येथील पुस्तकप्रदर्शनात गोपाळराव पोहेकर, गोल्डा मायर आणि
सदानंद भटकळ

कॅनरा सारस्वत असोसिएशनतर्फे व्यावसायिक आणि नवउद्योजकांच्या परिषदेत भाषण देताना सदानंद भटकळ

कॅनरा सारस्वत असोसिएशनतर्फे आयोजित केलेल्या महिला दिनाच्या एका कार्यक्रमात निर्मला भटकळ

रामदास-सदानंद

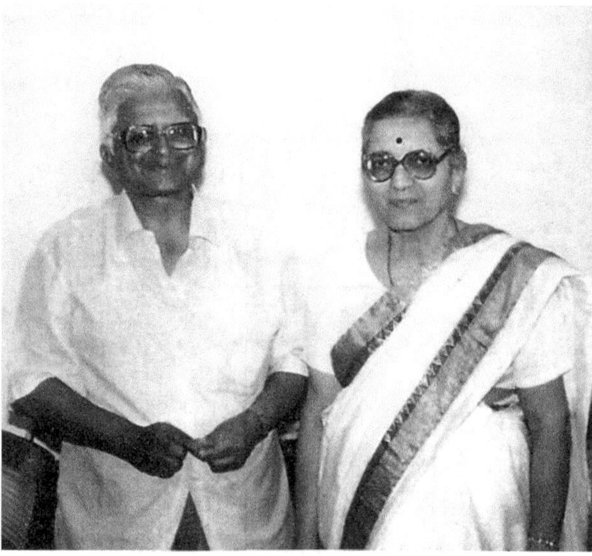

आयुष्याची परिपूर्ण संध्याकाळ

भटकळ ग्रूपमधील निरनिराळ्या संस्थांची बोधचिन्हे

Established 1924

INDIAN WRITING TODAY A QUARTERLY JOURNAL

IP&B

nandi BOOKS

Popular Prakashan www.popularprakashan.com

पॉप्युलर प्रकाशन www.popularprakashan.com

FOCUS

Sangam Books

BBi

Stree

Samya

सदानंद गणेश भटकळ

जीवनपट

जन्म	:	८ डिसेंबर १९२२. धारवाड येथे आजोळी
आई	:	रत्नाबाई. पूर्वाश्रमीच्या सुमित्रा नरसिंगराव कुलकर्णी (१९०३-१९८०)
वडील	:	गणेश रामराव भटकळ (१८९६-१९७२) 'पॉप्युलर बुक डेपो'चे संस्थापक. सारस्वत समाज, ग्रंथ-विक्रेते आणि एकूण मुंबईतील व्यवसायक्षेत्रात गणपतराव म्हणून एक आदरणीय लोकप्रिय व्यक्ती.
काका	:	भवानीशंकर रामराव भटकळ (१८९२- ?) ब्रह्मदेशात व्यवसायानिमित्त प्रयाण. तेथेच स्थायिक. त्यामुळे संपर्क राहिला नाही. मंगेश रामराव भटकळ (१९०४-१९३२) 'पॉप्युलर बुक डेपो'मधील गणपतरावांचे सहकारी.
भावंडे	:	मीरा (१९२६-२००४) विवाह : पांडुरंग नागेश कुमठा (जन्म १९२१) 'बॉम्बे बुक डेपो'चे दीर्घ काळपर्यंत संचालक. 'पुस्तक पंढरीचा वारकरी' या आत्मकथेचे लेखक. रोहिणी (१९३२-२००६) विवाह : कृष्णानंद कल्याणपूर (जन्म १९२९). जीवशास्त्राचे प्राध्यापक आणि नंतर औषध उद्योगात मॅनेजर. रामदास (जन्म १९३५). प्रकाशक, लेखक, गांधी

अभ्यासक, गायक. विवाह : लैला शिवानंद पालेकर (जन्म १९३८).

सुरेश (१९३७-२००९) ग्रंथ व्यवसायातील सहकारी. नंतर एक लोकप्रिय टुरिस्ट गाईड. विवाह : शकुल कोप्पीकर (१९४८-२००६).

चुलत भावंडे	:	सौमित्र (१९३२-२०१३) अनेक वर्षे 'पॉप्युलर बुक डेपो'मध्ये सदानंदांचा उजवा हात. १९७३ पासून बेळगांवात स्वतंत्र व्यवसाय. विवाह : शुभा माणिकेरी (१९३०) सुमती (जन्म १९३०) विवाह : मुल्की देविदास राव.
पत्नी	:	निर्मला. पूर्वाश्रमीच्या विमला शांताराम गुलवाडी (१९२४-२०११). वडील कर्नाटकात हावेरी या गावात वकील. काका शंकरराव अखेरपर्यंत सर्वोदयी कायकर्ते. विमलाचे शिक्षण तिचे मामा नारायण मंकीकर यांच्याकडे झाले. ते इंजिनीयर, भारत सरकारात उच्चपदस्थ अधिकारी. त्यांच्या होणाऱ्या बदल्यांमुळे विमलाचे शिक्षण निरनिराळ्या गावी. १९४२ मध्ये तिच्या शिक्षणात खंड. कारण तिचा स्वातंत्र्य चळवळीतील सहभाग. तिने धारवाड येथील कलेक्टरच्या कचेरीवर तिरंगा फडकवला होता. त्या पायी हिंडलगा येथे अडीच महिन्यांचा कारावास भोगला होता. पुढे स्वातंत्र्यसैनिकांसाठी असलेल्या सवलती जाणीवपूर्वक सोडून दिल्या. दि. १५ मार्च १९४७ रोजी मुंबई येथे सदानंदांशी रजिस्टर्ड पद्धतीने विवाह. १९४८ मध्ये अर्थशास्त्र व गणित हे विषय घेऊन कलकत्ता विद्यापीठातून बी. ए. निर्मला सर्वार्थाने सदानंदांबरोबर एकरूप झाल्या होत्या. दक्ष गृहिणी आणि व्यवसायामधील संपादकीय साहाय्यक. सदानंदांप्रमाणे समाजकार्याची आवड. 'कॅनरा सारस्वत असोसिएशन', 'सारस्वत महिला समाज', 'वुमेन ग्रॅज्युएट युनियन', 'सेवासदन', 'बाल्कन-जी-बारी' इत्यादी संस्थांच्या त्या क्रियाशील सदस्य. मरणोत्तर देहदान.

मुलगा : मनमोहन (जन्म १९४८) सिडनॅहम कॉलेजमधून बी. कॉम. मुद्रणालयाची जबाबदारी काही काळ सांभाळली. सध्या 'नेहरू सेंटर'मधील दुकान आणि श्रीलंकेतील व्यवहार सांभाळतात.

सदानंदांचे शिक्षण : प्राथमिक : सेंट कोलंबा (१९२८-१९३२)
माध्यमिक : गोखले एज्युकेशन सोसायटीची धरमसी गोविंदजी ठाकरसी शाळा. (१९३२-१९३८).
विल्सन हायस्कूलमधून मॅट्रिक (१९३९)
महाविद्यालयीन : एल्फिन्स्टन कॉलेज (१९३९-१९४३) अर्थशास्त्र आणि राज्यशास्त्र हे विषय घेऊन बी. ए.
मुंबई विद्यापीठाचे स्कूल ऑफ इकॉनॉमिक्स अँड सोशिऑलॉजीमधून (१९४३-१९४५) अर्थशास्त्र आणि समाजशास्त्र हे विषय घेऊन एम. ए.
गव्हर्मेंट लॉ कॉलेजमधून एलएल. बी. (१९४६). त्यानंतर बार कौन्सिलची परीक्षा.

त्या काळाच्या मानाने उच्च शिक्षण प्राप्त झाल्यानंतर सनद न घेता किंवा इतर व्यवसायांकडे न वळता वडिलांच्या ग्रंथव्यवसायात रुजू होण्याचा निर्णय.

१९३९ पासून सदानंद नेमाने 'पॉप्युलर बुक डेपो'मध्ये जात होते. कर्मचाऱ्यांबरोबर उमेदवारी करत होते. ग्रंथ-विक्रीचे बारकावे शिकत होते. त्यामुळे १९४६ मध्ये 'पॉप्युलर'मध्ये ते रुजू झाले तेव्हा त्यांच्यामध्ये नवशिकेपणा नव्हता. वडिलांचे मार्गदर्शन व वरिष्ठ कर्मचाऱ्यांचे सहकार्य लाभल्यामुळे ग्रंथ-विक्रीची धुरा यशस्वीरित्या सांभाळली. व्यवसायाची व्याप्ती वाढविण्यासाठी पुणे, बेंगळूर, नागपूर, सांगली या शहरी 'पॉप्युलर'च्या शाखा उघडल्या.

'पॉप्युलर'मध्ये शालेय पुस्तकांपासून संदर्भग्रंथांपर्यंत सर्व प्रकारची पुस्तके ठेवली जात. ग्रंथव्यवसाय जाणणारे अनेक सेल्समन, विक्रेते तयार करण्यात आले होते. दुकानात आलेला ग्राहक पुस्तक मिळत नाही म्हणून निराश होऊन जाऊ नये याची कटाक्षाने काळजी घेतली जाई. मुंबईमधीलच नव्हे तर देशातील शैक्षणिक आणि व्यावसायिक संस्थांचे ग्रंथपाल पुस्तकांच्या निवडीसाठी आवर्जून पॉप्युलरमध्ये येत. 'नेशन्स कम्प्लीट बुक शॉप' हे सदानंदांनी 'पॉप्युलर'साठी तयार केलेले बोधवाक्य त्यांच्या सहकाऱ्यांनी सार्थ ठरवले होते. सर्वांच्या अथक परिश्रमांमुळे अग्रगण्य 'पॉप्युलर बुक डेपो' आशियातील उत्तम बुक डेपोमधील एक म्हणून ओळखला जाऊ लागला.

'पॉप्युलर'चा व्याप सांभाळत असताना सदानंद 'बॉम्बे बुकसेलर्स असोसिएशन'चे सहकार्यवाहपदही सांभाळत होते. हिंदी पुस्तक भांडारचे संचालक भानुकुमार जैन यांच्या सहकार्याने १९४९ मध्ये सुरू केलेल्या 'द बुक ट्रेडर्स बुलेटिन'चे संपादन करत होते. या बुलेटिनमध्ये भारतातील ग्रंथव्यवसाय, साहित्यिक कार्यक्रम यांची नोंद केली जात असे. शिवाय दर महिन्याला प्रकाशित होत असलेल्या ग्रंथांची सूचीही प्रसिद्ध केली जात असे. १९५१ मध्ये काही तांत्रिक कारणामुळे असोसिएशनला बुलेटिन बंद करावे लागले. तेव्हा असोसिएशनच्या परवानगीने बुलेटिनच्याच स्वरूपाचे मासिक स्वत:च्या नावाने प्रसिद्ध करण्याची जबाबदारी सदानंदांनी स्वीकारली. 'द इंडियन पब्लिशर अँड बुकसेलर'चे प्रकाशन सुरू केले ते १९८२ पर्यंत नियमित चालवले. या कामी निर्मला भटकळांचे संपादकीय साहाय्य लाभले. पूर्णपणे ग्रंथप्रसाराला वाहिलेली ही देशातील पहिली मासिक पत्रिका. यात दर महिन्यात भारतात प्रसिद्ध होणाऱ्या सर्व इंग्रजी पुस्तकांची नोंद असे. या पुस्तकांची नोंद परिपूर्ण करण्यासाठी देशभरातील प्रकाशनाची माहिती परिश्रमपूर्वक गोळा केली जात असे. यात व्यवसायाच्या समस्यांबद्दल लेख असत, अनुभवी प्रकाशक व ग्रंथविक्रेते यांच्या मुलाखती असत. या मासिक पत्रिकेचे काही विशेषांकही निघाले. मराठी ग्रंथ व्यवहाराविषयी निघालेल्या अंकाचे संपादन रामदास भटकळ यांनी केले. पत्रिकेचे तीनेक हजार वर्गणीदार होते. त्यांतील तीन-चारशे भारताबाहेरील होते.

केवळ ग्रंथविक्री करण्यापुरतेच सदानंदांनी आपले कार्यक्षेत्र मर्यादित ठेवले नाही. त्यांनी प्रकाशनाकडेही जातीने लक्ष पुरवले. गणपतरावांनी १९२६ पासून इंग्रजी प्रकाशनाला प्रारंभ केला होता. मोजकीच पुस्तके निघाली. विशेषत: शालेय व विद्यालयीन विद्यार्थ्यांना उपयुक्त असतील अशी. त्याचप्रमाणे वैद्यकीय विषयावरचीही असतील हेच धोरण सदानंदांनी अवलंबिले. वैद्यकशास्त्रावरील ग्रंथ-प्रकाशनाला वडिलांनी दिलेले महत्त्व जाणून काम पुढे नेले. तोवर विद्यार्थ्यांना उपलब्ध असणारे ग्रंथ विदेशी असत. त्यांच्या किंमतीही खूप असत. असे ग्रंथ लिहू शकणारे तज्ज्ञ डॉक्टर आपल्याकडे आहेत. गणपतरावांनी अशाच पुस्तकांच्या विक्रीने व्यवसायाला सुरुवात केली होती. आणि प्रकाशानाने तेव्हाचे विद्यार्थीदशेतील त्यांचे ग्राहक आता निष्णात डॉक्टर झाले होते. त्यांचे गणपतरावांशी आपुलकीचे संबंध होते. का न आपल्या या डॉक्टरांकडून त्यांच्या त्यांच्या विषयांवरील पुस्तके मुद्दाम लिहवून घ्यावीत, हा आपला विचार कार्यवाही केला. डॉ. परुळेकरांच्या 'क्रिस्टलाईज्ड थेरपी'ने मुहूर्तमेढ रोवली गेली

होती (१९२५). त्यानंतर डॉ. के. एम. मसानी यांची 'ए टेक्स्ट बुक ऑफ गायनॅकॉलॉजी', 'टेक्स्ट बुक ऑफ ऑब्सेस्टट्रिक्स', 'डॉ. रुस्तम माणेकशांचे 'प्लॅस्टिक सर्जरी इन ट्रॉपिक्स' डॉ. वाय. एम. भेंडे, डॉ. एस. एस. केळकर, डॉ. देवधरे यांचे 'जनरल पॅथॉलॉजी' यांसारखी दर्जेदार पुस्तके प्रकाशित केली. ती विद्यार्थीप्रियही झाली. हाच विचार पुढे चालवून सदानंदांनी योजलेल्या डॉ. आर. आर. सातोस्कर आणि डॉ. एस. डी. भांडारकर यांच्या 'फॉर्मकॉलोजी अ‍ॅण्ड फार्माकोथेरॅपॅटिक्स' या पुस्तकाने प्रकाशन- क्षेत्रात इतिहास घडवला. भारतातील डॉक्टरांच्या दोनतीन पिढ्या या पुस्तकावर मोठ्या झाल्या. ए. के. नाडकर्णी यांचा आयुर्वेदावरील संदर्भग्रंथ 'इंडियन मेटेरिया मेडिका' आजही अजोड आहे. प्रा. गोविंद सदाशिव घुर्ये, प्रा. ए. आर. देसाई, प्रा. दामोदर धर्मानंद कोसंबी हे अभिमानास्पद लेखक सदानंदांच्या वैयक्तिक संबंधामुळे 'पॉप्युलर'कडे आले. प्रा. घुर्ये आणि प्रा. देसाई यांच्यामुळे समाजशास्त्रीय विभाग भारदस्त झाला. प्रा. दामोदर धर्मानंद कोसंबी यांच्या 'इंट्रोडक्शन टू द स्टडी ऑफ इंडियन हिस्ट्री'ने इतिहासाच्या जगभराच्या अभ्यासाला मार्क्सवादी दृष्टिकोण दिला.

१९५८ पर्यंत 'पॉप्युलर बुक डेपो'ने दीडेकशे इंग्रजी व एका हाताच्या बोटावर मोजता घेण्याजोगी मराठी पुस्तके प्रकाशित केली होती. 'युनायटेड पब्लिशिंग हाऊस' आणि 'प्रिमिअर पब्लिशिंग कंपनी' या नावांनीही काही पुस्तके प्रकाशित करण्यात आली होती.

विस्तारत चाललेल्या व्यापाची घडी विस्कळीत होऊ नये म्हणून सदानंदांनी गणपतरावांच्या अनुमतीने कुटुंबातील इतर मंडळीवर जबाबदारी वाटून दिली. १९६२ साली प्रकाशन कार्यासाठी 'पॉप्युलर प्रकाशन' आणि वितरणासाठी 'भटकळ बुक्स इंटरनॅशनल' हे विभाग सुरू करून त्याची जबाबदारी उमद्या रामदासवर नि:शंकपणे सोपवली. पुढे मुद्रण व्यवसायाची धुरा मुलगा मनमोहनवर सोपवली.

ग्रंथ-व्यवहाराकडे सदानंद व्यापक दृष्टीने पाहत असत. ग्रंथ-विक्री आणि ग्रंथ-प्रकाशनाबरोबर इतर क्षेत्रांतही काहीतरी नवीन करण्याचा आणि करवून घेण्याचा त्यांना हव्यास होता. 'बॉम्बे बुक डेपो' गणपतरावांनी १ एप्रिल १९४८ रोजी विकत घेतला होता आणि त्याचे व्यवस्थापन पांडुरंग कुमठांकडे सोपवले होते. तेव्हापासून सदानंद कुमठांच्या पाठीशी राहून ग्रंथ-प्रसाराचे अनेक मार्ग त्यांना सुचवत राहिले, त्यासाठी त्यांना प्रोत्साहन देत राहिले. यातून साहित्य दिंडी, पुस्तक पंढरी, बाल साहित्य जत्रा यांसारखी प्रदर्शने भरवली जाऊ लागली.

'पुस्तक पंढरी', 'बाल साहित्य जत्रा' ही नियतकालिके प्रकाशित करण्यात येऊ लागली. त्यांचे संपादन लैला रामदास भटकळ करत असत. 'बॉम्बे बुक डेपो' मराठी साहित्य प्रकाशित करणाऱ्या संस्थांना वरदान ठरला.

ग्रंथ-प्रसारासाठी सदानंदांनी ढवळे प्रकाशनाच्या ढवळ्यांबरोबर पॉकेट बुकची योजना कार्यान्वित केली. ढवळे-पॉप्युलर या जोड प्रकाशनाचे नाव ठेवण्यात आले. 'नंदी' हे त्याचे बोधचिन्ह व या बोधचिन्हाच्या सजावटीचे काम द. ग. गोडसे यांनी पाहिले. कर्नाटक प्रेसची उत्कृष्ट छपाई, किंमत स्वस्त असे असूनही दोनचार पुस्तकांनंतर ही योजना बारगळली. 'कुतुब - पॉप्युलर' ही संस्थाही सदानंदांच्या पुढाकाराने निघाली. या प्रकाशनातर्फे काही पुस्तके प्रकाशित झाली. पण ही योजनाही असफल ठरली.

'पॉप्युलर बुक डेपो'चा सुरुवातीपासूनच परदेशातील प्रकाशकांशी घनिष्ट परिचय होता तो त्यांच्याशी होणाऱ्या पत्रव्यवहारांमधून वा त्यांच्या प्रतिनिधींच्या भारतभेटीमधून. १९५२ मध्ये सदानंद सपत्नीक विलायतेला गेले. या भेटीत त्यांनी प्रख्यात ग्रंथ-विक्रेत्यांच्या दुकानांना तसेच प्रकाशनांचे मालक-संचालक यांच्या भेटी घेतल्या. त्यांची कार्यपद्धती अभ्यासली. ती पद्धती आपल्यालाही उपयुक्त ठरण्याची शक्यता त्यांना जाणवली. पुढील वर्षी जानेवारीत दिल्ली येथे भरलेल्या प्रकाशक आणि ग्रंथविक्रेते यांच्या अधिवेशनात भारतातील ग्रंथव्यवसायाचा पद्धतशीर प्रसार व्हावा यांसाठी स्वत:ची अशी एक कार्यकुशल संघटना असावी असा विचार मांडला आणि १९५५ मध्ये 'फेडरेशन ऑफ पब्लिशर्स ॲण्ड बुकसेलर्स इन इंडिया' ही संस्था स्थापन झाली. तिचे सदानंद एक संस्थापक सभासद होते. या फेडरेशनच्या कार्यालयाचे दिल्लीत स्थलांतर होईपर्यंत तिच्या कामकाजात ते जातीने लक्ष घालत. १९६१-६२ मध्ये उपाध्यक्ष आणि १९६६-६७ मध्ये अध्यक्ष ही पदे त्यांनी भूषविली. फेडरेशनच्या उभारणीमध्ये त्यांच्या योगदानासाठी १९८४ मध्ये फेडरेशनच्या 'हॉल ऑफ फेम'मध्ये त्यांच्या नावाचा सन्माननीय उल्लेख करण्यात आला. त्या निमित्ताने त्यांचा सत्कारही केला गेला.

१९५२ मधील विलायतवारीत सदानंदांनी आवर्जून फ्रॅन्कफुर्ट आंतरराष्ट्रीय ग्रंथजत्रेला भेट दिली होती. त्या भेटीत या ग्रंथजत्रेचे महत्त्व त्यांच्या ध्यानी आले होते. हे महत्त्व त्यांनी भारतात परतल्यावर आपल्या समव्यवसायिकांना पटवून दिले, सरकारदरबारी प्रयत्न करून परदेशी चलनाचा अडसर दूर केला. १९५५ मध्ये फ्रॅन्कफुर्ट ग्रंथजत्रेत पदरमोड करून भारतीय प्रकाशकांची पुस्तके त्यांनी दिमाखात प्रदर्शित केली. भारताला आंतरराष्ट्रीय प्रकाशन जगतात मानाचे स्थान देण्याचे श्रेय

सदानंदांचे. १९६३ साली फ्रॅन्कफुर्ट ग्रंथजत्रेने आंतरराष्ट्रीय स्तरावरील प्रकाशक, ग्रंथविक्रेते यांना प्रमुख पाहुणे म्हणून सन्मानित करण्याची प्रथा सुरू केली आणि पहिला सन्माननीय पाहुणा म्हणून मान दिला सदानंदांना.

असेच एक सन्माननीय निमंत्रण त्यांना १९५९ मध्ये मिळाले होते. त्यानुसार हॉर्वर्ड येथे प्रा. हेन्री किसिंजर यांच्या पुढाकाराने आयोजित करण्यात आलेल्या 'हॉर्वर्ड इन्टरनॅशनल सेमिनार' (अर्थशास्त्र विभाग)मध्ये ते सहभागी झाले होते. पुढील वर्षी जपानमध्ये भरलेल्या या सेमिनारमध्येही त्यांचा सहभाग होता.

भारतीय ग्रंथव्यवहारातील त्यांचे योगदान भरघोस आहे. ग्रंथ-प्रकाशन, ग्रंथ-विक्री यांचे पद्धतशीर शिक्षण देण्यासाठी त्यांनी अभ्यास शिबिरे आयोजित केली. युनेस्कोच्यावतीने कोलंबो येथे भरवण्यात आलेल्या 'बुकसेलर्स ट्रेनिंग कोर्स', तसेच नवी दिल्लीमधील 'बुक ट्रेडर्स सिम्पोझियम'मध्ये त्यांचा सहभाग होता. भारत सरकारच्या शिक्षण खात्याने आयोजित केलेले 'पब्लिशिंग फॉर रुरल इंडिया' आणि 'को-पब्लिशिंग चिल्ड्रेन्स बुक्स इन इंडियन लँग्वेजीस' या चर्चासत्राची धुरा त्यांनी सांभाळली होती. भारतीय पुस्तकांची निर्यात हा एक त्यांच्या ध्यासाचा विषय होता. युरोप, अमेरिका येथील महत्त्वाच्या केंद्रांना 'पॉप्युलर' नियमितपणे पुस्तके पुरवीत असे. बुक्स पॅनेल ऑफ एक्स्पोर्ट प्रमोशन कौन्सिल'चे चेअरमनपदही त्यांनी भूषवले. 'युनेस्को'साठी 'एशियन बुक ट्रेड डिरेक्टरी'चे संपादन केले. सिगफ्रेड रॉबर्ट यांनी संपादित केलेल्या 'बिब्लियोपोला' या जर्मन इंग्रजी ग्रंथासाठी सदानंदांनी भारतीय ग्रंथ व्यवसायावरील विभागाचे लेखन केले. 'नॅशनल बुक ट्रस्ट'च्या पहिल्या बोर्डाचे ते विश्वस्त होते. 'ट्रस्ट'ची ध्येयधोरणे ठरवण्यात त्यांचा सहभाग होता. 'नॅशनल बुक डेव्हलपमेंट बोर्ड', 'इंडियन इंटरनॅशनल कमिशन फॉर को-ऑपरेशन', 'ऑल इंडिया हिंदी पब्लिशर्स असोसिएशन', 'बुक इंडस्ट्री कौन्सिल ऑफ साऊथ इंडिया', 'सदर्न लॅंग्वेजिस बुक ट्रस्ट', 'इंडियन स्टॅंडर्डस इन्स्टिटयूशन', 'साहित्य अकादेमी' इत्यादींच्या समित्यांवर सल्लागार म्हणून मोलाची कामगिरी बजावली. 'मराठी ग्रंथ प्रकाशक परिषदे'चे ते एक संस्थापक कार्यवाह होते. परिषदेची अधिवेशने भरवण्यात त्यांनी पुढाकार घेतला होता.

कॉलेजमध्ये पाऊल टाकता टाकता सदानंदांनी लेखन-प्रपंचाचा श्रीगणेशा केला. त्यांच्या शब्दांत सांगायचे तर, 'नाभिक सेवक' नामक एका नगण्य नियतकालिकात. संपादक एका केशकर्तनालयाचा मालक. बंगाली, पण मराठी उत्तम बोलणारा सदानंदांचा मित्र खंबदकोण यांच्या उत्तम परिचयाचा. आपल्या

व्यवसायबंधूबरोबर संवाद साधावा हा या नियतकालिकाचा उद्देश सदानंदांच्या दोनेक लेखांमुळे कितपत साध्य झाला न कळे ! पण त्यांचा हात लिहिता झाला, नियतकालिक हे आपल्या वैचारिक, साहित्यिक अभिव्यक्तीसाठी, समान विचार असलेल्या समवयस्कांमध्ये संवाद साधण्यासाठी एक उत्तम माध्यम आहे याची जाणीव त्यांना झाली, एवढे मात्र खरे ! बी. ए.च्या पहिल्या वर्षात त्यांनी 'होरायझन' हे वार्षिक काढण्याचे धाडस केले. संपादकाची जबाबदारी स्वीकारली. राजा राव, किशोर साहू आदींच्या पाच कथा, उदय शंकर (कला), विष्णुदास शिराळी (संगीत), प्रा. ए. आर. वाडिया, आर. मूर्ती (अर्थशास्त्र) इत्यादींचे एकवीस लेख, फैजी रहमान, सुभाष मुखोपाध्याय इत्यादींच्या कविता असा एकूण दर्जेदार मजकूर या दिग्गजांकडून मिळवला. छापील १२८ पृष्ठे झाली. दीनानाथ दलालांकडून राजकीय व्यंगचित्रे काढून घेतली, सुरेख मुखपृष्ट तयार करवून घेतले. सदानंदांच्या उत्साह एवढा की त्यांनी वाराणशीला जाऊन डॉ. एस्. राधाकृष्णन यांची प्रस्तावनाही मिळवली. १९४२ मध्ये 'होरायझन' प्रसिद्ध झाला.

भारतातील स्वातंत्र्यलढा एव्हाना तीव्र झालेला. देशभरातील तरुण शिक्षण अर्धवट सोडून त्या लढ्यात कायावाचामने सहभागी झाले होते. हे धाडस सदानंदांना करवले नाही. ते त्यात मनाने गुंतले. सामाजिक, राजकीय प्रश्नांचा बुद्धिनिष्ठ वृत्तीने विचार करण्याऱ्या चर्चा त्यांनी कॉलेजमध्ये घडवून आणल्या. तशाच प्रेरणेने त्यांनी इंग्रजीमधून लेखन केले. त्यांचे हे लेखन 'पद्मा प्रकाशन्स'ने 'द फ्युचर ऑफ इंडियन यूथ' या नावाने प्रसिद्ध केले. या पुस्तकाला पट्टाभी सीतारामय्या यांची प्रस्तावना आहे. याच काळात त्यांनी इंग्रजीमधून काही कविता लिहिल्या. त्या पुस्तकरूपाने 'पॉप्युलर बुक डेपो'ने प्रकाशित केल्या (१९४६). संग्रहाचे शीर्षक : 'निर्मल अँड अदर पोएम्स' संग्रह चित्रकार दलालांनी सजवलेला होता.

त्यानंतरचा सदानंदांचा बराचसा काळ 'पॉप्युलर बुक डेपो', 'दी फेडरेशन ऑफ इंडियन पब्लिशर्स अँड बुकसेलर्स असोशिएन्स', 'फ्रॅन्कफुर्ट ग्रंथ जत्रा', देशभरातील ग्रंथ व्यवहाराशी संबंधित असलेल्या सरकारी, बिगर-सरकारी संस्था यांमधील त्यांचा सहभाग, 'द इंडियन पब्लिशर ॲण्ड बुकसेलर' या पत्रिकेचे संपादकीय काम या निमित्ताने त्यांच्या हातून काही लेखन झाले असेल तेवढेच. निव्वळ व्यावसायिक स्वरूपाचे.

१९६१ मध्ये सदानंदांनी काहीशी उसंत लाभली आणि दिवाळी अंकाचे स्वरूप कसे असावे याविषयीच्या आपल्या कल्पनांना मूर्त रूप देण्याचा त्यांनी

प्रयत्न केला. मुद्रण तज्ज्ञ कृष्णा करवार आणि प्रतिभाशाली चित्रकार प्रभाकर गोरे यांच्या संपादकीय सहकार्याने त्यांनी 'जत्रा' आणि 'नवदिशा' या दुहेरी नावाने अंक काढला. हा नमुनेदार अंक पहिला नि अखेरचा ठरला.

आणखीन एक उपक्रम त्यांच्या उद्यमशील प्रकाशकीय मनात रुजला.

त्यांच्या लक्षात आले होते की, भारतीय वाचकांना अ-भारतीय साहित्य इंग्रजीमधून उपलब्ध होऊ शकते. पण त्यांना स्वतःच्या भाषेव्यतिरिक्त अन्य भारतीय भाषांमधील साहित्य भाषिक अडचणींमुळे वाचता येत नाही. साहजिकच भारतीय भाषा-भगिनींमध्ये संवाद साधणे दुर्लभ होते. असा संवाद साधला गेला तर भारतीय साहित्याचे गुणात्मक मूल्य वाढू शकते, साहित्यिकांमध्ये वैचारिक देवाण-घेवाण साधली जाऊ शकते, राज्याराज्यांमधली सांस्कृतिक देवाणघेवाण सुलभ होऊ शकते. पण त्यासाठी एखादे नियतकालिक काढणे आवश्यक आहे, तेही इंग्रजीमधून. कारण सर्व भारतीय भाषिकांमध्ये पोहोचू शकणारी तीच एकमेव भाषा. हे काम कष्टाचे, पण कष्टाचा बाऊ करणे सदानंदांच्या स्वभावात नव्हते. त्यांनी प्रभाकर पाध्ये यांच्या सहकार्याने, 'सेंटर फॉर इंडियन रायटर्स' या संस्थेमार्फत 'इंडियन रायटिंग टुडे' (१९६७-१९७१) सुरू केले. या पत्रिकेचे वर्षातून तीन अंक निघत. पाध्यांच्या विचक्षण संपादनाखाली निघणारे अंक दर्जेदार असत. साहित्य मिळवण्यासाठी वणवण करावी लागे. त्यात इंग्रजी भाषेत अनुवाद करण्याची दगदग होती. तरी मनाजोगे अंक निघत असल्याचे, साहित्यिक वर्तुळामधून मिळत असलेल्या प्रोत्साहनाचे समाधान होते. एकूण अठरा अंक निघाले. दरम्यान साहित्यिकांमधील उत्साहही मावळत गेला. नियतकालिक बंद करावे लागले. सदानंद खट्टू झाले, पण निरुत्साही बनले नाहीत.

मध्यंतरीच्या काळात मराठी कवितांचा परिचय अन्य भाषिकांना करून देण्यासाठी त्यांनी 'निर्मला सदानंद पब्लिशर्स' ही संस्था सुरू केली होती. या संस्थेमार्फत 'ॲन्थॉलॉजी ऑफ मराठी पोएम्स' (१९६७) प्रकाशित केले होते. यात अर्वाचीन कवींच्या प्रातिनिधिक कविता समाविष्ट केल्या होत्या. निवड अनुवाद आणि संपादन दिलीप पुरुषोत्तम चित्रे यांचे होते. त्यानंतर त्यांनी 'पोएम्स ऑफ विंदा' (भाषांतर : विंदा करंदीकर, ए. के. रामानुजम, १९७६) आणि स्नेक स्कीन ॲण्ड अदर पोएम्स' (इंदिरा संतांच्या निवडक कविता, भाषांतर : निस्सिम एझिकेल, वृंदा नाबर, १९७५) हे संग्रह प्रकाशित केले.

ग. रा. भटकळ यांच्या स्मृतीप्रित्यर्थ सदानंदांनी 'ग. रा. भटकळ फौन्डेशन' स्थापन केले (१९७५). या प्रतिष्ठानाच्यावतीने मुंबई, दिल्ली किंवा बेंगळूर येथे

व्याख्याने आयोजित केली. यात प्रा. अ. भि. शहा, डॉ. वि. म. दांडेकर, अच्युतराव पटवर्धन, डॉ. यु. आर. अनंतमूर्ती, नानी पालखीवाला आदी मान्यवर विचारवंतांची व्याख्याने घडवून आणली. या व्याख्यानांच्या आधारे सदानंदांनी स्वत: 'कॉन्टेम्परारी इंडिया' व रामदासांनी 'ऑल्टर्नेटिव्हज ऑफ इंडियाज डेव्हलपमेंट' या महत्त्वाच्या पुस्तकांचे संपादन केले.

या फौंडेशनच्यावतीने सदानंदांनी प्रकाशित केलेले 'संक्षिप्त मराठी वाङ्मयकोश, खंड १' (१९९८), खंड २ (२००४) आणि 'वाङ्मयीन संज्ञासंकल्पना कोश' (२००१) ही मराठी जगतातील एक अजोड कामगिरी ठरली. प्रकृती साथ देत नसतानाही या कोशांचा अवाढव्य व्याप त्यांनी प्रभा गणोरकर, वसंत आबाजी डहाके, जया दडकर, उषा टाकळकर, आशा राजवाडे, रमेश वरखेडे यांच्या सहकार्याने पार पाडला.

'ग. रा. भटकळ फौंडेशन' सदानंदांनी स्थापन केले ते गणपतराव त्यांचे वडील होते म्हणून नव्हे तर भारतीय ग्रंथ-व्यवसायातील या आदरणीय व्यक्तीच्या चिरस्थायी योगदानाचे कृतज्ञापूर्वक स्मरण म्हणून. याच भावनेने त्यांनी मुद्रक वि. पु. भागवत, प्रकाशक रा. ज. देशमुख यांच्या स्मरणार्थ सहकाऱ्यांसमवेत निधी उभारण्यात पुढाकार घेतला. त्यांच्या नावाने त्या निधीमधून पुरस्कार दिला जाण्याची व्यवस्था केली. त्यांच्या कर्तृत्वाची थोरवी सर्वसामान्यांना कळावी म्हणून त्यांच्यावर ग्रंथ प्रकाशित केले.

कर्नाटक प्रेस आणि प्रकाशन संस्था यांच्याशी सदानंदांचा अनेक प्रकारे संबंध आला. 'कर्नाटक'ची देखणी छपाई, दर्जेदार ग्रंथमाला, मंगेशराव कुलकर्ण्यांचे कल्पक व्यवस्थापन यांविषयी त्यांच्या मनात नितांत आदर होता. त्या आदरापोटी त्यांनी 'द सागा ऑफ कर्नाटक प्रेस' हे पुस्तक लिहिले. पॉप्युलर प्रकाशनने ते प्रसिद्ध केले (२०१०). या पुस्तकाचा उषा टाकळकरांनी केलेला मराठी अनुवाद पद्मगंधा प्रकाशनाने प्रकाशित केला (२०११).

आग्रा घराण्याचे बुजुर्ग गायक चिदानंद नगरकर यांच्या कार्याची नोंद व्हावी म्हणून सदानंदांनी 'चित्-आनंद' हे पुस्तक प्रकाशित केले. धर्मानंद कोसंबी यांच्या कर्तृत्वाची माहिती सर्वांना व्हावी म्हणून 'आचार्य धर्मानंद कोसंबी स्मारक ट्रस्ट'चे एक विश्वस्त या नात्याने त्यांनी धर्मानंदांची नात इंद्रायणी सावकार यांच्याकडून चरित्र लिहवून घेतले (२००१).

सदानंद हे चित्रापूर सारस्वत समाजातले. 'कॅनरा सारस्वत असोसिएशन' ही या समाजाची संस्था (स्थापना १९११). या संस्थेचा उपयोग समाजकार्यासाठी

कसा करता येईल हे सदानंद पाहत राहिले. १९३९ साली 'सारस्वत यूथ लीग'ची स्थापना झाली. निरनिराळ्या सामाजिक विषयावर चर्चा, सामाजिक आणि सांस्कृतिक केंद्रांना भेटी, लघुउद्योगांची पाहणी या प्रकारचे कार्यक्रम नियमित होत, त्यात सदानंद भाग घेत. डिसेंबर १९४२मध्ये तालमकीवाडीत 'चित्रापूर सारस्वत कल्चरल कॉन्फरन्स' भरवण्यात त्यांनी पुढाकार घेतला. एवढेच नव्हे तर कॉन्फरन्समध्ये सामाजिक रूढीपरंपरांचा बुद्धिनिष्ठ विचार व्हावा यासाठी हिरिरीने पुढाकार घेतला. १९४३ मध्ये 'कॅनरा सारस्वत असोसिएशन'च्या वार्षिक सर्वसाधारण सभेत त्यांनी व खंबदकोण यांनी 'कॅनरा सारस्वत'मध्ये राजकीय विषयावरही लेखन व्हावे असा प्रस्ताव मांडला. पण तो अन्य सभासदांकडून फेटाळला गेला.

चित्रापूर समाजापुरतीच त्यांची सामाजिक जाणीव मर्यादित नव्हती. दुष्काळग्रस्त विजापूर जिल्ह्यातील मदतकार्यात ते याच सुमारास कॉलेजच्यावतीने सहभागी झाले होते.

'कॅनरा सारस्वत असोसिएशन'चे अध्यक्षपद त्यांनी चार वेळा भूषविले (१९७१, १९७२, १९८६, १९८९). या काळात त्यांनी अनेक नवीन उपक्रम हाती घेतले. मुंबईत तालमकीवाडी येथील संस्थेच्या सभागृहाला नवीन रूप देताना संस्थेच्या संस्थापकांची पी. जी. शिरूर या श्रेष्ठ चित्रकारांनी रंगवलेली तैलचित्रे लावण्याची व्यवस्था केली. संस्थेचा कलाविभाग सुरू करून संगीत, नाटक, चित्रकला, हस्तकला या सर्व क्षेत्रांतील उदयोन्मुख कलावंतांना प्रोत्साहन मिळावे यासाठी अनेक योजना आखण्यात आल्या. 'मेडिकल इमर्जन्सी फंड' सुरू केला. १९८७ पर्यंत सदानंदांनी मासिक पत्रिकेचे संपादन केले. या काळात मासिकाचा दर्जा ही उंचावला.

असोसिएशनने चित्रापूर सारस्वतांची जनगणना नोंदवायची सुरुवात १९७७ साली सुरू केली होती. सदानंदांनी त्याला अधिक शास्त्रशुद्ध रूप दिले. त्यांच्या पुढाकाराने 'चित्रापूर सारस्वत सेन्सस रिपोर्ट' तयार झाला (१९७१). त्या माहितीच्या आधारे डॉ. ब्रह्मानंद माविनकुर्वे यांच्याकडून 'पोट्रेट ऑफ कम्युनिटी' हा ग्रंथ तयार केला.

चित्रापूर सारस्वताचे एक पितामह रावबहादूर तालमकी यांनी दोन महत्त्वाचे प्रकल्प हाती घेतले होते. 'सारस्वत फॅमिलीज' या वंशावळीत सर्व कुटुंबीयांविषयीची सविस्तर माहिती छापली होती. हा प्रकल्प पुढे नेऊन संगणकामार्फत उपलब्ध करून देण्यात आला.

१९३० मध्ये तालमकी यांनी चित्रापूरांच्या कोकणी भाषेतील म्हणी आणि वाक्प्रचार संकलित करून त्या दोन भागांत प्रसिद्ध केल्या होते. हे खंड सदानंदांनी अद्ययावत करण्याचे काम करवून घेतले आणि १९९१ मध्ये ते प्रकाशित झाले.

समाजाच्या सोयीसाठी तालमकी यांनी शामराव विठ्ठल क्रेडिट सोसायटी सुरू केली होती. सोसायटीचा व्याप वाढत वाढत तिचे शामराव विठ्ठल को-ऑपरेटिव्ह बँकेत रूपांतर झाले. आज ही बँक भारतातील सहकारी बँकांमध्ये अग्रेसर आहे. बँकेचे मूळ ज्ञातीय स्वरूप बदलले. या कामात सदानंदांचाही सहभाग होता. जवळ जवळ वीस वर्षे ते संचालक समितीचे सदस्य होते, उपाध्यक्ष व अध्यक्ष (१९६६-१९८६) व संचालक (१९८७) ही पदेही त्यांनी भूषविली होती.

ग्रंथ-व्यवहार, समाजसेवा, बँक आदी नानाविध व्यापांत सदानंद अष्टांगी बुडालेले. तरीही वेळात वेळ काढून संगीत, नाटक, चित्रपट, चित्रकला, छायाचित्रकला यात आस्वादही घेत. त्यात त्यांना रुची होती तसेच गतीही होती. असे हे बहुआयामी सदानंद कौटुंबिक कर्तव्येही निर्मलाच्या साथीने जिव्हाळ्याने पार पाडत. आईवडील, भावंडे, सगेसोयरे, मित्रपरिवार यांवर त्यांची मायेची पाखर असायची. इथे आपपर भाव नव्हता. आपण काहीतरी विशेष करत आहोत अशी भावनाही नव्हती. माणसात दोष असतात तसे ते त्यांच्यामध्येही होते. पण त्या दोषांनी कुणालाही कधीही जिव्हारी जखम केली नव्हती. इतरांविषयी त्यांच्या मनात वा त्यांच्याविषयी इतरांच्या मनात कधी कटुता नव्हती.

व्यवसायाची सूत्रे वयपरत्वे त्यांनी मनमोहनच्या हाती सुपूर्द केली, नव्वदीच्या दशकात प्रोस्ट्रेट ग्लँडला कर्करोगाची बाधा झाली तरी १९४६ साली ग्रंथव्यवहाराशी जोडले गेलेले त्यांचे संबंध तुटले नाहीत. पूर्वीच्याच उत्साहाने त्यांनी 'संक्षिप्त मराठी वाङ्मय कोशा'चा प्रचंड संकल्प पुरा केला. एकविसाव्या दशकाच्या पहिल्या दशकात 'प्रिय रसिक' या पॉप्युलर प्रकाशनच्या, मराठी विभागाच्या गृहपत्रिकेसाठी 'सदानंदयात्रा' आणि 'स्मृतीची चाळता पाने' या सदरांसाठी लेखन केले. जुन्या स्मृतींना उजाळा दिला. हा सिलसिला अधूनमधून विश्रांती घेत २०११ च्या मेमध्ये अर्धांगवायूचा झटका येईपर्यंत चालू राहिला होता. त्यांनी केलेल्या या लिखाणातूनच प्रस्तुत पुस्तकाची योजना करण्यात आली.

पत्नी निर्मला वर्षभर कोमामध्ये पडून आहेत हे शल्य त्यांना होतेच. त्यातूनच स्वत: सदानंदांना ७ मे २०११ रोजी अर्धांगवायूचा झटका आला. लिहिणे, बोलणे खुंटले. संवाद तुटला. गेल्या शंभर वर्षांतील अभिजात पुस्तके प्रसिद्ध करणे,

'ऑक्सफर्ड'च्या धर्तीवर मराठी-मराठी डिक्शनरी तयार करवून घेणे यांसारखे त्यांचे संकल्प अपुरे राहिले. त्यांच्यासारख्या सदैव कार्यमग्न व्यक्तीला अंथरुणाला खिळून पडणे, स्वत:चे, भोवतालचे भान असूनही मुकाट पाहत राहणे यातनादायी! तशात ५ जुलैला निर्मलांच्या निधनाचा वज्राघात सहन करावा लागला. चौसष्ट वर्षे जिव्हाळ्याची साथसंगत देणाऱ्या सहचारिणीचे वास्तव नसलेल्या जगात श्वास घेणे अवघड! आयुष्यभर त्यांना प्रेरणा देणारी जीवनेच्छा निमाली आणि २६ जुलै २०११ रोजी त्यांनी अखेरचा श्वास घेतला. त्यांच्या इच्छेनुसार देहदान करण्यात आले.